현장에서 바로 써먹는

GO! 독학 베트남어 중고급편

윤선애 · 시원스쿨어학연구소 지음

150 패턴이면 원어민처럼 말한다

S 시원스쿨닷컴

초판 1쇄 발행 2020년 10월 28일
개정 1쇄 발행 2025년 10월 14일

지은이 윤선애·시원스쿨어학연구소
펴낸곳 (주)에스제이더블유인터내셔널
펴낸이 양홍걸 이시원

홈페이지 vietnam.siwonschool.com
주소 서울시 영등포구 영신로 166 시원스쿨
교재 구입 문의 02)2014-8151
고객센터 02)6409-0878

ISBN 979-11-7550-015-0 13730
Number 1-420201-26162607-06

이 책은 저작권법에 따라 보호받는 저작물이므로 무단복제와 무단전재를 금합니다. 이 책 내용의 전부 또는 일부를 이용하려면 반드시 저작권자와 ㈜에스제이더블유인터내셔널의 서면 동의를 받아야 합니다.

이 책을 펴내며

베트남어 공부, 잘 되고 계신가요?

왕초보는 아니지만 그렇다고 '나 베트남어 좀 해'라고 자신있게 말하기엔 어쩐지 쑥스러우셨다면, 바로 지금 『GO! 독학 베트남어 중고급편』을 펴실 때입니다. 현지인들이 가장 많이 사용하는 표현으로 구성한 실전회화 30과! 그 속에서 엄선하고 또 엄선한 가장 핵심적인 150개의 패턴!

『GO! 독학 베트남어 중고급편』은 『GO! 독학 베트남어 첫걸음』에 이어 여러분들의 베트남어 실력이 한단계 업그레이드될 수 있도록 하는데 가장 큰 목표를 두고 집필되었습니다.

흔히 패턴 학습은 어학 공부의 지름길이라고 합니다. 하지만 패턴 학습만으로 맥락 속에서 대화를 적용해 보기란 쉽지 않습니다. 그래서 이번 교재에서는 실전 회화 상황과 핵심 패턴을 함께 학습할 수 있도록 구성하였습니다.

그리고 그 지름길의 나침판이 되어줄 패턴은 교재를 한 번 쭉 넘겨보시면 아시겠지만,
이미 여러분들이 대부분 알고 있는 그 쉬운 패턴이 맞습니다.
이토록 쉬운 패턴으로 중급 베트남어로 도약할 수 있을까요?
네! 정말 가능합니다.

필자는 집필과 강의를 할 때 가장 큰 원칙으로 삼는 것이 있습니다. 바로 '투자 시간 대비 가장 큰 효율을 내자'는 것입니다. 그렇기에 중급이라는 타이틀 아래 어렵고 막연한 표현과 문장이 아닌, 입에서 쉽게 툭 나올 수 있는 문장들로만 담아내려고 노력했습니다.

또한 실생활과 밀접한 어휘를 담아 여러분들이 바로 꺼내 쓰실 수 있고, 기억에도 오래 남을 문장을 담기 위해 고민하고 또 고민했습니다.

여러분들이 머릿속에 기억해 두고 꺼내어 쓸 이 모든 문장들은 간결하고 쉬운 뼈대, 150개의 패턴 틀 안에서 만들어질 것입니다.

이 교재로 여러분이 베트남어 학습에 더 박차를 가할 수 있기를, 그리고 저의 강의와 함께 더 재미있게 학습하시길 기대합니다. 끝으로 교재의 많은 부분을 함께 고민해주신 시원스쿨 편집부와 베트남어로 인연이 되어 저와 함께 해주시는 학습자분들께 감사함을 전합니다.

유창한 베트남어와 함께하게 될 여러분들의 일상을 응원합니다.

저자 윤선애

구성과 특징

단원 도입

각 단원에 제시된 주요 표현을 보며 핵심 내용을 미리 살펴봅시다. 또한 제시된 새 단어를 음원과 함께 들으며 학습해 보세요.

회화로 말문 트GO!

실제 비즈니스 상황에 적합한 주제를 선정하여 활용도가 높은 회화문으로 구성했습니다. 음원을 들으며 따라 읽어 보세요.

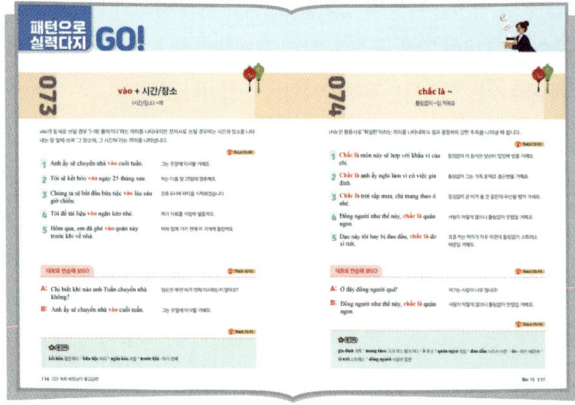

패턴으로 실력 다지GO!

각 과에서 가장 중요한 필수 패턴 다섯 가지를 선정하여 정리했습니다. 제시된 예문을 따라 읽으며 패턴의 뼈대를 다져 보세요.

<대화로 적용해 보GO>를 통해 패턴이 실제 회화 속에서 어떻게 쓰이는지 확인해 보세요.

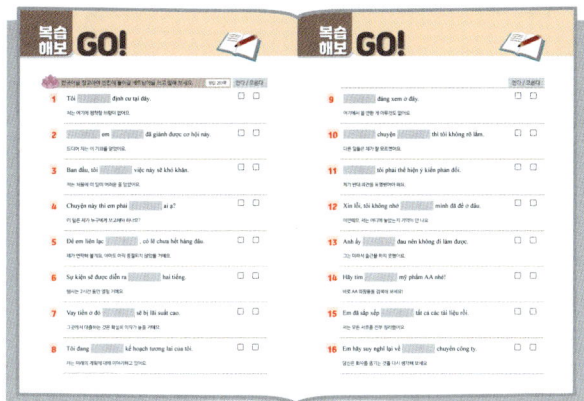

복습해 보GO!

다섯 과가 끝날 때마다 복습과를 제시하였습니다. 앞에서 배운 내용을 얼마나 기억하고 있는지 확인해 보세요.

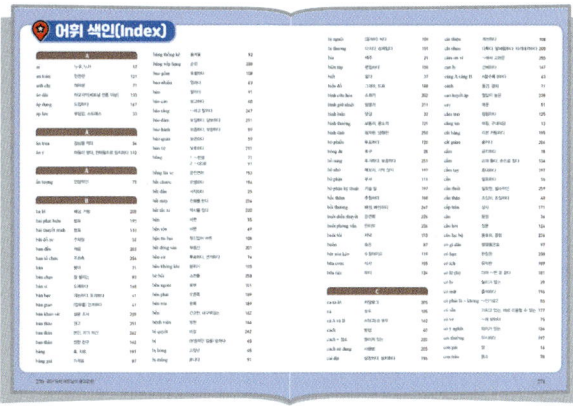

어휘 색인

본 책에 제시된 단어를 알파벳 순서로 정리하여 원하는 단어를 쉽게 찾아볼 수 있습니다.

 **부록**

- 워크북
- MP3 파일
- 패턴북 150 무료 PDF 파일
- 유튜브 패턴 암기 무료 동영상

목차

이 책을 펴내며	3
구성과 특징	4
목차	6
학습 구성	9
등장 인물	12

Bài 01 Hôm nay có nhân viên mới. — 13
오늘 새 직원이 있어요.

Bài 02 Ba giờ chiều mai thế nào? — 21
내일 오후 3시 어때요?

Bài 03 Chúng ta sẽ tiến hành dự án nào? — 29
우리 어떤 안으로 진행할까요?

Bài 04 Em đã sắp xếp tài liệu chưa? — 37
자료를 정리했나요?

Bài 05 Hôm nay em phải làm thêm giờ. — 45
오늘 저는 야근을 해야 해요.

Bài 06 Chị sắp đi du lịch chưa? — 55
곧 여행 가죠?

Bài 07 Trong nhà máy có bao nhiêu công nhân? — 63
공장에 몇 명의 직원이 있나요?

Bài 08 Ở Seoul, nơi nào nổi tiếng nhất ạ? — 71
서울은 어떤 장소가 가장 유명하나요?

Bài 09 Chúc mừng anh đã thăng chức! — 79
승진을 축하드려요!

Bài 10 Nếu anh đặt 15 nghìn cái thì có thể được giảm 10% nữa. — 87
만오천 개를 주문하면 10% 추가 할인을 해 드릴 수 있어요.

| **Bài 11** | **Tôi rất vinh dự khi có thể hướng dẫn chị ở Hàn Quốc.** | 97 |

제가 한국에서 당신을 안내할 수 있어 정말 영광입니다.

| **Bài 12** | **Để tôi ghé khách sạn rồi lấy cho chị.** | 105 |

제가 호텔에 들러 당신을 위해 가져다 드릴게요.

| **Bài 13** | **Cho tôi xem hộ chiếu của anh.** | 113 |

당신의 여권을 보여주세요.

| **Bài 14** | **Miễn là chúng ta đi an toàn.** | 121 |

우리가 안전하게 가기만 하면 되죠.

| **Bài 15** | **Để em kiểm tra đã.** | 129 |

제가 확인부터 할게요.

| **Bài 16** | **Tôi muốn mời anh đi ăn tối.** | 139 |

저녁 식사를 대접하고 싶어요.

| **Bài 17** | **Khi nào chị đến Hàn Quốc thì tôi sẽ mời chị nhé.** | 147 |

언젠가 당신이 한국에 오면 제가 대접할게요.

| **Bài 18** | **Tôi thấy bữa cơm Hàn Quốc vừa phong phú vừa ngon miệng.** | 155 |

한국식 식사는 영양이 풍부하면서 맛도 있네요.

| **Bài 19** | **Nghe nói nhân sâm rất tốt cho cả sức khỏe và năng lượng.** | 163 |

인삼이 건강과 에너지에 모두 좋다고 들었어요.

| **Bài 20** | **Tôi cũng đang mong có kết quả tốt.** | 171 |

저도 좋은 결과가 있길 바랍니다.

| **Bài 21** | **Tôi gọi điện cho anh để cho biết tin vui.** | 181 |

좋은 소식 알려 드리려고 전화했어요.

Bài 22 **Tôi cho rằng cuộc họp hôm nay sẽ thật có ích.** 189
오늘 회의가 정말 유익할 것이라고 생각해요.

Bài 23 **Một điều nổi bật là kích cỡ của sản phẩm quá lớn so với công ty cạnh tranh.** 197
한 가지 눈에 띄는 점은 경쟁사와 비교해 제품의 크기가 너무 크다는 것입니다.

Bài 24 **Sản phẩm này không những có cách sử dụng tiện lợi mà còn có giá hợp lý.** 205
이 상품은 사용법이 편리할 뿐만 아니라 가격이 합리적이기도 하죠.

Bài 25 **Chúng tôi chưa bao giờ đặt giá thấp như vậy.** 213
그렇게 낮은 가격을 매겨 본 적이 없어요.

Bài 26 **Cuối cùng chúng ta cũng kết thúc đàm phán rồi.** 223
결국 협상을 마무리 지었네요.

Bài 27 **Hàng còn lại sẽ được giao trong 90 ngày.** 231
나머지 물건은 90일 이내로 납품될 거예요.

Bài 28 **Tôi sẽ gửi hóa đơn qua fax chậm nhất là thứ hai.** 239
늦어도 월요일까지 팩스로 청구서를 보내 드리겠습니다.

Bài 29 **Tôi chưa nhận được lô hàng cuối.** 247
마지막 납품을 아직 못 받았어요.

Bài 30 **Chị cho biết số container có vấn đề thì tôi sẽ đặt hàng thay thế ngay lập tức.** 255
문제가 있는 컨테이너 번호를 알려 주시면 바로 교체 물품을 발주하겠습니다.

부록

복습해 보GO! 정답 266

어휘 색인(Index) 270

학습 구성

단원	회화 포인트	패턴 포인트	
01과	소개 안내	· 주어 + có + 명사 · xin + 동사 · đây là ~	· ~ được không? · 절 + còn + 절
02과	파트너 약속 회식	· đến từ ~ · khi nào + 주어 + 동사? · ~ thế nào?	· ~ ở đâu? · gọi là ~
03과	기획 회의①	· 명사 + nào? · 주어 + thấy ~ · 주어 + 동사 + lúc mấy giờ?	· từ + 시간/장소/사람 · ai + 동사?
04과	회의② 업무 확인	· hãy + 동사 (+ đi/nhé) · 동사 + tiếp ~ · đồng ý với ~	· 주어 + (đã) + 동사 + chưa? · 주어 + không thể + 동사 (+ được)
05과	야근 기기 사용	· 주어 + phải + 동사 · 주어 + chưa + 동사 · cứ + 동사	· không ~ lắm · 주어 + có + 명사 + không?
06과	휴가 통화	· 주어 + sắp + 동사 + chưa? · 주어 + 동사 + trong bao lâu? · 주어 + có phải là + 명사 + không?	· 주어 + không phải là + 명사 · hay là ~?
07과	공장 견학 결근	· có bao nhiêu/mấy + 명사? · càng A càng B · sao + 주어 + 동사/형용사?	· vì A nên B · liên lạc với/cho + 대상
08과	바이어 관광 제품 비교	· đây là lần ~ · 형용사 + nhất · B của A	· A + 형용사 + hơn + B · A + 형용사 + bằng/như + B
09과	승진 축하 컴플레인①	· chúc mừng ~ · nhờ ~ · 주어 + hay + 동사	· 주어 + trở nên + 형용사 · giúp + 대상
10과	협상① 작별	· ~ đây (ạ) · nếu A thì B · ~ đã	· đừng + 동사/형용사 · qua + 명사

9

단원	회화 포인트	패턴 포인트	
11과	공항에서①	· có thể + 동사 (+ được) · 동사 + luôn · đã ~ rồi	· hợp với ~ · A sau đó B
12과	공항에서②	· cũng + 동사/형용사 · 동사 + mất rồi · A rồi B	· 주어 + nên + 동사 · 동사 + với nhau
13과	출장①	· cho + 대상 + 동사 · cần + 동사 · có + 명사 + nào ~ không?	· 동사 + nữa · chỉ ~ thôi
14과	출장②	· định + 동사 · mỗi lần + 주어 + 동사 · dù A nhưng B	· 동사 + cũng được · miễn là ~
15과	호텔 체크인	· để + 대상 + 동사 · ~ phải không? · vào + 시간/장소	· chắc là ~ · nhờ + 대상 + 동사
16과	약속	· muốn + 동사 · gần + 장소/시간/수치 · trước/sau/bên cạnh + 장소	· A hoặc B · thế thì ~ nhé/đi
17과	식사	· A và B · may là ~ · A nhưng B	· chúc ~ · khi nào A thì B
18과	한국에서①	· đã ~ bao giờ chưa? · với ~ · không A mà B	· giống như ~ · vừa A vừa B
19과	한국에서②	· nghe nói ~ · cả A và B · bao nhiêu tiền ~?	· theo ~ · khác/khác với ~
20과	비즈니스 전화①	· 주어 + vẫn còn + 동사/형용사 · 주어 + mong ~ · đến ~ rồi	· 주어 + thì ~ · ~ mà

단원	회화 포인트	패턴 포인트	
21과	비즈니스 전화②	· để + 동사 · được + 동사 · có lẽ (là) ~	· gần như + 동사 · 주어 + 동사 + trước
22과	회의③	· 주어 + cho rằng ~ · như + 주어 + 동사 · sau khi + (주어) + 동사	· tiếp theo ~ · trước tiên ~
23과	회의④	· khi + 주어 + 동사 · có xu hướng ~ · dễ + 동사	· so với ~ · 주어 + có ~ về ~
24과	제품 소개	· mấy + 명사 · mời + 대상 + 동사 · không những A mà còn B	· luôn + 동사/형용사 · hơn nữa + 주어 + còn + 동사/형용사
25과	협상②	· cho + 대상 · chưa bao giờ + 동사 · 명사 + mà + 부가 설명	· 주어 + là ~ · ~ sao?
26과	협상③	· không có ý định ~ · cuối cùng ~ cũng ~ · mất + 시간/기간	· tưởng là ~ · báo cáo cho + 대상
27과	거래①	· 동사 + xem · 숫자 + phần + 숫자 · trong + 시간/기간	· không ~ đâu · chắc chắn ~
28과	거래②	· nói về ~ · trước khi + 주어 + 동사 · chậm nhất là ~ / muộn nhất là ~	· không có + 의문사(gì/nào/ai) · những + 명사 + khác
29과	컴플레인②	· lẽ ra ~ · báo rằng ~ / báo là ~ · 동사 + ra	· do ~ · bị + 동사/형용사
30과	컴플레인③	· 동사 + ngay · 동사 + hết · cảm ơn vì ~	· việc + 동사 · 주어 + cho + (대상) + biết ~

등장 인물

김민수 - 한국인, 회사원, 35세
베트남의 문화와 음식을 사랑하는 직장인으로 한국과 베트남을 오가며 일하고 있다.

흐엉 - 베트남인, 직장인, 31세
민수의 직장 동료로 매사에 진지하며 정이 많은 친구이다.

응옥 - 베트남인, 직장인, 42세
겉모습만 보면 매우 깐깐해 보이지만 누구보다 밝은 성격으로 여행이 취미이다.

프엉 - 베트남인, 직장인, 35세
민수와 동갑으로 모든 일에 호기심이 많은 성격이다.

카잉 - 베트남인, 민수의 상사, 48세
민수의 직장 상사로 민수에게 어려움이 있을 때마다 해결사처럼 도와 주시는 분이다.

호아 - 베트남인, 직장인, 37세
민수 회사의 거래처 직원으로 한국 문화에 관심이 많고 평소 K-POP을 즐겨 듣는다.

윤선애 - 한국인, 회사원, 34세
민수의 직장 동료로 요리와 커피에 관심이 많아 맛집을 찾아다니는 것이 취미이다.

박지현 - 한국인, 회사원, 36세
민수의 직장 동료로 베트남 문화에 대해 모르는 것이 없을 정도로 베트남을 사랑하며 시간이 날 때마다 베트남 여행을 즐기고 있다.

Bài 01

오늘 새 직원이 있어요.
Hôm nay có nhân viên mới.

학습 패턴

- **주어 + có + 명사:** ~은(는) ~이(가) 존재해요, ~은(는) ~을(를) (가지고) 있어요
- **xin + 동사:** ~하겠습니다, ~해주십시오
- **đây là ~ :** 여기는 ~이에요, 이분은 ~이에요, 이것은 ~이에요
- **~ được không?:** ~가능해요?, ~할 수 있어요?
- **절 + còn + 절:** 그리고 ~해요, 그런데 ~해요

새 단어

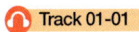

chú ý 주의하다, 주목하다 | **nhân viên** 직원 | **mới** 새로운 | **xin** 요청하다 | **giới thiệu** 소개하다 | **đây** 여기, 이분, 이것 | **được + 동사** ~하게 되다 | **ở** ~에(서) | **với** ~와(과) 함께 | **chào mừng** 환영하다 | **thư ký** 비서 | **xem quanh** 둘러보다 | **công ty** 회사 | **được không** 가능합니까? | **hướng dẫn** 안내하다 | **cho** ~을(를) 위해 | **phòng họp** 회의실 | **phòng giám đốc** 사장실 | **còn** 그리고, 그런데 | **tầng dưới** 아래층 | **căng tin** 매점, 구내식당 | **không có gì đâu** 천만에요 | **quen** 익숙하다 | **dần** 점차, 점점

회화 1

카잉 Mọi người chú ý! Hôm nay ❶có nhân viên mới.
❷Xin giới thiệu. ❸Đây là anh Kim Min Soo.

민수 Tôi chào các bạn. Tôi là Kim Min Soo.
Rất vui được làm việc ở đây với các bạn.

흐엉 Chào mừng anh làm việc ở đây với chúng em.
Em tên là Nguyễn Thị Hương và làm thư ký.

회화 2

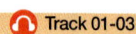

민수 Tôi xem quanh công ty ❹được không?

흐엉 Vâng, em sẽ hướng dẫn cho anh.
Đây là phòng họp, đây là phòng giám đốc.
❺Còn tầng dưới có căng tin ạ.

민수 Cảm ơn em đã hướng dẫn.

흐엉 Không có gì đâu ạ. Anh sẽ quen dần với công ty.

해석 1

카잉 모두 주목하세요! 오늘 새 직원이 있어요.
    소개해 드릴게요. 여기는 김민수 씨에요.

민수 안녕하세요 여러분. 저는 김민수입니다.
    이곳에서 여러분과 함께 일하게 되어 정말 기뻐요.

흐엉 이곳에서 저희와 일하게 된 것을 환영해요.
    제 이름은 응우이엔 티 흐엉이고 비서로 일합니다.

해석 2

민수 제가 회사를 둘러봐도 될까요?

흐엉 네, 제가 당신을 위해 안내해 드릴게요.
    여기는 회의실이고요, 여기는 사장실입니다.
    그리고 아래층에는 매점이 있어요.

민수 안내해 주셔서 감사해요.

흐엉 천만에요. 점차 회사에 익숙해지실 거예요.

패턴으로 실력다지 GO!

001 주어 + có + 명사
~은(는) ~이(가) 존재해요, ~은(는) ~을(를) (가지고) 있어요

có는 '소유하다, 존재하다'라는 의미를 나타내는 동사로 뒤에 목적어인 명사와 결합하여 '존재하다, (가지고) 있다'라는 의미를 나타냅니다. 이와 반대되는 의미인 '존재하지 않다, (가지고) 있지 않다'를 나타낼 때에는 부정을 나타내는 không을 동사 có 앞에 사용하여 '주어 + không có + 명사'의 형식으로 나타냅니다.

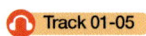

1. Anh Tuấn **có** việc gấp. — 뚜언 씨는 급한 일이 있어요.
2. Ngày mai **có** cuộc họp quan trọng. — 내일 중요한 회의가 있어요.
3. Công ty B **có** thiết bị làm lạnh mới. — B 회사는 새로운 냉방 시설이 있어요.
4. Trong văn phòng **có** máy pha cà phê. — 사무실에는 커피 머신이 있어요.
5. Chị Linh **không có** con gái. — 링 씨는 딸이 없어요.

대화로 연습해 보GO

A: Mọi người chú ý! Ngày mai **có** cuộc họp quan trọng. — 모두 주목하세요! 내일 중요한 회의가 있어요.

B: Dạ, em nghe nói rồi. Em cần chuẩn bị gì ạ? — 네, 들었습니다. 제가 무엇을 준비할까요?

★새 단어

gấp 급한 | cuộc họp 회의 | quan trọng 중요한 | thiết bị làm lạnh 냉방 시설 | trong ~안(에) | văn phòng 사무실 | máy pha cà phê 커피 머신 | con gái 딸 | nghe nói ~라고 듣다 | cần 필요하다 | chuẩn bị 준비하다

002

xin + 동사
~하겠습니다, ~해주십시오

xin은 동사로 '요청하다'라는 의미를 가지지만, 'xin + 동사'의 형식으로 쓰일 경우 상황에 따라 '~하겠습니다, ~해 주십시오'라는 의미를 나타내며 공손하고 예의있게 제안하는 표현입니다. 주로 윗사람이나 공식적인 자리에서 많이 쓰입니다.

🎧 Track 01-07

1 **Xin** hỏi. — 질문을 드리겠습니다.

2 **Xin** mời vào. — 들어오세요.

3 **Xin** nhắc lại ạ. — 다시 상기 시켜주세요.

4 Em **xin** nói lại. — 제가 다시 말하겠습니다.

5 Em **xin** phát biểu ạ. — 제가 발표하겠습니다.

대화로 연습해 보GO

🎧 Track 01-08

A: Ai có ý kiến mới không? — 누구 새로운 의견이 있나요?

B: Em **xin** phát biểu ạ. — 제가 발표하겠습니다.

🎧 Track 01-09

⭐ **새 단어**

hỏi 질문하다, 물어보다 | **mời** 청하다 | **vào** 들어오다, 들어가다 | **nhắc lại** 상기하다 | **phát biểu** 발표하다 | **ai** 누구, 누가 | **ý kiến** 의견

패턴으로 실력다지 GO!

003

đây là ~
여기는 ~이에요, 이분은 ~이에요, 이것은 ~이에요

đây는 지시대명사로 장소, 사람, 사물에 모두 사용할 수 있으며 là 뒤에는 일반적으로 장소, 사람, 사물에 해당하는 대명사나 인칭대명사 등이 옵니다.

🎧 Track 01-10

1. **Đây là** Hà Nội, thủ đô của Việt Nam.   여기는 하노이, 베트남의 수도예요.
2. **Đây là** khu vực cấm hút thuốc.   여기는 금연 구역입니다.
3. **Đây là** chị Yun Mi.   이분은 윤미 씨입니다.
4. **Đây là** anh Tuấn, thư ký của công ty.   이분은 뚜언 씨로 회사의 비서입니다.
5. **Đây là** sản phẩm vừa tung ra thị trường.   이것은 시장에 막 출시된 상품이에요.

대화로 연습해 보GO

🎧 Track 01-11

A: **Đây là** chị Yun Mi.   이분은 윤미 씨입니다.
B: Rất vui được gặp chị Yun Mi!   윤미 씨 만나서 정말 반가워요!

🎧 Track 01-12

⭐ 새 단어

thủ đô 수도 | **khu vực** 구역 | **cấm** 금지하다 | **hút thuốc** 담배를 피우다 | **sản phẩm** 상품 | **tung ra** 출시하다 | **thị trường** 시장

~ được không?
~가능해요?, ~ 할 수 있어요?

được은 동사로 '~할 수 있다'라는 가능성의 의미를 나타내며, 의문을 나타내는 không과 함께 쓰이면 '~가능해요?'라는 질문의 표현이 됩니다. 이에 대한 긍정의 대답은 được, 부정의 대답은 không 또는 không được으로 할 수 있습니다.

Track 01-13

1. Năm giờ chiều **được không**? — 오후 5시 가능하세요?
2. Chị giúp em **được không**? — 당신은 저를 도와주실 수 있으세요?
3. Tôi xem một chút **được không**? — 제가 조금 봐도 될까요?
4. Em đi chung với anh **được không**? — 제가 당신과 함께 가도 될까요?
5. Tôi nộp hồ sơ qua email **được không**? — 제가 서류를 이메일로 보내 드려도 될까요?

대화로 연습해 보GO

Track 01-14

A: Mấy giờ chúng ta gặp nhau nhỉ? — 우리 몇 시에 만날까요?
B: Ừm... 5 giờ chiều **được không**? — 음… 오후 5시 가능하세요?

Track 01-15

⭐ 새 단어

giúp 돕다 | **xem** 보다 | **một chút** 조금 | **chung** ~와(과) 함께 | **nộp** 제출하다 | **hồ sơ** 서류 | **qua** ~(으)로, ~을(를) 통해서

Bài 01

패턴으로 실력다지 GO!

005

절 + **còn** + 절
그리고 ~해요, 그런데 ~해요

còn은 부사로 '그리고, 그런데'라는 의미를 나타내며, 문장과 문장을 연결하는 역할을 합니다. còn의 앞 절과 뒤 절은 행동이나 속성이 서로 상반된 내용이 오거나, 또는 앞서 언급된 내용을 상대에게 물어볼 때 쓰는 표현입니다.

🎧 Track 01-16

1. Hôm nay tôi nghỉ, **còn** ngày mai tôi sẽ đi làm.
   오늘은 제가 쉬고, (그리고) 내일 출근할 거예요.

2. Em ăn phở, **còn** chị Ngọc ăn mì.
   저는 쌀국수를 먹고, (그리고) 응옥 씨는 라면을 먹어요.

3. Chị đi theo tôi, **còn** anh đi theo anh Tuấn.
   당신은 저를 따라오시고, (그리고) 당신은 뚜언 씨를 따라가세요.

4. Đây là phòng làm việc. **Còn** kia là phòng họp.
   여기는 사무실이에요. (그리고) 저기는 회의실이고요.

5. Lâu rồi không gặp, tôi vẫn khỏe. **Còn** chị?
   오랜만이네요, 저는 잘 지내고 있어요. 그런데 당신은요?

대화로 연습해 보GO

🎧 Track 01-17

A: Chúng tôi đến để nhận hàng ạ.
저희는 물건을 받으러 왔어요.

B: Vâng. Chị đi theo tôi, **còn** anh đi theo anh Tuấn.
네. 당신은 저를 따라오시고, (그리고) 당신은 뚜언 씨를 따라가세요.

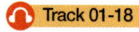
🎧 Track 01-18

⭐ **새 단어**

nghỉ 쉬다 | **đi làm** 출근하다 | **mì** 라면 | **đi theo** 따라가다, 따라오다 | **lâu** 오랫동안 | **vẫn** 여전히 | **nhận** 받다 | **hàng** 물건, 제품

Bài 02

내일 오후 3시 어때요?
Ba giờ chiều mai thế nào?

학습 패턴

- **đến từ ~:** ~에서 왔어요, ~(으)로 부터 왔어요
- **khi nào + 주어 + 동사?:** 언제 ~이(가) ~해요?
- **~ thế nào?:** ~어때요?, 어떻게 ~해요?
- **~ ở đâu?:** ~어디에요?, 어디에(서) ~해요?
- **gọi là ~:** ~라고 불러요, ~라고 해요

새 단어
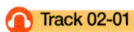

người phụ trách 담당자 | **đến** 도착하다, 오다 | **từ** ~(으)로 부터 | **muốn** 원하다 | **thăm** 방문하다 | **khi nào** 언제 | **thời gian** 시간 | **chiều mai** 내일 오후 | **thế nào** 어떠한, 어떻게 | **thì** ~은(는)[주어를 강조할 때 쓰는 표현] | **hơi** 약간 | **muộn** 늦은 | **thế (thì) ~ nhé** 그러면 ~해요[권유, 제안할 때 쓰는 표현] | **tối nay** 오늘 저녁 | **liên hoan** 회식 | **thế à** 그래요? | **nhỉ** [문장 끝에 쓰여 친근함이나 강조를 나타내는 의문사] | **món, món ăn** 음식 | **hay** 아니면 | **gà rán** 치킨 | **bia** 맥주 | **ngon** 맛있는 | **gọi là** ~라고 부르다 | **gợi ý** 제안하다

회화로 말문트 GO!

💬 회화 1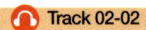

민수　　　Tôi là người phụ trách ❶đến từ Hàn Quốc.
　　　　　　Tôi muốn đến thăm công ty chị.
　　　　　　❷Khi nào chị có thời gian?

베트남 회사　Ba giờ chiều mai ❸thế nào?

민수　　　Ba giờ thì hơi muộn. Hai giờ được không ạ?

베트남 회사　Được ạ. Thế thì ngày mai chúng ta gặp nhé.

💬 회화 2

민수　　　Tối nay chúng ta có liên hoan nhé.

흐엉　　　Ôi, thế à? Chúng ta ăn ❹ở đâu nhỉ?

민수　　　Em muốn ăn món Hàn Quốc hay món Việt Nam?

흐엉　　　Em muốn ăn món ăn Hàn Quốc.
　　　　　　Nghe nói ăn gà rán với bia ngon lắm.

민수　　　Người Hàn Quốc ❺gọi là Chi-mek.
　　　　　　Thế anh sẽ gợi ý với anh Khanh đi ăn gà rán nhé.

해석 1

민수 저는 한국에서 온 담당자입니다.
당신의 회사를 방문하고 싶어요.
언제 시간이 있으세요?

베트남 회사 내일 오후 3시 어때요?

민수 3시는 약간 늦네요. 2시 가능할까요?

베트남 회사 괜찮아요. 그러면 우리 내일 만나요.

해석 2

민수 오늘 저녁 우리 회식 있어요.

흐엉 오, 그래요? 우리 어디에서 먹어요?

민수 한국 음식 드실래요, 아니면 베트남 음식 드실래요?

흐엉 저는 한국 음식이 먹고 싶네요.
치킨이 맥주와 함께 먹으면 매우 맛있다고 들었어요.

민수 한국 사람들은 치맥이라고 해요.
그러면 제가 카잉 씨에게 치킨 먹으러 가자고 제안할게요.

패턴으로 실력다지 GO!

006

đến từ ~
~에서 왔어요, ~(으)로 부터 왔어요

'도착하다'라는 의미를 나타내는 동사 đến과 '~(으)로 부터'라는 의미인 전치사 từ가 함께 쓰여 '~에서 왔어요'라는 의미를 나타내며 출신지나 원산지 등을 나타낼 때 쓰는 표현입니다.

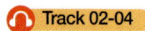

1. Có ai **đến từ** tỉnh khác không? — 다른 지방에서 온 사람이 있나요?
2. Tôi **đến từ** thành phố Busan ở Hàn Quốc. — 저는 한국의 부산이라는 도시에서 왔어요.
3. Khách hàng đa số là những người **đến từ** Mỹ. — 대부분의 고객은 미국에서 온 사람들이에요.
4. Là nhãn hiệu nổi tiếng **đến từ** Hàn Quốc. — 한국에서 온 유명한 브랜드예요.
5. Đây là ý kiến **đến từ** chị Hoa. — 이것은 호아 씨로부터 들어온 의견이에요.

대화로 연습해 보GO

A: Anh **đến từ** đâu? — 당신은 어디에서 오셨어요?

B: Tôi **đến từ** thành phố Busan ở Hàn Quốc. — 저는 한국의 부산이라는 도시에서 왔어요.

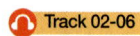

★ 새 단어

tỉnh 성[베트남의 행정 구역] | **khác** 다른 | **thành phố** 도시 | **khách hàng** 고객 | **đa số** 대부분의 | **nhãn hiệu** 브랜드, 상표 | **nổi tiếng** 유명한

khi nào + 주어 + 동사?

언제 ~이(가) ~해요?

khi nào는 '언제'라는 의미를 나타내는 의문사로 그 위치에 따라 시제가 달라집니다. 문장 앞에 쓰이면 '언제 ~해요?'라는 미래의 의미를, 문장 끝에 쓰이면 '언제 ~했어요?'라는 과거의 의미를 나타냅니다.

🎧 Track 02-07

1 **Khi nào** cuộc họp bắt đầu?   언제 회의가 시작돼요?
2 **Khi nào** chị đi công tác?   언제 당신은 출장 가요?
3 **Khi nào** anh ấy về văn phòng?   언제 그는 사무실로 돌아와요?
4 Anh đến Việt Nam **khi nào**?   언제 당신은 베트남에 왔어요?
5 Chương trình kết thúc **khi nào**?   언제 프로그램이 끝났어요?

대화로 연습해 보GO

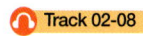

A: **Khi nào** chị đi công tác?   언제 당신은 출장 가요?
B: Tuần sau tôi đi.   저는 다음 주에 가요.

⭐ 새 단어

bắt đầu 시작하다 | **đi công tác** 출장 가다 | **về** 돌아오다, 돌아가다 | **chương trình** 프로그램 | **kết thúc** 끝나다

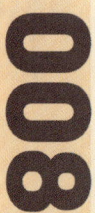

~ thế nào?

~어때요?, 어떻게 ~해요?

thế nào는 의문사로, '어떠한, 어떻게'라는 의미를 나타내며, 명사 또는 절(주어+동사)과 결합하여 상태나 방법을 물어볼 때 쓰는 표현입니다. 단순한 상태를 질문하는 의미를 넘어, 상대의 의향을 물어보는 의미로도 확장하여 쓸 수 있습니다.

🎧 Track 02-10

1. Giá cả **thế nào**? — 가격이 어때요?
2. Làm hàng mẫu mới **thế nào**? — 새로운 샘플을 만드는 건 어때요?
3. Chúng ta đổi **thế nào**? — 우리 어떻게 바꿀까요?
4. Anh sẽ điều chỉnh **thế nào**? — 당신은 어떻게 조정하실 건가요?
5. Em nghĩ kế hoạch này **thế nào**? — 당신은 이 계획을 어떻게 생각하나요?

대화로 연습해 보GO

🎧 Track 02-11

A: Làm hàng mẫu mới **thế nào**? — 새로운 샘플을 만드는 건 어때요?
B: Ý kiến hay đấy! — 좋은 의견이에요!

🎧 Track 02-12

⭐ 새 단어

giá cả 가격 | **hàng mẫu** 샘플 | **đổi** 바꾸다 | **điều chỉnh** 조정하다 | **nghĩ** 생각하다 | **kế hoạch** 계획

009

~ ở đâu?
~어디에요?, 어디에(서) ~해요?

đâu는 '어디'라는 의미를 나타내는 의문사로 명사 또는 절(주어+동사)과 결합하여 쓰입니다. 주로 장소를 나타내는 전치사 ở와 함께 쓰여 '어디에(서) ~해요?'라는 의미를 나타냅니다.

🎧 Track 02-13

1	Nhà kho **ở đâu**?	창고는 어디에 있어요?
2	Chị quê **ở đâu**?	당신의 고향은 어디에요?
3	Chúng ta họp **ở đâu**?	우리는 어디에서 회의해요?
4	Sản phẩm sản xuất **ở đâu**?	상품은 어디에서 생산해요?
5	Chương trình được tiến hành **ở đâu**?	프로그램은 어디에서 진행돼요?

대화로 연습해 보GO
🎧 Track 02-14

A: Chị quê **ở đâu**?   당신의 고향은 어디에요?
B: Tôi đến từ Huế.   저는 후에에서 왔어요.

🎧 Track 02-15

⭐ 새 단어
nhà kho 창고 | **quê** 고향 | **họp** 회의하다 | **sản xuất** 생산하다 | **tiến hành** 진행하다 | **Huế** 후에[베트남 중부 지역 도시]

Bài 02 27

패턴으로 실력다지 GO!

010

gọi là ~
~라고 불러요, ~라고 해요

'부르다'라는 의미를 나타내는 동사 gọi와 '~라고 하다'라는 의미를 나타내는 부사 là가 함께 쓰여 '~라고 불러요'라는 의미를 나타내며 어떤 대상에 대한 정의나 이름 등을 나타낼 때 쓰는 표현입니다. 구체적인 대상을 나타낼 때는 문장 앞이나 gọi와 là 사이에 위치할 수 있습니다.

🎧 Track 02-16

1. Cái này tiếng Việt **gọi là** gì?
   이것은 베트남어로 무엇이라고 불러요?

2. Lần này có thể **gọi là** cơ hội hiếm có.
   이번은 흔치 않은 기회라고 할 수 있어요.

3. Anh ấy được **gọi là** người giỏi nhất trong công ty.
   그는 회사에서 가장 일을 잘하는 사람으로 불려요.

4. Mọi người có thể **gọi** tôi **là** Hoa.
   여러분은 저를 호아라고 부르시면 돼요.

5. Người ta **gọi** bóng đá **là** môn thể thao vua.
   사람들은 축구를 스포츠의 꽃이라고 불러요.

대화로 연습해 보GO

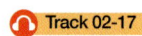

🎧 Track 02-17

A: Nghe nói người Việt Nam rất thích bóng đá.
듣기로는 베트남 사람들이 축구를 정말 좋아한다고 해요.

B: Đúng vậy. Người ta **gọi** bóng đá **là** môn thể thao vua.
맞아요. 사람들은 축구를 스포츠의 꽃이라고 불러요.

🎧 Track 02-18

⭐ 새 단어

lần này 이번 | **cơ hội** 기회 | **hiếm có** 흔치 않은, 드문 | **người ta** 사람들 | **bóng đá** 축구 | **môn thể thao** 스포츠 종목 | **vua** 왕

Bài 03

우리 어떤 안으로 진행할까요?
Chúng ta sẽ tiến hành dự án nào?

학습 패턴

- 명사 + nào?: 어느 ~이에요?, 어떤 ~이에요?
- 주어 + thấy ~: ~은(는) ~라고 생각해요, ~은(는) ~라고 느껴요
- 주어 + 동사 + lúc mấy giờ?: ~은(는) 몇 시에 ~하나요?
- từ + 시간/장소/사람: ~(으)로 부터
- ai + 동사?: 누가 ~하나요?

새 단어
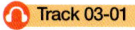

dự án 프로젝트 | **nào** 어느, 어떤 | **thấy** 보다, 느끼다 | **hiệu quả** 효과 | **hơn** 더 ~한 | **quảng cáo** 광고, 광고하다 | **mạng** 인터넷 | **thu hút** 끌어들이다 | **có lý** 일리가 있다 | **lập** 세우다 | **chiến lược** 진략 | **tiếp thị** 마케팅 | **cụ thể** 구체적인 | **lúc** ~에[시간을 나타내는 표현] | **mấy** 몇 | **viết báo cáo** 보고서를 쓰다 | **phô-tô** 복사하다 | **tài liệu** 서류 | **ngay** 바로

회화로 말문트 GO!

🔊 회화 1 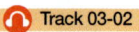 Track 03-02

민수   Chúng ta sẽ tiến hành dự án ❶nào? Dự án A hay dự án B?

흐엉   Em ❷thấy dự án B sẽ có hiệu quả hơn.
　　　　Quảng cáo trên mạng có thể thu hút nhiều người hơn.

민수   Có lý! Thế thì chúng ta lập chiến lược tiếp thị cụ thể đi.

🔊 회화 2  Track 03-03

민수   Cuộc họp tiến hành ❸lúc mấy giờ?

흐엉   Cuộc họp sẽ bắt đầu ❹từ lúc ba giờ rưỡi.

민수   ❺Ai đang viết báo cáo?

흐엉   Anh Giang đang viết ạ.

민수   Xin lỗi, em phô-tô tài liệu cho cuộc họp nhé.

흐엉   Vâng ạ, em sẽ làm ngay.

🌐 해석 1

민수 우리 어떤 안으로 진행할까요? A안이요, 아니면 B안이요?

흐엉 제가 보기에는 B안이 더 효과적일 것 같아요.
인터넷에 광고하는 게 더 많은 사람을 유입할 수 있어요.

민수 일리 있네요! 그러면 우리 구체적인 마케팅 전략을 세워 봐요.

🌐 해석 2

민수 회의가 몇 시에 진행되나요?

흐엉 회의는 3시 반부터 시작해요.

민수 누가 보고서를 작성하고 있죠?

흐엉 지앙 씨가 쓰고 있어요.

민수 미안하지만, 회의 자료를 복사해 주세요.

흐엉 네, 제가 바로 할게요.

011 명사 + nào?

어느 ~이에요?, 어떤 ~이에요?

nào는 '어느, 어떤'이라는 의미를 나타내는 의문사로 명사 뒤에 위치하여 앞에 제시된 명사를 수식합니다.

1. Chị sẽ chọn cái **nào**? — 당신은 어떤 것을 선택하실 건가요?
2. Em nên ngồi ở chỗ **nào**? — 제가 어느 자리에 앉아야 하나요?
3. Có những bình luận **nào**? — 어떤 댓글들이 있나요?
4. Hàng mẫu **nào** thích hợp nhất? — 어떤 샘플이 가장 적합한가요?
5. Chúng ta sẽ hợp tác với công ty **nào**? — 우리는 어느 회사와 합작할 건가요?

대화로 연습해 보GO

A: Em nên ngồi ở chỗ **nào**? — 제가 어느 자리에 앉아야 하나요?
B: Em ngồi ở phía trước nhé. — 앞쪽에 앉으세요.

★ 새 단어

chọn 선택하다 | ngồi 앉다 | chỗ 자리 | bình luận 댓글 | thích hợp 적합한 | hợp tác 합작하다 | phía trước 앞쪽

012

주어 + thấy ~
~은(는) ~라고 생각해요, ~은(는) ~라고 느껴요

thấy는 동사로 '(눈으로) 보다, 보이다'라는 의미를 나타내는데, 의미가 확장되어 '생각하다, 느끼다'라는 의미로 쓰이기도 합니다. 주로 자신의 가벼운 생각이나 느낌을 말할 때 쓰는 표현입니다.

🎧 Track 03-07

1	Anh **thấy** sản phẩm này thế nào?	당신은 이 상품을 어떻게 생각하세요?
2	Em **thấy** áp lực vì phải làm một mình.	저는 혼자 해야 해서 부담스러워요.
3	Chị **thấy** cái này tốt hơn hay cái kia tốt hơn?	당신이 생각하기에 이것이 더 좋아요, 아니면 저것이 더 좋아요?
4	Tôi **thấy** làm như thế này sẽ không có hiệu quả.	제가 생각하기에 이렇게 하면 효과가 없을 거예요.
5	Viết báo cáo xong rồi nên **thấy** nhẹ nhõm quá.	보고서를 다 써서 마음이 아주 가벼워요.

🗨 대화로 연습해 보GO

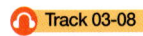

🎧 Track 03-08

A: Anh **thấy** sản phẩm này thế nào?   당신은 이 상품을 어떻게 생각하세요?

B: Tôi **thấy** nó đơn giản và dễ sử dụng.   제가 생각하기에 간단하고 사용하기 쉬운 것 같아요.

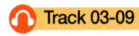

🎧 Track 03-09

⭐ 새 단어

áp lực 부담감, 스트레스 | **một mình** 혼자 | **xong** 끝나다 | **nhẹ nhõm** 마음이 가벼운 | **đơn giản** 간단한, 단순한 | **dễ** 쉬운 | **sử dụng** 사용하다

패턴으로 실력다지 GO!

013

주어 + 동사 + lúc mấy giờ?
~은(는) 몇 시에 ~하나요?

mấy giờ는 '몇 시'라는 의미로 시간과 관련한 의문문을 만들 때 쓰는 표현입니다. 일반적으로 mấy giờ는 절(주어 + 동사)의 앞과 뒤에 모두 위치할 수 있으며, 절 뒤에 위치할 경우 '~에'라는 의미인 '때'를 나타내는 전치사 lúc과 함께 씁니다.

🎧 Track 03-10

1. Chúng ta ăn trưa **lúc mấy giờ**? — 우리는 몇 시에 점심을 먹나요?
2. Ngân hàng mở cửa **lúc mấy giờ**? — 은행은 몇 시에 문을 여나요?
3. Chuyến bay đó khởi hành **lúc mấy giờ**? — 그 비행 편은 몇 시에 출발하나요?
4. Hôm nay, anh đến công ty **lúc mấy giờ**? — 오늘 당신은 몇 시에 회사에 왔나요?
5. Chương trình đó lên sóng **lúc mấy giờ**? — 그 프로그램은 몇 시에 방송하나요?

대화로 연습해 보GO

🎧 Track 03-11

A: Chuyến bay đó khởi hành **lúc mấy giờ**? — 그 비행 편은 몇 시에 출발하나요?
B: Khởi hành lúc tám giờ. — 8시에 출발해요.

🎧 Track 03-12

⭐ 새 단어

ăn trưa 점심을 먹다 | **ngân hàng** 은행 | **mở cửa** 문을 열다 | **chuyến bay** 비행 편 | **khởi hành** 출발하다 | **lên sóng** 방송하다

014

từ + 시간/장소/사람
~(으)로 부터

từ는 부사로 '~(으)로 부터'라는 의미를 나타내며 시간, 장소, 사람 앞에 위치하여 시작 시점이나 출처 등을 나타낼 때 쓰는 표현입니다.

🎧 Track 03-13

1. Chúng ta sẽ bắt đầu kế hoạch A **từ** ngày mai.
   우리는 내일부터 A 계획을 시작할 거예요.

2. **Từ** bây giờ phải viết danh sách công việc hàng ngày.
   지금부터 일일 업무 리스트를 작성해야 해요.

3. Chúng tôi sẽ xuất phát **từ** sân bay Nội Bài lúc hai giờ.
   저희는 2시에 노이바이 공항에서 출발할 거예요.

4. Tôi nghe thông tin **từ** chị Hoa.
   저는 호아 씨로부터(호아 씨에게) 정보를 들었어요.

5. Tôi nhận được quà **từ** người bạn ở Hàn Quốc.
   저는 한국에 있는 친구로부터(친구에게) 선물을 받았어요.

대화로 연습해 보GO

🎧 Track 03-14

A: Khi nào chúng ta bắt đầu?
우리는 언제 시작하죠?

B: Chúng ta sẽ bắt đầu kế hoạch A **từ** ngày mai.
우리는 내일부터 A 계획을 시작할 거예요.

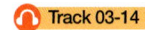

⭐ 새 단어

danh sách 리스트, 목록 | **công việc** 업무, 일 | **hàng ngày** 매일 | **xuất phát** 출발하다 | **sân bay** 공항 | **thông tin** 정보 | **quà** 선물 | **người bạn** 친구

패턴으로 실력다지 GO!

015

ai + 동사?
누가 ~하나요?

ai는 의문사로 '누가, 누구'라는 의미를 나타내며, 주어 또는 목적어 자리에 위치합니다. ai가 주어 자리에 위치하여 'ai + 동사?' 형식으로 쓰일 경우 '누가 ~하나요?'라는 의미를 나타내고, 목적어 자리에 위치하여 '주어 + 동사 + ai?' 형식으로 쓰일 경우에는 '누구를 ~하나요?'라는 의미를 나타냅니다.

🎧 Track 03-16

1. **Ai** sẽ tham dự? — 누가 참석할래요?
2. **Ai** sẽ làm trước? — 누가 먼저 할래요?
3. **Ai** muốn đi với tôi? — 누가 저와 같이 갈래요?
4. **Ai** muốn đọc câu này? — 누가 이 문장을 읽을래요?
5. Chị muốn gặp **ai**? — 당신은 누구를 만나고 싶어요?

대화로 연습해 보GO

🎧 Track 03-17

A: **Ai** sẽ làm trước? — 누가 먼저 할래요?
B: Em sẽ làm trước ạ. — 제가 먼저 할게요.

🎧 Track 03-18

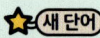 **새 단어**

tham dự 참석하다 | **동사 + trước** 먼저 ~하다 | **đọc** 읽다 | **câu** 문장

Bài 04

자료를 정리했나요?
Em đã sắp xếp tài liệu chưa?

학습 패턴

- hãy + 동사 (+ đi/nhé) : ~하세요, ~합시다
- 동사 + tiếp ~ : 계속 ~해요
- đồng ý với ~ : ~에 동의해요
- 주어 + (đã) + 동사 + chưa? : ~은(는) ~을(를) ~했나요?
- 주어 + không thể + 동사 (+ được) : ~은(는) ~할 수 없어요

새 단어

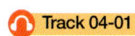

giải thích 설명하다 | **tham khảo** 참고하다 | **trang** 페이지 | **thì** ~하면 | **hiểu** 이해하다 | **hãy** ~하세요 | **tiếp** 계속하다 | **như** ~처럼 | **số liệu** 수치, 데이터 | **theo** ~에 따라 | **nhà máy** 공장 | **giảm** 줄이다 | **chi phí** 비용 | **đồng ý** 동의하다 | **đã ~ chưa** ~했나요? | **sắp xếp** 정리하다 | **không thể** ~할 수 없다 | **hoàn thành** 완성하다, 끝내다 | **dù ~ nhưng** 비록 ~하지만 | **vất vả** 고된, 힘든 | **cố gắng** 노력하다 | **sớm** 일찍 | **biết** 알다 | **cố lên** 힘내다

회화로 말문트 GO!

💬 회화 1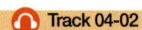

민수　　Em giải thích lại giúp anh nhé.

흐엉　　Vâng, anh tham khảo trang năm thì dễ hiểu hơn.

민수　　À ok, em ❶hãy nói ❷tiếp cho anh.

흐엉　　Như số liệu anh đang xem, theo em, sản xuất ở nhà máy B có thể giảm nhiều chi phí.

민수　　Anh cũng ❸đồng ý với ý kiến của em.

💬 회화 2

민수　　Em ❹đã sắp xếp tài liệu chưa?

흐엉　　Vâng, em đang làm nhưng em ❺không thể hoàn thành trong hôm nay.

민수　　Dù vất vả nhưng em cố gắng làm xong sớm nhé.
　　　　Việc này rất quan trọng.

흐엉　　Vâng, em biết rồi.
　　　　Dù không có nhiều thời gian nhưng em sẽ cố gắng.

민수　　Anh cũng sẽ giúp em. Cố lên!

해석 1

민수   다시 설명해 주세요.

흐엉   네, 5 페이지를 참고해 주시면 이해하기 더 쉬울 거예요.

민수   아 네, 계속해서 말씀하세요.

흐엉   보고 계시는 수치와 같이, 제 생각에는 B 공장에서 생산하는 것이 비용을 많이 줄일 수 있을 것 같아요.

민수   저도 역시 당신 의견에 동의해요.

해석 2

민수   자료를 정리했나요?

흐엉   네, 하고 있지만 오늘 안에 끝낼 수 없을 것 같아요.

민수   비록 힘들겠지만 일찍 끝낼 수 있도록 노력해 줘요.
           이 일은 정말 중요해요.

흐엉   네, 알겠습니다.
           비록 시간은 많지 않지만 노력해 볼게요.

민수   저도 도와줄게요. 힘내요!

016

hãy + 동사 (+ đi/nhé)
~하세요, ~합시다

hãy는 동사 앞에 놓여 권유나 제안을 나타낼 때 쓰는 표현입니다. 문장 끝에 đi 또는 nhé와 함께 결합하여 쓸 수도 있으며, 주로 동등한 관계이거나 손아랫사람에게 사용하는 것이 자연스럽습니다.

🎧 Track 04-04

1. **Hãy** cẩn thận. — 조심하세요.
2. **Hãy** báo cáo kết quả cuộc họp. — 회의 결과를 보고하세요.
3. Chúng ta **hãy** cùng xem. — 우리 함께 봅시다.
4. Có tin mới thì **hãy** chia sẻ **đi**. — 새로운 소식이 있으면 공유하세요.
5. Chúng ta **hãy** nói về cách tiếp thị mới **nhé**. — 우리 새로운 마케팅 방법에 대해서 이야기해 봅시다.

대화로 연습해 보GO

🎧 Track 04-05

A: Ôi, trời mưa to quá. — 아이고, 비가 많이 오네요.
B: Đúng vậy. Anh **hãy** lái cẩn thận **nhé**. — 그러게요. 운전 조심하세요.

🎧 Track 04-06

⭐ **새 단어**

cẩn thận 조심히, 조심하다 | **báo cáo** 보고하다 | **kết quả** 결과 | **tin** 소식 | **chia sẻ** 공유하다 | **cách** 방법 | **trời mưa** 비가 오다 | **lái** 운전하다

017

동사 + tiếp ~

계속 ~해요

tiếp은 부사로 '계속하다'라는 의미를 나타내며 동사 뒤에 위치하여 '어떤 행동을 이어서 계속 하다'라는 의미를 나타냅니다.

 Track 04-07

1. Anh đi **tiếp** đường này rồi rẽ trái ở ngã tư. | 이 길을 계속 가서 사거리에서 좌회전하세요.
2. Em cứ xem phim **tiếp** đi, anh đi trước đây. | 드라마 계속 보세요, 나는 먼저 갈게요.
3. Chúng ta bàn bạc **tiếp** về sản phẩm này nhé. | 우리 이 상품에 대해 계속 의논합시다.
4. Anh làm **tiếp** việc này hay làm việc khác? | 이 일을 계속 할 건가요, 아니면 다른 일을 할 건가요?
5. Tôi phải bàn giao việc **tiếp** cho nhân viên mới. | 저는 신입 사원에게 계속해서 업무 인계를 해야 해요.

대화로 연습해 보GO

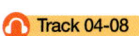 Track 04-08

A: Chị có biết công ty ABC ở đâu không? | ABC 회사가 어디에 있는 지 아세요?

B: Anh đi **tiếp** đường này rồi rẽ trái ở ngã tư thì sẽ thấy. | 이 길을 계속 가서 사거리에서 좌회전하면 보일 거예요.

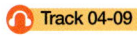 Track 04-09

★ 새 단어

rẽ trái 좌회전하다 | **ngã tư** 사거리 | **phim** 드라마, 영화 | **bàn bạc** 의논하다, 토의하다 | **về** ~에 대해 | **bàn giao** (업무를) 인계하다

Bài 04 41

패턴으로 실력다지 GO!

018

đồng ý với ~
~에 동의해요

đồng ý는 동사로 '동의하다'라는 의미를 나타내며 '~와(과) (함께), ~에게'라는 의미인 전치사 với와 함께 쓰여 상대의 의견이나 생각에 대한 동의를 표현할 때 씁니다. với 뒤에 상대의 호칭 또는 의견, 생각 등의 단어가 올 수 있습니다.

🎧 Track 04-10

1. Tôi **đồng ý với** kế hoạch anh đã đề xuất.
   저는 당신이 제안한 계획에 동의해요.

2. Chúng tôi **đồng ý với** cách hoàn tiền này.
   저희는 이 환불 방법에 동의해요.

3. Anh ấy hoàn toàn **đồng ý với** ý kiến của tôi.
   그는 제 의견에 완전히 동의해요.

4. Anh có **đồng ý với** cách quảng cáo này không?
   당신은 이 홍보 방법에 동의하나요?

5. Tổng giám đốc đã **đồng ý với** việc điều chỉnh giá cả sản phẩm.
   대표님은 상품의 가격을 조정하는 것에 동의하셨어요.

대화로 연습해 보GO
🎧 Track 04-11

A: Tôi thấy quảng cáo này sẽ có hiệu quả.
   제 생각에는 이 광고가 효과 있을 것 같아요.

B: Tôi **đồng ý với** kế hoạch anh đã đề xuất.
   저는 당신이 제안한 계획에 동의해요.

🎧 Track 04-12

⭐ 새 단어

đề xuất 제안하다, 제시하다 | **hoàn tiền** 환불하다 | **hoàn toàn** 완전히 | **tổng giám đốc** 대표

019

주어 + (đã) + 동사 + chưa?

~은(는) ~을(를) ~했나요?

chưa는 '~했어요'라는 의미로 문장 끝에 놓여 어떤 일이나 행위에 대한 완료 여부를 물어볼 때 쓰는 표현입니다. 과거부터 현재까지의 완료 여부를 물어볼 때에는 과거 시제 đã가 함께 쓰이는 경우가 많으며, 문맥상이나 상황상 시제를 알 수 있는 경우라면 đã를 생략하여 표현할 수도 있습니다.

🎧 Track 04-13

1. Chị **đã** làm hết **chưa**? — 당신은 전부 다 했나요?
2. Em **đã** kiểm tra tồn kho **chưa**? — 당신은 재고 확인을 했나요?
3. Em **đã** viết báo cáo hết **chưa**? — 당신은 보고서를 다 썼나요?
4. Máy **đã** được sửa **chưa**? — 기계가 수리되었나요?
5. Anh **đã** thấy chị Sun Ae **chưa**? — 당신은 선애 씨를 보셨나요?

대화로 연습해 보GO

🎧 Track 04-14

A: Em **đã** viết báo cáo hết **chưa**? — 당신은 보고서를 다 썼나요?
B: Chưa ạ. Em xin lỗi anh ạ. — 아직이요. 죄송합니다.

🎧 Track 04-15

⭐ 〈새 단어〉

동사 + **hết** 전부, 다 ~하다 | **kiểm tra** 확인하다 | **tồn kho** 재고 | **máy** 기계 | **sửa** 수리하다

Bài 04 43

패턴으로 실력다지 GO!

020 주어 + không thể + 동사 (+ được)
~은(는) ~할 수 없어요

'주어 + không thể + 동사 (+ được)' 형식은 '~할 수 없다'라는 불가능의 의미를 나타낼 때 쓰는 표현으로 '주어 + không + 동사 + được', '주어 + 동사 + không được' 등 다양한 형태로 표현할 수 있습니다. 이와 반대로 '~할 수 있다'라는 의미를 나타낼 때는 '주어 + có thể + 동사 + được' 형식으로 쓸 수 있습니다.

🎧 Track 04-16

1. Tôi **không thể** làm một mình. — 저는 혼자 할 수 없어요.
2. Em **không thể** nắm bắt nguyên nhân. — 저는 원인을 파악할 수 없어요.
3. Tôi **không thể** tham gia workshop. — 저는 워크숍에 참석할 수 없어요.
4. Tôi **không thể** giải thích **được**. — 저는 설명할 수 없어요.
5. Tôi **không** quên **được**. — 저는 잊을 수 없어요.

대화로 연습해 보GO

🎧 Track 04-17

A: Hôm qua anh đã xem phim đó chưa? — 어제 그 영화 봤어요?
B: Xem rồi. Hay lắm. Anh **không** quên **được**. — 봤어요. 매우 재미있었어요. 저는 잊을 수 없어요.

⭐ 새 단어

nắm bắt 파악하다 | **nguyên nhân** 원인 | **tham gia** 참석하다, 참가하다 | **quên** 잊다

Bài 05

오늘 저는 야근을 해야 해요.
Hôm nay em phải làm thêm giờ.

학습 패턴

- 주어 + **phải** + 동사: ~은(는) ~해야 해요
- 주어 + **chưa** + 동사: ~은(는) 아직 ~하지 않았어요
- **cứ** + 동사: 그냥 ~해요, 계속해서 ~해요
- **không ~ lắm**: 별로 ~하지 않아요
- 주어 + **có** + 명사 + **không?**: ~은(는) ~을(를) 가지고 있어요?

새 단어

làm thêm giờ 야근하다 | **còn** 남다 | **một nửa** 절반 | **như thế** 그렇게 | **lần sau** 다음번 | **máy in** 프린터 | **phòng** 부서, 방 | **bị hỏng** 고장난 | **cứ** 그냥 | **dùng** 사용하다 | **đi** ~해라, ~하자[문장 끝에서 권유나 명령할 때 쓰는 표현] | **không ~ lắm** 별로 ~하지 않다 | **tờ** 종이, 장 | **dĩ nhiên là** 당연히 | **để + 주어 + 동사** 주어가 동사를 하도록 두다 | **lấy** 갖다, 취하다 | **thêm** 추가하다 | **để** 두다, 놓다 | **giấy** 종이, 용지

회화로 말문트 GO!

💬 회화 1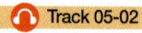

민수   Hôm nay em ❶phải làm thêm giờ. Công việc vẫn còn nhiều quá! Em vẫn ❷chưa hoàn thành một nửa công việc.

카잉   Anh rất muốn giúp em nhưng anh có hẹn trước rồi.

민수   Cảm ơn anh đã nói như thế. Thế thì lần sau nhé.

💬 회화 2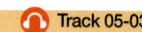

민수   Máy in của phòng chúng tôi bị hỏng rồi.
Tôi có thể sử dụng máy in một chút được không?

응옥   Anh ❸cứ dùng trước đi. Tôi ❹không gấp lắm.

민수   Xin lỗi, chị ❺có tờ A4 nữa không?

응옥   Dĩ nhiên là có. Để tôi lấy thêm nhé.

민수   Không sao. Tôi sẽ lấy. Chị để giấy ở đâu ạ?

해석 1

민수 오늘 저는 야근을 해야 해요. 일이 여전히 너무 많이 남아 있네요! 아직 절반도 못 끝냈어요.

카잉 정말 도와드리고 싶은데 저는 이미 선약이 있어요.

민수 그렇게 말해줘서 고마워요. 그러면 다음번에 도와줘요.

해석 2

민수 우리 부서의 프린터가 고장 났어요.
제가 잠시 프린터를 사용해도 될까요?

응옥 먼저 사용하세요. 저는 별로 급하지 않아요.

민수 죄송하지만, A4 용지가 더 있나요?

응옥 당연히 있죠. 제가 더 가져다 드릴게요.

민수 아니에요. 제가 가지고 올게요. 용지를 어디에 두시나요?

패턴으로 실력다지 GO!

021

주어 + phải + 동사
~은(는) ~해야 해요

phải의 기본적인 의미는 '옳은, 맞는'이지만 동사 앞에 놓일 경우 '~해야 한다'라는 의미로 의무나 당위성을 나타내는 표현으로 씁니다.

🎧 Track 05-04

1. Tôi **phải** chuẩn bị sớm. — 저는 일찍 준비해야 해요.
2. Tôi **phải** nộp trong hôm nay. — 저는 오늘 안에 제출해야 해요.
3. Công ty chúng ta **phải** tham gia triển lãm. — 우리 회사는 박람회에 참가해야 해요.
4. Chúng ta **phải** đối phó với công ty cạnh tranh. — 우리는 경쟁사에 대처해야 해요.
5. Tôi **phải** báo cáo kết quả điều tra thị trường. — 저는 시장 조사 결과를 보고해야 해요.

대화로 연습해 보GO

🎧 Track 05-05

A: Chị đang viết báo cáo à? — 당신은 보고서를 쓰고 있는 건가요?

B: Vâng, tôi **phải** báo cáo kết quả điều tra thị trường cho sếp. — 네, 저는 상사분께 시장 조사 결과를 보고해야 해요.

🎧 Track 05-06

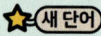 새 단어

triển lãm 전시회, 박람회 | **đối phó** 대처하다 | **công ty cạnh tranh** 경쟁사 | **điều tra** 조사하다 | **sếp** 상사

022

주어 + chưa + 동사
~은(는) 아직 ~하지 않았어요

chưa가 동사 앞에 위치할 경우 '아직 ~하지 않다'라는 의미로 상태나 행위가 아직 완료되지 않았음을 나타냅니다. không과 의미가 비슷해 보이지만 không은 단순 부정인 반면에 chưa는 현재에 대한 부정일뿐, 미래에는 그 상태나 행위가 완료될 가능성을 내포하고 있습니다.

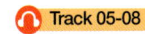 Track 05-07

1. Tôi **chưa** chuyển nhà. — 저는 아직 이사하지 않았어요.
2. Em ấy **chưa** xin việc. — 그 동생은 아직 취직하지 않았어요.
3. Chị Sun Ae **chưa** về văn phòng. — 선애 씨는 아직 사무실로 돌아오지 않았어요.
4. Em **chưa** mua nguyên liệu chị cần. — 당신은 필요한 재료를 아직 사지 않았어요.
5. Tập đoàn AB **chưa** vào thị trường Việt Nam. — AB 그룹은 베트남 시장에 아직 진출하지 않았어요.

대화로 연습해 보GO

 Track 05-08

A: A lô, có chị Sun Ae không ạ?
여보세요, 선애 씨 있나요?

B: Xin lỗi, chị Sun Ae đang đi vắng. Chị Sun Ae **chưa** về văn phòng.
죄송하지만, 선애 씨는 외출 중이에요. 아직 사무실로 돌아오지 않았어요.

Track 05-09

 새 단어

chuyển nhà 이사하다 | **xin việc** 취직하다 | **nguyên liệu** 재료 | **tập đoàn** 그룹 | **đi vắng** 외출 중인, 부재중인

Bài 05

023

cứ + 동사
그냥 ~해요, 계속해서 ~해요

cứ는 '계속하다'라는 의미로 어떤 행위나 동작을 계속해서 이어나갈 때 사용하는 표현입니다. 이런 기본적인 의미 이외에 상대에게 어떤 행위를 편하고 자연스럽게 계속해도 된다는 뉘앙스를 주는 표현으로 쓰이기도 합니다.

Track 05-10

1. Anh **cứ** lấy đi nhé. — 당신이 그냥 가져가세요.
2. Em **cứ** đi thẳng đi. — 계속해서 직진하세요.
3. Chị **cứ** giao cho tôi, yên tâm đi. — 당신은 그냥 저에게 맡기시고, 안심하세요.
4. Chị **cứ** về trước đi, em làm xong rồi về. — 당신은 그냥 먼저 가세요, 저는 다 하고 나서 갈게요.
5. Từ hôm qua, trời **cứ** mưa. — 어제부터 비가 계속 와요.

대화로 연습해 보GO

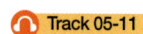

Track 05-11

A: Chúng ta cùng về nhé? — 우리 같이 갈까요?
B: Chị **cứ** về trước đi, em làm xong rồi về. — 당신은 그냥 먼저 가세요, 저는 다 하고 나서 갈게요.

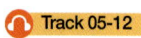

Track 05-12

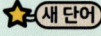

đi thẳng 직진하다 | **giao** 맡기다, 인도하다 | **yên tâm** 안심하다 | **A rồi B** A하고 나서 B하다

không ~ lắm
별로 ~하지 않아요

'~하지 않다'라는 의미를 나타내는 không과 '매우, 아주'라는 의미를 나타내는 정도부사 lắm이 함께 쓰여 '별로 ~하지 않다'라는 의미를 나타내며 완곡하게 부정하거나 거절할 때 쓰는 표현입니다.

Track 05-13

1. Tôi **không** muốn đi **lắm**. 저는 별로 가고 싶지 않아요.

2. Lương ở đây cũng **không** cao **lắm**. 이곳의 월급은 별로 높지 않아요.

3. Món này **không** cay **lắm**, chị ăn thử đi. 이 음식은 별로 맵지 않아요, 먹어 보세요.

4. Tôi thấy cách quảng cáo này **không** có hiệu quả **lắm**. 제가 생각하기에 이 홍보 방법은 별로 효과가 없어요.

5. Vấn đề **không** phức tạp **lắm**, có thể giải quyết được. 문제가 별로 복잡하지 않아요, 해결할 수 있어요.

대화로 연습해 보GO

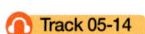

Track 05-14

A: Anh thấy vấn đề này thế nào? 당신이 생각하기에 이 문제가 어때요?

B: Tôi thấy vấn đề **không** phức tạp **lắm**, có thể giải quyết được. 제가 생각하기에는 문제가 별로 복잡하지 않아요, 해결할 수 있어요.

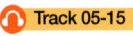

Track 05-15

⭐ 새 단어

lương 월급 | **cay** 매운 | **동사 + thử** ~해보다 | **vấn đề** 문제 | **phức tạp** 복잡한 | **giải quyết** 해결하다

패턴으로 실력다지 GO!

025

주어 + có + 명사 + không?
~은(는) ~을(를) 가지고 있어요?

'가지고 있다, 존재하다'라는 의미를 나타내는 동사 có가 의문을 나타내는 không과 함께 쓰여 '~을(를) 가지고 있어요?'라는 의미를 나타내며 소유의 여부를 물어볼 때 쓰는 표현입니다.

🎧 Track 05-16

1. Công ty **có** bãi đỗ xe **không**?   회사는 주차장이 있나요?
2. Ở đây **có** khẩu trang **không**?   여기는 마스크가 있나요?
3. Bây giờ, anh **có** thời gian **không**?   지금 당신은 시간이 있나요?
4. Công ty **có** chi nhánh ở Hà Nội **không**?   회사는 하노이에 지사가 있나요?
5. Trong văn phòng **có** máy lọc nước **không**?   사무실 안에는 정수기가 있나요?

대화로 연습해 보GO

🎧 Track 05-17

A: Bây giờ, anh **có** thời gian **không**?   지금 당신은 시간이 있나요?
B: Vâng, **có** việc gì **không**?   네, 무슨 일 있어요?

🎧 Track 05-18

⭐ 새 단어

bãi đỗ xe 주차장 | **khẩu trang** 마스크 | **chi nhánh** 지사 | **máy lọc nước** 정수기

복습해보 GO!

한국어를 참고하여 빈칸에 들어갈 베트남어를 쓰고 말해 보세요.   정답 266쪽   안다 / 모른다

1 Anh Tuấn _____ việc gấp.
뚜언 씨는 급한 일이 있어요.

2 _____ mời vào.
들어오세요.

3 Năm giờ chiều _____ ?
오후 5시 가능하세요?

4 Có ai _____ tỉnh khác không?
다른 지방에서 온 사람이 있나요?

5 _____ chị đi công tác?
언제 당신은 출장 가요?

6 Anh sẽ điều chỉnh _____ ?
당신은 어떻게 조정하실 건가요?

7 Hàng mẫu _____ thích hợp nhất?
어떤 샘플이 가장 적합한가요?

8 Anh _____ sản phẩm này thế nào?
당신은 이 상품을 어떻게 생각하세요?

01~05과 복습 53

복습해보 GO!

	안다 / 모른다

9 _____ sẽ làm trước? ☐ ☐

누가 먼저 할래요?

---

10 Có tin mới thì _____ chia sẻ _____. ☐ ☐

새로운 소식이 있으면 공유하세요.

---

11 Tôi _____ kế hoạch anh đã đề xuất. ☐ ☐

저는 당신이 제안한 계획에 동의해요.

---

12 Tôi _____ làm một mình. ☐ ☐

저는 혼자 할 수 없어요.

---

13 Tôi _____ nộp trong hôm nay. ☐ ☐

저는 오늘 안에 제출해야 해요.

---

14 Tập đoàn AB _____ vào thị trường Việt Nam. ☐ ☐

AB 그룹은 베트남 시장에 아직 진출하지 않았어요.

---

15 Lương ở đây cũng _____ cao _____. ☐ ☐

이곳의 월급은 별로 높지 않아요.

---

16 Công ty _____ chi nhánh ở Hà Nội _____? ☐ ☐

회사는 하노이에 지사가 있나요?

Bài 06

곧 여행 가죠?
Chị sắp đi du lịch chưa?

학습 패턴

- 주어 + **sắp** + 동사 + **chưa?**: ~은(는) 곧 ~하죠?
- 주어 + 동사 + **trong bao lâu?**: ~은(는) 얼마나 오랫동안 ~해요?
- 주어 + **có phải là** + 명사 + **không?**: ~은(는) ~인가요?
- 주어 + **không phải là** + 명사: ~은(는) ~이(가) 아니에요
- **hay là ~?**: 아니면 ~하는 것은 어때요?

새 단어
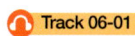

sắp ~ chưa 곧 ~하죠? | **du lịch** 여행하다 | **sắp + 동사** 곧 ~하다 | **định** ~할 예정이다 | **Đài Loan** 대만 | **sướng quá** 부럽네요 | **còn + 동사/형용사** 여전히 ~하다 | **bận** 바쁜 | **trong bao lâu** 얼마동안 | **thứ hai** 월요일 | **đến** ~까지 | **thứ sáu** 금요일 | **liên lạc** 연락하다 | **vui vẻ** 즐거운 | **có phải là ~ không** ~인가요? | **ra** 나가다, 나오다 | **ngoài** 밖 | **mất** 걸리다 | **hay là** 아니면 | **cho + 주어 + 동사** ~하게 해주다 | **số điện thoại** 전화번호 | **riêng** 개인의 | **ghi** 쓰다, 적다

회화로 말문트 GO!

💬 회화 1 🎧 Track 06-02

민수 Chị ❶sắp đi du lịch chưa?

응옥 Rồi, tôi sắp đi. Tuần sau, tôi định đi Đài Loan. Còn anh?

민수 Đi Đài Loan à? Sướng quá!
Tôi thì còn bận lắm. Chị đi du lịch ❷trong bao lâu?

응옥 Năm ngày ạ. Tôi nghỉ từ thứ hai đến thứ sáu.

민수 Tôi sẽ không liên lạc với chị trong thời gian đó.
Chị đi du lịch vui vẻ nhé!

💬 회화 2 🎧 Track 06-03

민수 A lô. Chị ❸có phải là chị Phương không?
Kim Min Soo đây ạ.

프엉의 동료 Xin lỗi, em ❹không phải là chị Phương ạ.
Chị Phương vừa đi ra ngoài ạ.

민수 Thế à? Chị thấy mất lâu không?
❺Hay là cho tôi biết số điện thoại riêng của chị Phương được không?

프엉의 동료 Vâng, anh ghi nhé. 093.1234.5678.

🌐 해석 1

민수 곧 여행 가죠?

응옥 네, 곧 가요. 저는 다음 주에 대만에 갈 예정이에요. 그런데 당신은요?

민수 대만에 간다고요? 부럽네요!
저는 여전히 매우 바쁘네요. 여행을 얼마나 가요?

응옥 5일이요. 월요일부터 금요일까지 쉬어요.

민수 그 기간에는 연락하지 않을게요.
즐겁게 다녀오세요!

🌐 해석 2

민수 여보세요. 프엉 씨인가요?
저는 김민수예요.

프엉의 동료 죄송한데, 저는 프엉 씨가 아니에요.
프엉 씨는 방금 밖에 나갔어요.

민수 그래요? 오래 걸릴까요?
아니면 저에게 프엉 씨의 개인 전화번호를 알려주실 수 있나요?

프엉의 동료 네, 메모하세요. 093-1234-5678이에요.

패턴으로 실력다지 GO!

026

주어 + sắp + 동사 + chưa?
~은(는) 곧 ~하죠?

어떤 일이나 행위에 대한 완료 여부를 물어보는 chưa가 가까운 미래를 나타내는 시제인 sắp과 함께 쓰일 경우 '곧 ~하죠?'라는 의미를 나타내며 현재부터 가까운 미래까지의 완료 시점을 물어볼 때 씁니다.

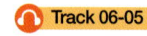

1. Anh **sắp** trở lại **chưa**? — 당신은 곧 돌아올거죠?
2. Máy **sắp** sửa xong **chưa**? — 기계가 곧 수리되죠?
3. Cuộc họp **sắp** bắt đầu **chưa**? — 회의가 곧 시작하죠?
4. Chương trình **sắp** hết **chưa**? — 프로그램이 곧 끝나는 거죠?
5. Sản phẩm này **sắp** tung ra **chưa**? — 이 상품은 곧 출시하는 거죠?

대화로 연습해 보GO

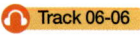

A: Chương trình **sắp** hết **chưa**? — 프로그램이 곧 끝나는 거죠?
B: Vâng, hình như gần hết rồi. — 네, 거의 끝난 것 같아요.

★ 새 단어

trở lại 돌아오다, 돌아가다 | **hết** 끝나다 | **hình như** ~인 것 같다 | **gần + 동사** 거의 ~하다

027

주어 + 동사 + trong bao lâu?

~은(는) 얼마나 오랫동안 ~해요?

bao lâu는 의문사로 '얼마나 오래'라는 의미를 나타내며, 시간의 경과 또는 기간을 물어볼 때 쓰는 표현입니다. 일반적으로 '~동안'이라는 의미인 전치사 trong과 함께 쓰여 '얼마나 오랫동안 ~해요?'라는 의미를 나타냅니다. '더 ~하는'이라는 의미인 nữa와 함께 쓰이면 '얼마나 더 오래 ~해요?'라는 의미를 나타냅니다.

🎧 Track 06-07

1	Cái này có thể bảo quản **trong bao lâu**?	이것은 얼마나 오랫동안 보관할 수 있나요?
2	Xe sắp đến rồi, tôi phải đợi **trong bao lâu**?	차가 곧 도착할 때가 되었는데 얼마나 오래 기다려야 하나요?
3	Bây giờ là 12 giờ trưa rồi, anh sẽ họp **trong bao lâu**?	지금 낮 12시가 다 되었는데, 당신은 얼마나 오래 회의를 하나요?
4	Máy này sẽ được bảo hành **bao lâu**?	이 기계는 얼마나 오래 보증되나요?
5	Chúng ta phải làm **bao lâu nữa**?	우리는 얼마나 더 오래 일해야 하나요?

대화로 연습해 보GO

A: Bây giờ là 12 giờ trưa rồi, anh sẽ họp **trong bao lâu**? — 지금 낮 12시가 다 되었는데, 당신은 얼마나 오래 회의를 하나요?

B: Một tiếng nữa. Chị đi ăn trước đi, tôi sẽ ăn sau. — 한 시간 더 해야 해요. 당신 먼저 먹으러 가요, 저는 나중에 먹을게요.

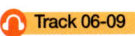

⭐ 새 단어

bảo quản 보관하다 | **đợi** 기다리다 | **bảo hành** 보증하다, 보장하다 | **동사 + sau** 나중에 ~하다

028 주어 + có phải là + 명사 + không?

~은(는) ~인가요?

'주어 + có phải là + 명사 + không?'은 '~은(는) ~인가요?'라는 의미로 명사의 사실 유무를 물어볼 때 쓰는 표현입니다.

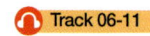

1. Đây **có phải là** nhà kho **không**? 여기가 창고인가요?
2. Đây **có phải là** trụ sở chính **không**? 이곳이 본사인가요?
3. Đây **có phải là** phần cuối **không**? 여기가 마지막 부분인가요?
4. Đây **có phải là** đồ uống của bạn **không**? 이것이 당신의 음료인가요?
5. Chị **có phải là** nhân viên thiết kế web **không**? 당신이 웹 디자이너인가요?

대화로 연습해 보GO

A: Đây **có phải là** đồ uống của bạn **không**? 이것이 당신의 음료인가요?
B: Không ạ, đó không phải là của mình. 아니요, 그것은 제 것이 아니에요.

⭐새 단어

trụ sở chính 본사 | **phần** 부분 | **cuối** 마지막의 | **đồ uống** 음료 | **thiết kế** 디자인, 디자인하다

주어 + **không phải là** + 명사

~은(는) ~이(가) 아니에요

'주어 + không phải là + 명사'는 '~은(는) 아니에요'라는 의미로 '주어 + có phải là + 명사 + không?'에 대해 부정으로 대답을 할 때 쓰는 표현입니다. 실생활에서 사용할 때에는 là를 생략하여 말할 수 있습니다.

Track 06-13

1 Đây **không phải là** một ý tưởng hay. 이것은 좋은 아이디어가 아니에요.

2 Cái này **không phải là** ví tiền của tôi. 이것은 제 지갑이 아니에요.

3 Anh ấy **không phải là** người khó tính. 그는 까다로운 사람이 아니에요.

4 Chị ấy **không phải là** thư ký, chị ấy là giám đốc. 그녀는 비서가 아니고, 사장이에요.

5 Đây **không phải là** hàng mẫu chúng tôi yêu cầu. 이것은 저희가 요청한 샘플이 아니에요.

대화로 연습해 보GO

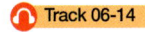
Track 06-14

A: Chị ấy có phải là thư ký của công ty không? 그녀는 회사의 비서인가요?

B: Chị ấy **không phải là** thư ký, chị ấy là giám đốc. 그녀는 비서가 아니고, 사장이에요.

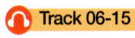
Track 06-15

⭐ 새 단어

ý tưởng 아이디어 | **ví tiền** 지갑 | **khó tính** 성격이 까다로운 | **yêu cầu** 요청하다, 요구하다

Bài 06 61

패턴으로 실력다지 GO!

030

hay là ~?
아니면 ~하는 것은 어때요?

hay의 원래 의미는 '혹은, 또는'이지만 là와 함께 쓰일 경우 무언가 새로운 내용을 제안할 때 쓰는 관용어구로서의 역할을 합니다. 이때는 '아니면 ~할까요?, ~하는 것은 어때요?'라는 의미를 나타냅니다.

Track 06-16

1. **Hay là** anh suy nghĩ thêm nhé? — 아니면 당신은 조금 더 생각해 보는 게 어때요?
2. **Hay là** chọn thực đơn này nhé? — 아니면 이 메뉴를 선택할까요?
3. **Hay là** chị nhờ anh Min Soo giúp đi? — 아니면 당신은 민수 씨에게 도움을 청하는 게 어때요?
4. **Hay là** chúng ta quảng cáo trên mạng thử? — 아니면 우리가 인터넷으로 홍보해 볼까요?
5. **Hay là** bây giờ chúng ta tổng vệ sinh văn phòng đi? — 아니면 지금 우리는 사무실을 대청소할까요?

대화로 연습해 보GO

Track 06-17

A: Việc nhiều quá, tôi không thể làm một mình được. — 일이 너무 많아서 제가 혼자 할 수 없어요.

B: **Hay là** chị nhờ anh Min Soo giúp đi? — 아니면 당신은 민수 씨에게 도움을 청하는 게 어때요?

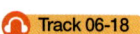

Track 06-18

★ 새 단어

suy nghĩ 생각하다 | **thực đơn** 메뉴 | **nhờ** 부탁하다 | **tổng vệ sinh** 대청소하다

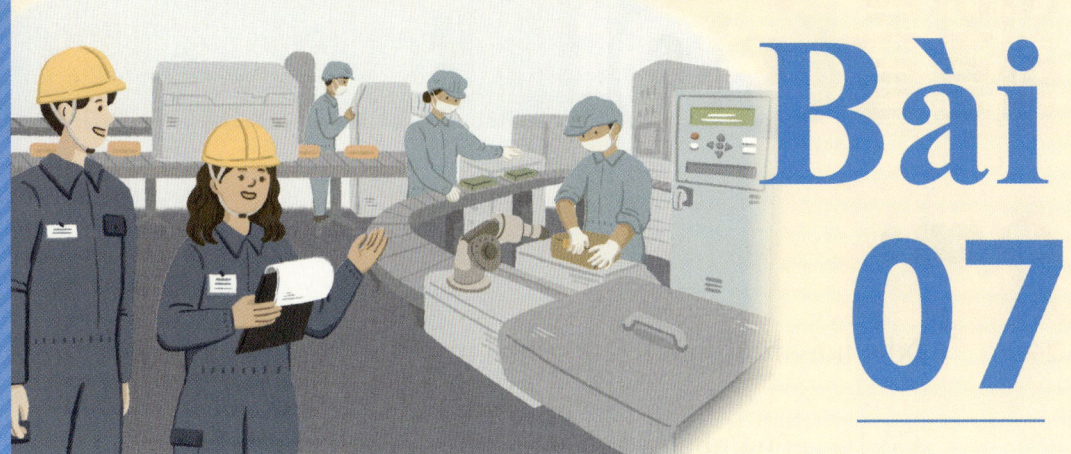

Bài 07

공장에 몇 명의 직원이 있나요?
Trong nhà máy có bao nhiêu công nhân?

학습 패턴

- **có bao nhiêu/mấy + 명사?**: 얼마나, 몇 개의 ~을(를) 가지고 있나요?
- **càng A càng B**: A할수록 B해요
- **sao + 주어 + 동사/형용사?**: 왜 ~은(는) ~하나요?
- **vì A nên B**: A하기 때문에 그래서 B해요
- **liên lạc với/cho + 대상**: ~와(과) 연락해요, ~에(게) 연락해요

새 단어

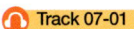 Track 07-01

rộng 넓은 | **bao nhiêu** 얼마나 | **công nhân** 공장 직원 | **một ngày** 하루 | **동사 + đã** 먼저 ~하다 | **sản lượng** 생산량 | **chiều hướng** 경향, 추세 | **càng A càng B** A할수록 B하다 | **tăng** 증가하다 | **nghỉ làm** 결근하다 | **sao** 왜 | **bị** (부정적인 일을) 당하다 | **tai nạn** 사고 | **nặng** 무거운, 심한 | **rõ** 정확한

회화 1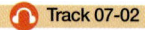

민수   Nhà máy rộng quá! Trong nhà máy ❶có bao nhiêu công nhân?

프엉   Có 100 công nhân và 10 nhân viên văn phòng nữa.

민수   Thế một ngày sản xuất được khoảng bao nhiêu?

프엉   Để tôi kiểm tra đã.
         Dạo này thì sản lượng có chiều hướng ❷càng ngày càng tăng ạ.

회화 2

민수   Hôm nay anh không thấy em Hương.

르우   Dạ, hôm nay Hương nghỉ làm ạ.

민수   ❸Sao em Hương không đi làm? Em Hương có việc gì không?

르우   ❹Vì Hương bị tai nạn trên đường đi nên không đi làm được ạ.

민수   Ôi, có nặng không?

르우   Em cũng chưa biết rõ ạ. Em sẽ ❺liên lạc với Hương ngay.

해석 1

민수 공장이 매우 넓네요! 공장에 몇 명의 직원이 있나요?

프엉 100명의 공장 직원과 10명의 사무실 직원이 있어요.

민수 그러면 하루에 대략 얼마나 생산하나요?

프엉 제가 한번 체크해 볼게요.
요즘은 날이 갈수록 생산량이 증가하는 추세예요.

해석 2

민수 오늘 흐엉 씨가 안 보이네요.

르우 네, 오늘 흐엉 씨는 결근했어요.

민수 흐엉 씨가 왜 결근했어요? 흐엉 씨에게 무슨 일 있나요?

르우 흐엉 씨가 오는 길에 사고를 당해서 회사에 올 수 없었어요.

민수 오, 심한가요? (심하게 다쳤나요?)

르우 저도 아직 정확히 모르겠어요. 제가 흐엉 씨에게 바로 연락해 볼게요.

031

có bao nhiêu/mấy + 명사?

얼마나, 몇 개의 ~을(를) 가지고 있나요?

bao nhiêu와 mấy는 수와 관련된 의문사로 '얼마, 몇'이라는 의미를 나타내며 명사 앞에 위치합니다. '가지다'라는 의미인 동사 có와 함께 쓰이면 명사의 개수나 총합을 물어보는 표현이 되며, bao nhiêu는 주로 10이상의 큰 수에, mấy는 10이하의 작은 수를 표현할 때 씁니다.

🎧 Track 07-04

1 Đã **có bao nhiêu** lượt xem? 조회수가 얼마나 되었나요?

2 Trong nhà máy **có bao nhiêu** máy? 공장에 기계가 얼마나 있나요?

3 Hôm nay **có bao nhiêu** người đến? 오늘 사람이 얼마나 왔나요?

4 **Có bao nhiêu** người ứng tuyển vị trí này? 이 자리에는 얼마나 많은 사람들이 지원하나요?

5 Ở Việt Nam **có mấy** chi nhánh? 베트남에 몇 개의 지사가 있나요?

대화로 연습해 보GO

 Track 07-05

A: Ở Việt Nam **có mấy** chi nhánh? 베트남에 몇 개의 지사가 있나요?

B: Hiện tại có ba chi nhánh. 현재 세 개의 지사가 있어요.

 Track 07-06

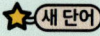

lượt xem 조회수 | **ứng tuyển** 지원하다, 응모하다 | **vị trí** 위치 | **hiện tại** 현재

032

càng A càng B
A할수록 B해요

어떤 일의 상태 또는 동작이 점진적으로 더해감을 나타내는 표현으로, 일반적으로 A와 B자리에는 동사 또는 형용사가 옵니다. 예외적으로 A 자리에 명사가 오는 두 가지의 경우가 있는데 '날이 갈수록'이라는 의미를 가진 'càng ngày càng'과 '때가 갈수록'이라는 의미의 'càng lúc càng'입니다.

🔊 Track 07-07

1. Bình luận thì **càng** nhiều **càng** tốt.   댓글은 많을수록 좋아요.
2. Vấn đề này **càng** nghĩ **càng** khó.   이 문제는 생각할수록 어렵네요.
3. Đặt hàng **càng** nhiều, giảm giá **càng** lớn.   주문을 많이 할수록 할인은 더 커요.
4. **Càng** gấp **càng** phải làm cẩn thận.   급할수록 꼼꼼하게 해야 해요.
5. Chi phí nhân công **càng ngày càng** tăng.   인건비가 날이 갈수록 증가하고 있어요.

🗨️ 대화로 연습해 보GO

🔊 Track 07-08

A: Chúng ta không còn nhiều thời gian. Hãy làm nhanh đi.   우리는 시간이 얼마 없어요. 빨리 합시다.

B: **Càng** gấp **càng** phải làm cẩn thận.   급할수록 꼼꼼하게 해야 해요.

🔊 Track 07-09

⭐ 새 단어

khó 어려운 | **đặt hàng** 주문하다 | **giảm giá** 할인하다 | **lớn** 큰 | **chi phí nhân công** 인건비 | **nhanh** 빠른

033

sao + 주어 + 동사/형용사?
왜 ~은(는) ~하나요?

sao는 '왜'라는 의미를 나타내는 의문사로 문장 맨 앞에 위치하여 이유를 물어볼 때 씁니다.

🎧 Track 07-10

1. **Sao** chị vội vàng thế? — 왜 당신은 그렇게 서두르나요?
2. **Sao** chị ấy nghỉ việc? — 왜 그녀는 퇴직했나요?
3. **Sao** xuất hàng bị hoãn? — 왜 상품 출하가 미뤄지나요?
4. **Sao** hàng lỗi có nhiều thế? — 왜 불량품이 그렇게 많나요?
5. **Sao** công ty đó đã bị phá sản? — 왜 그 회사는 파산했나요?

대화로 연습해 보GO

🎧 Track 07-11

A: **Sao** chị ấy nghỉ việc? — 왜 그녀는 퇴직했나요?
B: Nghe nói chị ấy đã chuyển việc. — 듣기로는 그녀는 이직했대요.

🎧 Track 07-12

⭐ **새 단어**

vội vàng 서두르다 | **nghỉ việc** 퇴직하다 | **xuất hàng** 출하하다 | **hoãn** 미루다 | **hàng lỗi** 불량품 | **phá sản** 파산하다 | **chuyển việc** 이직하다

034

vì A nên B
A하기 때문에 그래서 B해요

'~하기 때문에'라는 의미로 이유와 원인을 나타내는 접속사 vì와 '그래서'라는 의미로 결과를 나타내는 접속사 nên이 함께 쓰여 원인과 결과를 나타내는 표현을 말할 수 있습니다.

🎧 Track 07-13

1. **Vì** công việc bận rộn **nên** mệt lắm. — 업무가 바빠서 매우 피곤해요.
2. **Vì** làm mất tài liệu **nên** tôi phải viết lại. — 자료를 잃어버려서 다시 작성해야 해요.
3. **Vì** là tuần Tết **nên** không thể sản xuất. — 설 기간이라서 생산을 할 수 없어요.
4. **Vì** làm một mình **nên** không thể làm nhanh được. — 혼자 하기 때문에 빠르게 할 수 없어요.
5. **Vì** ngày mai có cuộc họp quan trọng **nên** phải chuẩn bị trước. — 내일 중요한 회의가 있어서 미리 준비해야 해요.

대화로 연습해 보GO

🎧 Track 07-14

A: Sao em chưa tan làm? — 왜 당신은 아직 퇴근을 하지 않았어요?

B: **Vì** ngày mai có cuộc họp quan trọng **nên** em phải chuẩn bị trước. — 내일 중요한 회의가 있어서 제가 미리 준비해야 해요.

🎧 Track 07-15

⭐ 새 단어

bận rộn 바쁜 | **mệt** 피곤한 | **làm mất** 잃어버리다 | **tuần Tết** 설 기간 | **tan làm** 퇴근하다

패턴으로 실력다지 GO!

035

liên lạc với/cho + 대상
~와(과) 연락해요, ~에(게) 연락해요

'연락하다'라는 의미를 나타내는 동사 liên lạc이 '~와(과) (함께)'라는 의미인 전치사 với 또는 '~에게'라는 의미인 전치사 cho와 함께 쓰여 '~와(과) 연락하다'라는 의미를 나타내며 어떤 대상에게 연락을 할 때 쓰는 표현입니다.

🎧 Track 07-16

1. Tôi không muốn **liên lạc với** anh ta.
   저는 그와 연락하고 싶지 않아요.

2. Anh đã **liên lạc với** công ty cung cấp nguyên vật liệu chưa?
   당신은 원자재를 공급하는 회사에 연락했나요?

3. Có tin tức gì thì **liên lạc với** tôi nhé.
   무슨 소식이 있으면 저에게 연락해 주세요.

4. Chị đến Việt Nam thì **liên lạc cho** tôi nhé.
   당신이 베트남에 오면 저에게 연락해 주세요.

5. Để em **liên lạc cho** trung tâm chăm sóc khách hàng.
   제가 고객 센터에 연락해 볼게요.

대화로 연습해 보GO

🎧 Track 07-17

A: Tôi định đi du lịch Việt Nam.
저는 베트남에 여행 갈 예정이에요.

B: Chị đến Việt Nam thì **liên lạc với** tôi nhé.
당신이 베트남에 오면 저에게 연락해 주세요.

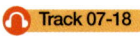

🎧 Track 07-18

⭐ 새 단어

cung cấp 공급하다 | **nguyên vật liệu** 원자재 | **tin tức** 소식 | **trung tâm chăm sóc khách hàng** 고객 센터

Bài 08

서울은 어떤 장소가 가장 유명하나요?
Ở Seoul, nơi nào nổi tiếng nhất ạ?

 학습 패턴

- đây là lần ~: 이번이 ~이에요
- 형용사 + nhất: 가장 ~하는
- B của A: A의 B
- A + 형용사 + hơn + B: A는 B보다 더 ~해요
- A + 형용사 + bằng/như + B: A는 B만큼 ~해요, A는 B처럼 ~해요

 새 단어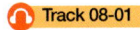

lần đầu tiên 처음 | **nơi** 곳, 장소 | **núi** 산 | **người nước ngoài** 외국인 | **để + 동사** ~하기 위해, ~하려고 | **ngắm** 감상하다 | **cảnh** 풍경, 경치 | **hấp dẫn** 매력적인 | **bán** 팔다 | **anh chị** 여러분 | **chức năng** 기능 | **chỉ ~ thôi** ~할 뿐이다 | **điểm mạnh** 장점 | **chất lượng** 품질 | **giá** 가격 | **bằng** ~만큼

회화 1 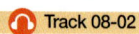 Track 08-02

지현 ❶Đây là lần đầu tiên chị đến Seoul ạ?

프엉 Vâng, ở Seoul, nơi nào nổi tiếng ❷nhất ạ?

지현 Nhiều lắm! Theo tôi, núi Namsan nổi tiếng nhất với người nước ngoài.

프엉 Thế à? Người ta đến đó để làm gì?

지현 Để ngắm cảnh. Người ta đến núi Namsan rồi đi Myeongdong để mua sắm.

프엉 Hấp dẫn quá! Thế chúng ta đi nhé.

회화 2 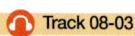 Track 08-03

민수 Theo tôi nghe thì sản phẩm ❸của công ty B đang bán nhiều ❹hơn của chúng ta. Anh chị thấy thế nào?

흐엉 Em thấy chức năng của sản phẩm B chỉ đơn giản thôi, nhưng thiết kế đẹp lắm.

민수 Thế điểm mạnh của sản phẩm chúng ta là gì?

흐엉 Là có chất lượng tốt. Giá thì cao ❺bằng của công ty B.

해석 1

지현 이번이 서울에 처음 오신 건가요?

프엉 네, 서울은 어떤 장소가 가장 유명하나요?

지현 매우 많죠! 제 생각에는 남산이 외국인에게 가장 유명한 것 같아요.

프엉 그래요? 사람들은 그곳에 무엇을 하려고 가요?

지현 경치를 감상하기 위해서요. 사람들은 남산에 갔다가 명동에 쇼핑하러 가요.

프엉 재미있겠네요! 그러면 우리 가요.

해석 2

민수 제가 듣기로는 B 회사 상품이 우리 상품보다 더 많이 팔린다고 하네요. 여러분이 보시기에는 어떤가요?

흐엉 제가 보기에 B 상품의 기능은 단순하지만 디자인이 매우 예뻐요.

민수 그러면 우리 상품의 장점은 무엇인가요?

흐엉 좋은 품질이죠. 가격은 B 회사와 같고요.

패턴으로 실력다지 GO!

036 đây là lần ~
이번이 ~이에요

lần은 명사로 '횟수, 번'이라는 의미를 나타내며 주로 '몇 번째'를 뜻하는 thứ와 함께 사용되어 '몇 회, 몇 번'이라는 의미를 나타냅니다. 또한 '마지막'이라는 의미인 cuối cùng과도 자주 쓰이며 '이번이 마지막 ~이에요'라는 의미를 나타냅니다.

🎧 Track 08-04

1. **Đây là lần** thứ hai tôi đến Việt Nam.
   이번이 두 번째로 베트남에 온 거예요.

2. **Đây là lần** thứ ba chúng ta hợp tác với nhau.
   이번이 우리가 세 번째로 합작한 거예요.

3. **Đây là lần** thứ tư anh ấy tham gia bầu cử.
   이번이 그가 네 번째로 투표에 참여한 거예요.

4. **Đây là lần** đầu tiên chị làm thêm giờ trong tuần à?
   당신은 이번주에 처음 야근을 하신 거예요?

5. **Đây là lần** cuối cùng chúng tôi chiêu mộ thành viên.
   이번이 저희가 마지막으로 회원을 모집한 거예요.

대화로 연습해 보GO
🎧 Track 08-05

A: **Đây là lần** thứ mấy chị đến Việt Nam?
이번이 베트남에 몇 번째 오신 거예요?

B: **Đây là lần** thứ hai tôi đến Việt Nam.
이번이 두 번째로 베트남에 온 거예요.

🎧 Track 08-06

⭐ 새 단어

với nhau 서로 | **bầu cử** 투표하다, 선거하다 | **chiêu mộ** 모집하다 | **thành viên** 회원

형용사 + nhất ~

가장 ~하는

nhất은 '가장 ~하는'이라는 의미를 나타내며 형용사 뒤에 놓여 최상급을 나타내는 표현입니다.

🎧 Track 08-07

1. Đây là giá rẻ **nhất**. — 이것이 가장 저렴한 가격이에요.
2. Cuối năm là thời kỳ bận rộn **nhất**. — 연말이 가장 바쁜 시기예요.
3. Phần đầu là phần ấn tượng **nhất**. — 처음 부분이 가장 인상 깊은 부분이에요.
4. Anh Nam làm chăm chỉ **nhất** trong công ty. — 남 씨가 회사에서 일을 가장 열심히 해요.
5. Anh hài lòng với hàng mẫu nào **nhất**? — 당신은 어떤 샘플이 가장 마음에 드세요?

대화로 연습해 보GO

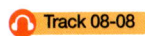

A: Dạo này anh ấy có vẻ bận lắm! — 요즘 그는 매우 바빠 보이네요!

B: Cuối năm mà. Cuối năm là thời kỳ bận rộn **nhất**. — 연말이잖아요. 연말이 가장 바쁜 시기예요.

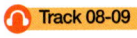

⭐ 새 단어

rẻ 저렴한 | **cuối năm** 연말 | **thời kỳ** 시기 | **phần đầu** 처음 부분 | **ấn tượng** 인상적인 | **chăm chỉ** 열심히 하는 | **hài lòng** 마음에 드는 | **có vẻ** ~해 보이다 | **~ mà** ~하잖아요

패턴으로 실력다지 GO!

038

B của A
A의 B

của는 소유를 나타내는 표현으로 소유격과 소유대명사로 모두 사용할 수 있습니다. 'B của A'는 'A의 B'라는 의미로 của 앞에 명사가 오는 소유격 역할로 쓰이지만, 앞에 명사 없이 'A의 것'이라는 의미인 'của A'의 형태로 사용하여 소유대명사 역할로도 많이 쓰입니다.

🎧 Track 08-10

1 Đây là sơ yếu lý lịch **của** em ạ.   이것은 저의 이력서입니다.
2 Tôi đang phân chia công việc **của** nhóm chúng tôi.   저는 저희 팀의 업무를 분장하고 있어요.
3 Em đã biết hết các quy định **của** công ty chưa?   당신은 회사의 규정을 다 아나요?
4 Em đã biết được nguyên nhân **của** việc đó chưa?   당신은 그 일의 원인을 아나요?
5 Cái này là **của** ai?   이것은 누구의 것이죠?

대화로 연습해 보GO

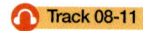

A: Cái này là **của** ai?   이것은 누구의 것이죠?
B: Đây là sơ yếu lý lịch **của** em ạ.   이것은 저의 이력서입니다.

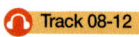

⭐새 단어

sơ yếu lý lịch 이력서 | **phân chia** 나누다, 분할하다 | **nhóm** 팀 | **quy định** 규정

A + 형용사 + **hơn** + B
A는 B보다 더 ~해요

hơn은 '~보다 더'라는 의미로 비교 대상 앞에 놓여 비교급의 의미를 나타낼 때 쓰는 표현입니다.

 Track 08-13

1	Lương ở đây cao **hơn** công ty B.	이곳의 월급이 B 회사보다 더 높아요.
2	Quy mô của công ty A lớn **hơn** chúng tôi.	A 회사의 규모가 저희보다 더 커요.
3	Tôi thấy màu này thích hợp **hơn** màu kia.	제가 보기에 이 색이 저 색보다 더 잘 어울려요.
4	Doanh thu năm nay tốt **hơn** năm ngoái.	올해 매출이 작년보다 더 좋아졌어요.
5	Hàng mới mà chất lượng kém **hơn** hàng cũ.	신상품인데 품질이 이전 제품보다 더 떨어지네요.

대화로 연습해 보GO

Track 08-14

A: Anh thấy màu này thế nào? 당신이 보기에 이 색은 어때요?

B: Tôi thấy màu này thích hợp **hơn** màu kia. 제가 보기에 이 색이 저 색보다 더 잘 어울려요.

 Track 08-15

⭐ **새 단어**

quy mô 규모 | **màu** 색, 색깔 | **doanh thu** 매출 | **năm nay** 올해 | **năm ngoái** 작년 | **hàng mới** 신상품 | **kém** 부족한 | **hàng cũ** 이전 제품

패턴으로 실력다지 GO!

040

A + 형용사 + **bằng/như** + B

A는 B만큼 ~해요, A는 B처럼 ~해요

bằng과 như는 '~만큼, ~처럼'이라는 의미로 어떤 두 대상이 서로 동급임을 나타낼 때 쓰는 표현입니다. 주로 bằng은 수치적으로 나타낼 수 있는 객관적 동급 표현에, như는 주관적인 동급 표현에 사용합니다.

🎧 Track 08-16

1. Cái này dài **bằng** cái kia. — 이것은 저것만큼 길어요.
2. Nó to **bằng** khuôn mặt tôi. — 그것은 제 얼굴만큼 커요.
3. Nó cao **bằng** chiều cao của mình. — 그것은 저의 키만큼 커요.
4. Dạo này, tôi làm **như** con trâu. — 요즘 저는 소처럼 일해요.
5. Hôm nay sẽ nóng **như** hôm qua. — 오늘은 어제처럼 더울 거래요.

대화로 연습해 보GO

🎧 Track 08-17

A: Kích cỡ của hàng đó thế nào? — 그 물건의 사이즈가 어때요?

B: Nó cao **bằng** chiều cao của mình. — 그것은 저의 키만큼 커요.

🎧 Track 08-18

⭐ 새 단어

dài 긴 | **khuôn mặt** 얼굴 | **chiều cao** 키 | **con trâu** 물소 | **kích cỡ** 사이즈

Bài 09

승진을 축하드려요!
Chúc mừng anh đã thăng chức!

학습 패턴

- chúc mừng ~: ~축하해요
- nhờ ~: ~덕분에
- 주어 + hay + 동사: ~은(는) 자주 ~해요
- 주어 + trở nên + 형용사: ~이(가) ~돼요
- giúp + 대상: ~에게 ~해 줘요

새 단어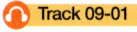

thăng chức 승진하다 | **tin** 믿다 | **chúc mừng** 축하하다 | **tất cả** 모두, 전부 | **nhờ** 덕분에 | **khao** 한턱내다 |
hay 자주 | **xuất hiện** 나타나다 | **chuyện** 일, 사건 | **gọi** 전화걸다 | **thiệt hại** 손해, 손실 | **trở nên** ~이(가) 되다 |
phản hồi 피드백 | **làm phiền** 불편을 끼치다 | **trước hết** 우선, 일단 | **gửi** 보내다 | **số lượng** 수량

회화로 말문트 GO!

회화 1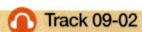

흐엉   Nghe nói anh được thăng chức.

민수   Ừ, anh cũng không thể tin được.

흐엉   Hay quá! ❶Chúc mừng anh đã thăng chức!

민수   Cảm ơn em. Tất cả là ❷nhờ em đã giúp anh.
       Chúng ta đi uống cà phê đi. Anh sẽ khao nhé!

회화 2

민수   Hàng lỗi ❸hay xuất hiện. Có chuyện gì không?

응옥   Tôi sẽ nắm bắt nguyên nhân rồi gọi cho anh ngay.

민수   Vâng, thiệt hại ❹trở nên lớn hơn.
       Chị cho phản hồi sớm nhé.

응옥   Xin lỗi vì đã làm phiền ạ.
       Trước hết, anh gửi danh sách và số lượng của hàng lỗi ❺giúp tôi nhé.

해석 1

흐엉 승진하셨다고 들었어요.

민수 네, 저도 믿기지 않네요.

흐엉 멋지네요! 승진을 축하드려요!

민수 고마워요. 모두 당신이 도와준 덕분이죠.
우리 커피 마시러 가요. 제가 쏠게요!

해석 2

민수 불량품이 자주 보입니다. 무슨 일이 있나요?

응옥 제가 원인을 파악하고 바로 전화 드릴게요.

민수 네, 손실이 커지고 있어요.
빠르게 피드백을 주세요.

응옥 불편을 끼쳐 드려서 죄송해요.
우선, 불량품 목록과 수량을 보내주세요.

041 chúc mừng ~

~축하해요

chúc mừng은 '축하하다'라는 의미를 나타내며, 뒤에는 축하의 대상이나 기념하는 날 등의 내용이 올 수 있습니다.

🎧 Track 09-04

1. **Chúc mừng** năm mới! 　　　　새해를 축하해요!(새해 복 많이 받으세요!)
2. **Chúc mừng** sinh nhật! 　　　　생일을 축하해요!
3. **Chúc mừng** kỷ niệm 10 năm! 　10주년을 축하해요!
4. **Chúc mừng** ngày Phụ Nữ! 　　여성의 날을 축하해요!
5. **Chúc mừng** được hạng nhất! 　1위를 축하해요!

대화로 연습해 보GO

🎧 Track 09-05

A: **Chúc mừng** năm mới em nhé! 　새해 복 많이 받으세요!

B: Cảm ơn anh, em mong rằng mọi sự của anh sẽ đạt được thành công nhé! 　고마워요, 당신의 모든 일이 성공하길 기원해요!

🎧 Track 09-06

⭐ 새 단어

năm mới 새해 | sinh nhật 생일 | kỷ niệm 기념 | ngày Phụ Nữ 여성의 날 | hạng nhất 1위 | mong rằng ~하길 기원하다 | mọi sự 모든 일 | đạt 얻다, 달성하다 | thành công 성공하다

042

nhờ ~
~덕분에

nhờ는 '~덕분에'라는 의미를 나타내며 긍정의 의미를 나타내는 원인이나 이유가 제시됩니다. 뒤에는 명사나 절이 모두 올 수 있습니다.

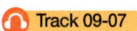 Track 09-07

1. Sản phẩm đó bán chạy **nhờ** quảng cáo. — 그 상품은 광고 덕분에 잘 팔려요.
2. Doanh thu tăng **nhờ** chiến lược thích hợp. — 적합한 전략 덕분에 매출이 증가했어요.
3. Diễn viên đó được yêu thích **nhờ** diễn xuất tốt. — 그 배우는 좋은 연기 덕분에 사랑을 받아요.
4. Công ty được thành công **nhờ** nhiều người đầu tư. — 회사는 많은 사람들의 투자 덕분에 성공했어요.
5. **Nhờ** ý kiến của chị Ngọc nên chúng ta có thể giải quyết nhanh. — 응옥 씨의 의견 덕분에 우리가 빨리 해결할 수 있었어요.

대화로 연습해 보GO

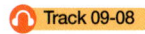 Track 09-08

A: Doanh thu tháng này thế nào? — 이번 달 매출은 어때요?

B: Doanh thu tăng **nhờ** chiến lược thích hợp. — 적합한 전략 덕분에 매출이 증가했어요.

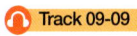 Track 09-09

⭐ 새 단어

bán chạy 잘 팔리는 | **diễn viên** 배우 | **yêu thích** 사랑하다 | **diễn xuất** 연기하다 | **đầu tư** 투자하다

패턴으로 실력다지 GO!

043

주어 + **hay** + 동사
~은(는) 자주 ~해요

hay는 빈도부사로 '자주'라는 의미를 나타내며, 서술어 앞에 위치합니다. 또한, 형용사로 '잘하는, 재미있는'이라는 의미를 나타냅니다.

🎧 Track 09-10

1. Anh ấy **hay** nhảy việc. — 그는 자주 이직해요.
2. Bạn ấy **hay** đến muộn. — 그 친구는 자주 지각해요.
3. Anh ấy **hay** đến sân gôn. — 그는 자주 골프장에 가요.
4. Họ **hay** thảo luận với nhau. — 그들은 자주 토론을 해요.
5. Dạo này, công ty **hay** bị cúp điện. — 요즘 회사가 자주 정전이 돼요.

대화로 연습해 보GO

🎧 Track 09-11

A: Ủa, lại cúp điện nữa hả? — 앗, 또 정전이에요?
B: Dạo này, công ty **hay** bị cúp điện. — 요즘 회사가 자주 정전이 돼요.

🎧 Track 09-12

⭐ **새 단어**

nhảy việc 이직하다 | **đến muộn** 지각하다 | **sân gôn** 골프장 | **thảo luận** 토론하다 | **cúp điện** 정전되다

044

주어 + **trở nên** + 형용사

~이(가) ~돼요

trở nên은 '~이(가) 되다'라는 의미로 서술어 앞에 놓여 어떤 상태나 상황의 양상이 변해감을 나타냅니다. 이와 비슷한 표현으로 '~이(가) 되다'라는 의미를 나타내는 trở thành이 있으며 '주어 + trở thành + 명사'의 형식으로 쓰입니다. 단, trở nên은 뒤에 형용사가, trở thành은 뒤에 명사가 위치한다는 차이점이 있습니다.

🎧 Track 09-13

1. Vấn đề **trở nên** phức tạp. — 문제가 복잡해졌어요.
2. Công ty **trở nên** ổn định hơn. — 회사가 더 안정적이 됐어요.
3. Sản phẩm đó **trở nên** nổi tiếng. — 그 상품은 유명해졌어요.
4. Tình hình **trở nên** nghiêm trọng. — 상황이 심각해졌어요.
5. Cô ấy đã **trở thành** nhân viên xuất sắc. — 그녀는 훌륭한 직원이 됐어요.

대화로 연습해 보GO

🎧 Track 09-14

A: Anh đã xem quảng cáo của A7 chưa?
당신은 A7 광고를 봤나요?

B: Rồi. Quảng cáo hay lắm! Sản phẩm đó **trở nên** nổi tiếng nhờ quảng cáo.
봤어요. 광고가 매우 멋지던데요! 그 상품은 광고 덕분에 유명해졌어요.

🎧 Track 09-15

⭐새 단어

ổn định 안정적인 | **tình hình** 상황 | **nghiêm trọng** 심각한 | **xuất sắc** 훌륭한, 우수한

패턴으로 실력다지 GO!

045

giúp + 대상
~에게 ~해 줘요

giúp이 동사로 쓰일 경우 '돕다'라는 의미를 나타내지만, 동사 뒤에 놓일 경우 '~을(를) (도와서) ~해주다'라는 의미를 나타내며 주로 상대에게 도움을 요청할 때 쓰는 표현입니다.

🎧 Track 09-16

1. Lấy **giúp** tôi tờ giấy.
저에게 종이를 가져다 주세요.

2. Em hướng dẫn **giúp** anh nhé.
당신이 나에게 안내해 주세요.

3. Chị có thể đặt hàng **giúp** tôi được không?
당신이 물품을 주문해 줄 수 있어요?

4. Em ghé vào trạm xăng rồi đổ xăng **giúp** chị nhé.
당신은 주유소에 들려서 기름을 채워 주세요.

5. Em tóm tắt các ý chính rồi gửi **giúp** anh nhé.
당신은 요점을 요약해서 보내주세요.

대화로 연습해 보GO

🎧 Track 09-17

A: Em tóm tắt các ý chính rồi gửi **giúp** anh nhé.
당신은 요점을 요약해서 보내주세요.

B: Vâng, em sẽ gửi qua email cho anh ạ.
네, 제가 이메일로 당신께 보내드릴게요.

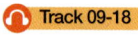

⭐ 〈새 단어〉

trạm xăng 주유소 | **đổ xăng** 기름을 채우다, 주유하다 | **tóm tắt** 요약하다 | **ý chính** 요점, 요지

Bài 10

만오천 개를 주문하면 10% 추가 할인을 해 드릴 수 있어요.
Nếu anh đặt 15 nghìn cái thì có thể được giảm 10% nữa.

학습 패턴

- ~ đây (ạ): 여기 ~이에요
- nếu A thì B: 만약 A하면 B해요
- ~ đã: 일단 ~부터 하고요
- đừng + 동사/형용사: ~하지 마세요
- qua + 명사: ~을(를) 통해서

새 단어　

bảng giá 가격표 | **đặt** 주문하다, 예약하다 | **ít nhất** 최소의 | **nếu A thì B** 만약 A하면 B하다 | **gần như** 거의 | **thỏa thuận** 합의하다 | **về nước** 귀국하다 | **trôi** 지나다, 흐르다 | **tiếc** 아쉬운 | **nhớ** 그리워하다, 기억하다 | **đừng** ~하지 마세요 | **buồn** 슬픈 | **chúc** 기원하다, 바라다

회화로 말문트 GO!

회화 1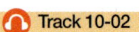

투   Bảng giá ❶đây ạ. Anh định đặt bao nhiêu cái?

민수 Ít nhất là 10 nghìn cái.

투   ❷Nếu anh đặt 15 nghìn cái thì có thể được giảm 10% nữa.

민수 Chúng ta gần như có thể thỏa thuận được rồi.
     Để tôi báo cáo cho sếp ❸đã.

회화 2

흐엉 Nghe nói anh sắp về nước rồi.

민수 Ừ, sắp hết hai năm rồi. Thời gian đã trôi nhanh quá!

흐엉 Tiếc quá! Em sẽ nhớ anh nhiều lắm.

민수 ❹Đừng buồn nhé! Chúng ta có thể liên lạc với nhau ❺qua SNS mà.

흐엉 Vâng ạ, chúc anh thành công!

해석 1

투   여기 가격표입니다. 얼마나 주문할 예정이세요?

민수   최소 만 개요.

투   만약 만오천 개를 주문하면 10%의 추가 할인을 해 드릴 수 있어요.

민수   우리가 거의 합의할 수 있을 것 같네요.
        일단 제가 상사에게 보고부터 할게요.

해석 2

흐엉   곧 귀국할 거라고 들었어요.

민수   네, 2년의 시간이 곧 끝나네요. 시간이 너무 빨리 갔어요!

흐엉   정말 아쉽네요! 많이 그리울 거예요.

민수   슬퍼하지 마세요! 우리는 SNS를 통해 연락할 수 있잖아요.

흐엉   네, 당신의 성공을 기원할게요!

패턴으로 실력다지 GO!

046

~ đây (ạ)
여기 ~이에요

đây는 '여기'라는 의미로 명사 뒤에 위치하여 '여기는 ~입니다, ~이(가) 있습니다'라는 의미를 나타냅니다. 조금 더 예의있게 표현할 때는 뒤에 ạ를 추가하여 말할 수 있습니다.

🎧 Track 10-04

1. Tiền lẻ **đây (ạ)**.   여기 잔돈입니다.
2. Hộ chiếu của tôi **đây (ạ)**.   여기 제 여권입니다.
3. Tài liệu anh cần **đây (ạ)**.   여기 당신이 필요한 자료입니다.
4. Chìa khóa phòng của chị **đây (ạ)**.   여기 당신의 방 열쇠입니다.
5. Danh sách người trúng tuyển lần này **đây (ạ)**.   여기 이번 합격자 리스트입니다.

대화로 연습해 보GO

🎧 Track 10-05

A: Tài liệu anh cần **đây (ạ)**.   여기 당신이 필요한 자료입니다.
B: Cảm ơn anh, tôi sẽ kiểm tra sau.   고마워요, 나중에 확인할게요.

🎧 Track 10-06

⭐ 새 단어

tiền lẻ 잔돈 | **hộ chiếu** 여권 | **chìa khóa phòng** 방 열쇠 | **trúng tuyển** 합격하다

047

nếu A thì B
만약 A하면 B해요

'만약 ~하면'이라는 가정을 나타내는 nếu와 '그러면'이라는 의미를 나타내는 접속사 thì가 함께 쓰여 '만약 A하면 B하다'라는 의미를 나타냅니다.

Track 10-07

1. **Nếu** thanh toán không kịp **thì** anh báo trước nhé.
   만약 결제를 제대로 지키지 못할 것 같으면 미리 알려주세요.

2. **Nếu** có hàng lỗi **thì** anh chị cứ liên lạc với bên công ty.
   만약 불량품이 있다면 회사 쪽에 연락주세요.

3. **Nếu** trả bằng tiền mặt **thì** chị có thể được giảm 15%.
   만약 현금으로 지불하면 15%의 할인을 받을 수 있어요.

4. **Nếu** em không giữ đúng thời gian **thì** sẽ lại bị mắng đó.
   만약 당신이 시간을 지키지 못한다면 또 혼날 거예요.

5. **Nếu** không có vấn đề gì **thì** nó sẽ được sửa trong cuối tuần này.
   만약 별 문제가 없다면 이번 주말 안에 수리될 거예요.

대화로 연습해 보GO

Track 10-08

A: Có cách nào cho bên chúng tôi được giảm giá không ạ?
저희 쪽이 할인을 받을 수 있는 방법이 있나요?

B: **Nếu** trả bằng tiền mặt **thì** chị có thể được giảm 15%.
만약 현금으로 지불하면 15%의 할인을 받을 수 있어요.

Track 10-09

⭐ 새 단어

thanh toán 결제하다, 계산하다 | **kịp** 시간안에 닿다 | **báo** 알리다 | **trả** 지불하다 | **bằng** ~(으)로 | **tiền mặt** 현금 | **giữ đúng** (제때) 지키다 | **bị mắng** 혼나다

패턴으로 실력다지 GO!

~ đã
일단 ~부터 하고요

đã는 '과거' 또는 '완료'의 의미를 나타내는 시제 표현이지만, 문장 끝에 위치할 경우 앞에 나온 내용을 하기 위해 어떤 동작이나 행동을 먼저 선행한다는 의미로 쓰입니다.

🎧 Track 10-10

1. Để tôi kiểm tra **đã**. — 일단 제가 확인부터 하고요.
2. Để tôi tìm kiếm **đã**. — 일단 제가 검색부터 하고요.
3. Chúng ta họp xong **đã**. — 일단 우리 회의부터 끝내고요.
4. Em làm việc này xong **đã**. — 일단 제가 이 일부터 끝내고요.
5. Tôi xem bảng thống kê trước **đã**. — 일단 제가 통계표부터 보고요.

대화로 연습해 보GO
🎧 Track 10-11

A: Chị có danh mục hàng xuất khẩu không? — 당신은 수출 품목 리스트가 있나요?
B: Để tôi kiểm tra **đã**. — 일단 제가 확인부터 하고요.

🎧 Track 10-12

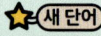 새 단어

tìm kiếm 검색하다 | **bảng thống kê** 통계표 | **danh mục** 리스트, 목록 | **hàng xuất khẩu** 수출 품목

049

đừng + 동사/형용사
~하지 마세요

đừng은 금지의 표현으로 '~하지 마세요'라는 의미를 나타냅니다. 일반적으로 뒤에 동사나 형용사가 오며 주어는 đừng 앞에 나타냅니다.

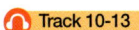
Track 10-13

1. **Đừng** gấp. — 서두르지 마세요.
2. **Đừng** lo lắng. — 걱정하지 마세요.
3. **Đừng** để ý đến vấn đề đó. — 그 문제를 마음에 담아 두지 마세요.
4. **Đừng** làm đại khái như thế. — 그렇게 대충하지 마세요.
5. Anh **đừng** quên tắt đèn khi đi về nhé. — 당신은 갈 때 불 끄는 것을 잊지 마세요.

대화로 연습해 보GO

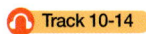
Track 10-14

A: Chúng ta kết thúc càng sớm càng tốt nhé.
우리는 빨리 끝낼수록 좋아요.

B: **Đừng** gấp. Chúng ta phải làm thật cẩn thận.
서두르지 마세요. 우리는 꼼꼼히 해야 해요.

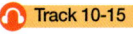
Track 10-15

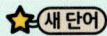 새 단어

lo lắng 걱정하다 | **để ý đến ~** ~을 마음에 담다, ~에 대해 신경쓰다 | **đại khái** 대충, 대강 | **tắt đèn** 불을 끄다

Bài 10　93

패턴으로 실력다지 GO!

050

qua + 명사
~을(를) 통해서

qua는 동사로 '통과하다, 가로지르다'라는 의미를 나타내지만 뒤에 명사가 올 경우 '~을(를) 통해서'라는 의미로 쓰이며 어떤 일에 대한 방식 또는 그 경로를 표현합니다.

🎧 Track 10-16

1. Tôi quen anh ấy **qua** bạn của tôi. — 저는 제 친구를 통해서 그를 알게 됐어요.
2. Tôi đã nhận được tin **qua** chị Linh. — 저는 링 씨를 통해서 소식을 받았어요.
3. Tôi được phỏng vấn **qua** điện thoại. — 저는 전화로 인터뷰를 받았습니다.
4. Chúng tôi sẽ gửi mã giảm giá **qua** tin nhắn. — 저희가 할인 쿠폰을 문자로 보내 드릴게요.
5. Chúng tôi sẽ thông báo kết quả **qua** email. — 저희가 이메일로 결과를 통보해 드리겠습니다.

대화로 연습해 보GO

🎧 Track 10-17

A: Chị và anh ấy quen nhau thế nào? — 당신과 그는 어떻게 알게 됐어요?
B: Tôi quen anh ấy **qua** bạn của tôi. — 저는 제 친구를 통해 그를 알게 됐어요.

🎧 Track 10-18

⭐ **새 단어**

quen 알다 | **phỏng vấn** 인터뷰하다 | **điện thoại** 전화 | **mã giảm giá** 할인 쿠폰 | **thông báo** 통보하다, 공지하다

복습해보 GO!

한국어를 참고하여 빈칸에 들어갈 베트남어를 쓰고 말해 보세요.   정답 266~267쪽   안다 / 모른다

1 Cuộc họp _____ bắt đầu _____ ? ☐ ☐
회의가 곧 시작하죠?

2 Cái này có thể bảo quản _____ ? ☐ ☐
이것은 얼마나 오랫동안 보관할 수 있나요?

3 _____ anh suy nghĩ thêm nhé? ☐ ☐
아니면 당신은 조금 더 생각해 보는 게 어때요?

4 Trong nhà máy _____ máy? ☐ ☐
공장에 기계가 얼마나 있나요?

5 Vấn đề này _____ nghĩ _____ khó. ☐ ☐
이 문제는 생각할수록 어렵네요.

6 _____ công việc bận rộn _____ mệt lắm. ☐ ☐
업무가 바빠서 매우 피곤해요.

7 Có tin tức gì thì _____ tôi nhé. ☐ ☐
무슨 소식이 있으면 저에게 연락해 주세요.

8 Đây là giá rẻ _____ . ☐ ☐
이것이 가장 저렴한 가격이에요.

06~10과 복습 95

복습해보 GO!

안다 / 모른다

9 Đây là sơ yếu lý lịch ▓▓▓▓ em ạ.

이것은 저의 이력서입니다.

10 Lương ở đây cao ▓▓▓▓ công ty B.

이곳의 월급이 B 회사보다 더 높아요.

11 ▓▓▓▓ kỷ niệm 10 năm!

10주년을 축하해요!

12 Anh ấy ▓▓▓▓ nhảy việc.

그는 자주 이직해요.

13 Lấy ▓▓▓▓ tôi tờ giấy.

저에게 종이를 가져다 주세요.

14 Hộ chiếu của tôi ▓▓▓▓.

여기 제 여권입니다.

15 Tôi xem bảng thống kê trước ▓▓▓▓.

일단 제가 통계표부터 보고요.

16 ▓▓▓▓ làm đại khái như thế.

그렇게 대충하지 마세요.

Bài 11

제가 한국에서 당신을 안내할 수 있어 정말 영광입니다.
Tôi rất vinh dự khi có thể hướng dẫn chị ở Hàn Quốc.

 학습 패턴

- có thể + 동사 (+ được): ~할 수 있어요, ~가능해요
- 동사 + luôn: 바로 ~해요, 즉시 ~해요
- đã ~ rồi: 이미 ~했어요
- hợp với ~: ~와(과) 어울려요, ~에(게) 맞아요
- A sau đó B: A하고 그다음에 B해요

 새 단어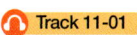

vừa qua 지난 | **đón** 마중하다 | **có gì đâu** 별말씀을요 | **vinh dự** 영광의 | **khi + 동사** ~할 때 | **đổi tiền** 환전하다 | **동사 + luôn** 바로 ~하다 | **đã ~ rồi** 이미 ~했다 | **nào** 자![화제 전환을 나타내는 감탄사] | **chứ** (당연히) ~하죠 | **thức ăn trên máy bay** 기내식 | **hợp** 적합한, 알맞은 | **khẩu vị** 입맛 | **sau đó** 그다음에 | **khách sạn** 호텔 | **nhận phòng** (방을) 체크인하다

회화

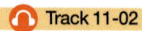

민수 Chị Hoa à? Tôi là Kim Min Soo, người đã liên lạc với chị trong hai tháng vừa qua.

호아 Tôi rất cảm ơn anh đã đến sân bay đón tôi.

민수 Có gì đâu. Tôi rất vinh dự khi ❶có thể hướng dẫn chị ở Hàn Quốc.
À, chị đã đổi tiền chưa?
Nếu chưa đổi thì chị có thể đổi ❷luôn ở đây.

호아 Tôi ❸đã đổi ở Việt Nam rồi. Nào! Bây giờ chúng ta đi đâu ạ?

민수 Chị có đói không?

호아 Có chứ. Vì thức ăn trên máy bay không ❹hợp với khẩu vị tôi.

민수 Thế thì tôi sẽ mời chị đi nhà hàng Hàn Quốc, ❺sau đó đến khách sạn để nhận phòng nhé.

해석

민수	호아 씨이세요? 저는 지난 두 달 동안 당신과 연락했었던 김민수라고 해요.
호아	저를 위해 공항에 마중 나와 주셔서 정말 감사해요.
민수	별말씀을요. 제가 한국에서 당신을 안내할 수 있어 정말 영광입니다. 아, 당신은 환전을 하셨나요? 만약 아직 환전하지 않으셨다면 여기서 바로 바꿀 수 있어요.
호아	저는 베트남에서 이미 바꿨어요. 자! 우리 이제 어디로 가죠?
민수	배고프신가요?
호아	당연하죠. 기내식이 제 입맛에 맞지 않아서요.
민수	그러면 제가 한국 식당으로 모실게요, 그다음에 호텔에 체크인하러 가시죠.

051

có thể + 동사 (+ được)
~할 수 있어요, ~가능해요

có thể와 được은 '~할 수 있다, 가능하다'라는 의미로 어떤 일에 대한 가능성을 나타낼 때 쓰는 표현입니다. 주의해야 할 점은 có thể는 동사 앞에 사용해야 하고, được은 동사 뒤에 사용해야 한다는 것입니다. 이 둘은 다양한 형태로 나타낼 수 있는데, 'có thể + 동사', '동사 + được', 'có thể + 동사 + được'으로 표현할 수 있습니다.

🎧 Track 11-03

1. Vấn đề nghiêm trọng **có thể** xảy ra. — 심각한 문제가 생길 수도 있어요.
2. Chiều mai, chủ tịch **có thể** đến công ty. — 내일 오후에 회장님이 회사에 오실 수도 있어요.
3. Chúng ta **có thể** kết thúc trong 1 tiếng không? — 우리가 1시간 안에 끝낼 수 있을까요?
4. Khi nào tôi **có thể** chuyển vào **được**? — 언제 제가 입주할 수 있을까요?
5. Theo tôi, làm như vậy thì chúng ta **có thể** thành công **được**. — 제 생각에 이렇게 하면 우리는 성공할 수 있을 것 같아요.

대화로 연습해 보GO

🎧 Track 11-04

A: Khi nào tôi **có thể** chuyển vào **được**? — 언제 제가 입주할 수 있을까요?
B: Tháng sau ạ. — 다음 달에요.

🎧 Track 11-05

⭐ **새 단어**

xảy ra 발생하다, 일어나다 | **chủ tịch** 회장 | **chuyển vào** 입주하다 | **như vậy** 이렇게, 이처럼

052

동사 + luôn
바로 ~해요, 즉시 ~해요

luôn은 부사로 동사 뒤에 쓰여 '바로 ~하다, 즉시 ~하다'라는 의미를 나타냅니다. 한편, luôn이 동사 앞에 쓰이면 빈도부사로 '항상 ~하다'라는 의미를 나타내므로 위치에 따른 쓰임을 주의하도록 합니다.

🎧 Track 11-06

1. Tôi điền **luôn** được không?   바로 쓰면 될까요?
2. Bây giờ, chúng ta dọn **luôn** nhé.   지금 우리가 바로 치우죠.
3. Chúng ta kết thúc **luôn** ở đây nhé.   우리 여기서 바로 끝내죠.
4. Làm việc bên ngoài rồi em về nhà **luôn** nhé.   외근 후에 바로 집에 가세요.
5. Sau khi tan làm, tôi phải về **luôn**.   퇴근 후에 저는 바로 가야 해요.

대화로 연습해 보GO

🎧 Track 11-07

A: Tối nay chúng ta đi uống bia đi!   오늘 저녁에 우리 맥주 마시러 가요!

B: Xin lỗi, sau khi tan làm, tôi phải về **luôn**.   죄송해요, 퇴근 후에 저는 바로 가야 해요.

🎧 Track 11-08

⭐ 새 단어

điền 쓰다, 기입하다 | **dọn** 치우다, 정돈하다 | **bên ngoài** 외부 | **sau khi + 동사** ~한 후에

Bài 11 101

053 đã ~ rồi
이미 ~했어요

과거를 나타내는 시제 đã와 완료의 의미를 나타내는 부사 rồi가 함께 쓰여 '이미 ~한, 이미 ~인'이라는 의미를 나타냅니다. 어떤 행위나 상태가 완료되었음을 나타내는 표현으로 경우에 따라서 đã를 생략하기도 합니다.

🎧 Track 11-09

1. Lúc đó, tôi **đã** cho xem **rồi**. — 그때, 제가 이미 보여드렸어요.
2. Chúng tôi **đã** sẵn sàng hết **rồi** ạ. — 저희는 이미 다 준비되었습니다.
3. Tôi **đã** làm được khoảng một nửa **rồi**. — 저는 이미 절반 정도 했습니다.
4. Hầu hết mọi người **đã** có kinh nghiệm **rồi**. — 대부분의 사람들이 이미 경험했어요.
5. Tôi **đã** đăng hình ảnh lên web công ty **rồi**. — 저는 회사 홈페이지에 이미 사진을 업로드했어요.

대화로 연습해 보GO
🎧 Track 11-10

A: Em làm đến đâu rồi? — 당신은 어디까지 했나요?

B: Dạ, em **đã** làm được khoảng một nửa **rồi**. — 네, 저는 이미 절반 정도 했습니다.

🎧 Track 11-11

⭐ 새 단어

lúc đó 그때 | **cho xem** 보여주다 | **sẵn sàng** 준비된 | **hầu hết** 거의, 모두 | **kinh nghiệm** 경험 | **đăng A lên B** B에 A를 업로드하다 | **hình ảnh** 사진

hợp với ~

~와(과) 어울려요, ~에(게) 맞아요

hợp은 형용사로 '어울리다, 맞다, 적합하다'라는 의미로, '~와(과)'라는 의미를 나타내는 với와 함께 쓰여 '~와(과) 어울리다, ~에(게) 맞다'라는 의미를 나타냅니다.

🎧 Track 11-12

1. Cô ấy là người **hợp với** vị trí lãnh đạo.
   그녀는 리더의 위치에 어울리는 사람이에요.

2. Tôi thấy kiểu tóc này không **hợp với** tôi.
   제가 생각하기에 이 헤어스타일이 저와 어울리지 않아요.

3. Công việc thông dịch không **hợp với** chị ấy.
   통역하는 일은 그녀와 맞지 않아요.

4. Áo này của tôi có **hợp với** bầu không khí ở đấy không?
   저의 이 옷이 거기 분위기와 어울릴까요?

5. Chiến lược quảng cáo lần này rất **hợp với** thị hiếu của khách hàng.
   이번 홍보 전략은 고객의 기호에 정말 잘 맞아요.

대화로 연습해 보GO

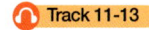

A: Dạo này doanh thu đang tăng rất nhiều.
요즘 매출이 많이 증가하고 있어요.

B: Vì chiến lược quảng cáo lần này rất **hợp với** thị hiếu của khách hàng đấy.
이번 홍보 전략은 고객의 기호에 정말 잘 맞기 때문이에요.

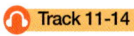

⭐ 새 단어

lãnh đạo 지도하다 | **kiểu tóc** 헤어스타일 | **thông dịch** 통역하다 | **bầu không khí** 분위기 | **thị hiếu** 기호, 취미

패턴으로 실력다지 GO!

055

A **sau đó** B
A하고 그다음에 B해요

sau đó는 '그다음에'라는 의미를 나타내며 'A sau đó B' 형태로 쓰여 'A 동작을 먼저 진행하고, 그다음에 B 동작을 한다'라는 의미를 나타냅니다. 어떠한 일의 순서를 말할 때 쓰는 표현입니다.

🎧 Track 11-15

1. Chị kiểm tra lại, **sau đó** báo cho tôi.
   당신은 다시 확인한 다음에 저에게 알려주세요.

2. Tôi cho xuất hàng, **sau đó** sẽ về công ty luôn.
   제가 상품을 출하시킨 다음에 회사로 바로 갈게요.

3. Em viết báo cáo, **sau đó** nộp cho giám đốc nhé.
   당신은 보고서를 쓴 다음에 사장님께 제출해 주세요.

4. Tôi muốn kiếm được nhiều tiền, **sau đó** sẽ đi du lịch thế giới.
   저는 돈을 많이 번 다음에 세계 여행을 가고 싶어요.

5. Chúng tôi quyết định xuất phát riêng, **sau đó** gặp ở điểm hẹn.
   저희는 따로 출발하기로 했고, 그다음에 약속 장소에서 만날 거예요.

대화로 연습해 보GO

🎧 Track 11-16

A: Khi nào anh về công ty?
언제 당신은 회사에 돌아오나요?

B: Tôi cho xuất hàng, **sau đó** sẽ về công ty luôn.
제가 상품을 출하시킨 다음에 회사로 바로 갈게요.

🎧 Track 11-17

⭐ 새 단어

kiếm (돈을) 벌다 | **thế giới** 세계 | **quyết định** 결정하다 | **điểm hẹn** 약속 장소

Bài 12

제가 호텔에 들러 당신을 위해 가져다 드릴게요.
Để tôi ghé khách sạn rồi lấy cho chị.

학습 패턴

- cũng + 동사/형용사: 역시 ~해요, ~도 ~해요
- 동사 + mất rồi: ~해 버렸어요
- A rồi B: A하고 나서 B해요
- 주어 + nên + 동사: ~은(는) ~하는 게 좋겠어요
- 동사 + với nhau: 서로 함께 ~해요

새 단어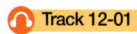

chuyến thăm 방문 | **lợi ích** 이익 | **cả** 모두 | **hai bên** 양쪽 | **trời ơi** 맙소사, 어머나 | **để quên** 두고 오다, 두고 가다 | **sổ tay** 수첩 | **lo** 걱정하다 | **ghé** 잠시 들르다 | **đường hàng không** 항공로 | **may mắn** 다행히, 행운의 | **đồng nghiệp** 동료 | **nên** + 동사 ~하는 게 좋다

회화로 말문트 GO!

회화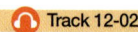

호아 Tôi cảm ơn anh đã giúp tôi.
Đây đã là một chuyến thăm có lợi ích cho cả hai bên.

민수 Tôi ❶cũng rất vui vì chúng ta có thể thỏa thuận tất cả.

호아 Sắp đến giờ rồi.
Trời ơi! Tôi quên ❷mất rồi.

민수 Có chuyện gì ạ?

호아 Tôi để quên sổ tay trong phòng khách sạn rồi.

민수 Chị đừng lo. Để tôi ghé khách sạn ❸rồi lấy cho chị.
Tôi sẽ gửi bằng đường hàng không trong hôm nay được không?

호아 Như thế thì tốt quá! Tôi rất may mắn vì có đồng nghiệp như anh.

민수 Không có gì đâu. Chị ❹nên đi nhanh đi.

호아 Cảm ơn anh rất nhiều.
Như chúng ta hẹn ❺với nhau, tôi sẽ liên lạc cho anh.

민수 Vâng, chị đi cẩn thận nhé.

해석

호아 도와주셔서 감사합니다.
이번 방문은 양사에 모두 실익이 있는 방문이였습니다.

민수 저 역시 우리가 모두 합의할 수 있어 정말 기쁩니다.

호아 거의 시간이 다 된 것 같아요.
맙소사! 제가 잊은 게 있네요.

민수 무슨 일이에요?

호아 호텔 방에 수첩을 두고 왔어요.

민수 걱정마세요. 제가 호텔에 들러 당신을 위해 가져다 드릴게요.
제가 오늘 안에 항공 우편으로 보내드려도 되겠죠?

호아 그렇게 하면 정말 좋죠! 당신 같은 동료가 있어 정말 행운이에요.

민수 별말씀을요. 빨리 가시는 게 좋겠어요.

호아 정말 감사해요.
우리가 약속했던 것처럼 당신에게 연락 드릴게요.

민수 네, 조심히 가세요.

패턴으로 실력다지 GO!

056 cũng + 동사/형용사
역시 ~해요, ~도 ~해요

cũng은 '역시, 또한'이라는 의미로 동사나 형용사 앞에 놓여 '역시 ~하다, ~도 ~하다'라는 의미를 나타냅니다.

🎧 Track 12-03

1. Ngày mai **cũng** sẽ bận với việc tiếp đãi khách.
   내일도 역시 손님 접대로 바쁠 거예요.

2. Cách tiếp thị **cũng** phải thay đổi theo thị trường.
   마케팅 방식도 시장에 따라 변화해야 해요.

3. Công ty chúng ta **cũng** cần cải thiện môi trường làm việc.
   우리 회사도 근로 환경 개선이 필요해요.

4. Hàng mới **cũng** đã được bao gồm trong danh sách kiểm tra.
   신상품도 역시 검수 리스트에 포함됐어요.

5. Ai **cũng** đồng ý với ý kiến của chị Tuyền.
   누구든 뚜이엔 씨의 의견에 동의해요.

대화로 연습해 보GO
🎧 Track 12-04

A: Hôm nay tôi bận túi bụi.
오늘 정말 정신이 없네요.

B: Ngày mai **cũng** sẽ bận với việc tiếp đãi khách.
내일도 역시 손님 접대로 바쁠 거예요.

🎧 Track 12-05

⭐ **새 단어**

tiếp đãi 접대하다 | **khách** 손님 | **thay đổi** 변화하다, 바꾸다 | **cải thiện** 개선하다 | **môi trường** 환경 | **bao gồm** 포함하다 | **bận túi bụi** 정신없이 바쁜

057

동사 + **mất rồi**

~해 버렸어요

mất은 동사로 '잃다'라는 의미를 나타내지만 rồi와 결합하여 동사 뒤에 위치할 경우, 그 의미가 확장되어 '어떤 동작을 해 버렸다'라는 의미로 쓰입니다. 이때에는 본래 있었던 상태나 상황이 없어져 버렸음을 의미하며 아쉬움이나 당황함을 나타내는 뉘앙스가 있습니다.

 Track 12-06

1. Món ăn bị nguội **mất rồi**. 음식이 식어 버렸어요.
2. Tôi lỡ tay xóa tập tin đó **mất rồi**. 저는 실수로 그 파일을 삭제해 버렸어요.
3. Em làm vỡ cái cốc của chị **mất rồi**. 저는 당신의 컵을 깨 버렸어요.
4. Xin lỗi, hôm nay tôi có hẹn khác **mất rồi**. 죄송해요, 오늘 제가 다른 약속을 잡아 버렸어요.
5. Em để quên tai nghe ở văn phòng **mất rồi**. 제가 사무실에 이어폰을 두고 와 버렸어요.

대화로 연습해 보GO

Track 12-07

A: Hôm nay chị có thời gian không? 오늘 당신은 시간이 있나요?

B: Xin lỗi, hôm nay tôi có hẹn khác **mất rồi**. 죄송해요, 오늘 제가 다른 약속을 잡아 버렸어요.

 Track 12-08

⭐ 새 단어

bị nguội (음식이) 식다 | **lỡ tay** 실수로 ~하다 | **xóa** 삭제하다 | **tập tin** 파일 | **làm vỡ** 깨다 | **tai nghe** 이어폰

Bài 12 109

A rồi B
A하고 나서 B해요

rồi는 부사로 '이미 ~했다'라는 의미이지만 접속사로 쓰일 경우 '그리고 나서'라는 의미로 어떤 행위나 상황이 이어지는 전후 관계를 나타낼 때 사용됩니다. 참고로 'A하고 그다음에 B해요'라는 의미인 'A sau đó B'와는 약간의 차이가 있습니다. sau đó는 단순히 시간의 순서를 표현하지만 rồi는 상황의 전후 관계를 조금 더 강조하는 뉘앙스가 있습니다.

Track 12-09

1. Tôi gửi email **rồi** nhắn tin cho chị.
   제가 이메일을 보내고 나서 당신에게 문자 메시지를 보낼게요.

2. Em điều tra **rồi** báo cáo ngắn gọn nhé.
   당신은 조사를 하고 나서 간략하게 보고해 주세요.

3. Sản phẩm đó đã tung ra **rồi** bán chạy lắm.
   그 상품은 출시되고 나서 매우 잘 팔려요.

4. Chúng ta họp xong **rồi** đi uống cà phê nhé.
   우리 회의 끝내고 나서 커피 마시러 가요.

5. Đợi bài thuyết trình xong **rồi** mọi người hỏi tự nhiên nhé.
   발표가 끝나고 나서 자유롭게 질문해 주세요.

대화로 연습해 보GO

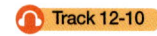

A: Anh đã gửi email cho tôi chưa?
저에게 이메일을 보내주셨나요?

B: Xin lỗi, sáng nay tôi bận quá! Chiều nay, tôi gửi email **rồi** nhắn tin cho chị.
죄송해요, 오늘 아침에 제가 너무 바빴네요! 오늘 오후에 이메일을 보내고 나서 당신에게 문자 메시지를 보낼게요.

Track 12-11

⭐ **새 단어**

nhắn tin 문자 메시지를 보내다 | **ngắn gọn** 간략한 | **bài thuyết trình** 발표 | **tự nhiên** 자유롭게, 부담없이

059

주어 + nên + 동사

~은(는) ~하는 게 좋겠어요

nên은 동사 앞에 놓여, '~하는 게 좋겠다'라는 의미를 나타냅니다. 가벼운 의무를 나타내거나, 상대에게 무언가를 제안할 때 사용할 수 있습니다.

🎧 Track 12-12

1. Tôi **nên** làm thế nào đây?
제가 어떻게 하는 게 좋을까요?

2. Chúng ta **nên** trao đổi ý kiến.
우리는 의견을 교환하는 게 좋겠어요.

3. Hai bộ phận **nên** phối hợp chặt chẽ với nhau.
두 부서가 긴밀히 협조하는 게 좋겠어요.

4. Chúng ta **nên** tăng cường nhân lực chuyên môn.
우리는 전문 인력을 확충하는 게 좋겠어요.

5. Chúng ta **nên** lập chiến lược mới cho tầng lớp trẻ.
우리는 젊은층을 위한 새로운 전략을 세우는 게 좋겠어요.

대화로 연습해 보GO

🎧 Track 12-13

A: Dạo này giới trẻ thường mua sắm qua SNS.
요즘 젊은 사람들은 SNS를 통해 쇼핑을 해요.

B: Đúng đấy. Chúng ta **nên** lập chiến lược mới cho tầng lớp trẻ.
맞아요. 우리는 젊은층을 위한 새로운 전략을 세우는 게 좋겠어요.

🎧 Track 12-14

⭐ 새 단어

trao đổi 교환하다 | **bộ phận** 부서 | **phối hợp** 협조하다 | **chặt chẽ** 긴밀한 | **tăng cường** 확충하다, 강화하다 | **nhân lực** 인력 | **chuyên môn** 전문 | **tầng lớp trẻ, giới trẻ** 젊은층, 젊은 사람

패턴으로 실력다지 GO!

090

동사 + với nhau
서로 함께 ~해요

'~와(과) 함께'라는 의미인 với와 '서로'라는 의미인 nhau가 함께 쓰여 '서로 함께 ~해요'라는 의미를 나타내며 어떠한 행위를 두 주체 이상이 함께 할 때 쓰는 표현입니다.

🎧 Track 12-15

1. Tôi và chị ấy rất ăn ý **với nhau**. — 저와 그녀는 서로 호흡이 정말 잘 맞아요.
2. Hai công ty đã hợp tác **với nhau**. — 두 회사는 서로 협업했어요.
3. Đây là hai việc liên quan **với nhau**. — 이것은 서로 연관된 일이에요.
4. Chúng ta hãy giữ liên lạc **với nhau** nhé. — 우리 서로 연락해요.
5. Bạn bè thì nên đối xử thành thật **với nhau**. — 친구면 서로 솔직하게 대해야 해요.

대화로 연습해 보GO

🎧 Track 12-16

A: Tôi sắp về nước rồi. — 저는 곧 귀국할 거예요.
B: Chúng ta hãy giữ liên lạc **với nhau** nhé. — 우리 서로 연락해요.

⭐ 새 단어

ăn ý 마음이 맞다, 한마음으로 일치하다 | **liên quan** 연관된, 관계된 | **giữ** 유지하다, 지속하다 | **đối xử** 대하다 | **thành thật** 솔직한, 성실한

Bài 13

당신의 여권을 보여주세요.
Cho tôi xem hộ chiếu của anh.

학습 패턴

- cho + 대상 + 동사: ~(으)로 하여금 ~하도록 해주세요
- cần + 동사: ~할 필요가 있어요
- có + 명사 + nào ~ không?: 어느 ~이(가) 있어요?, 어떤 ~이(가) 있어요?
- 동사 + nữa: 더 ~해요
- chỉ ~ thôi: 오직 ~일 뿐이에요, 단지 ~일 뿐이에요

새 단어

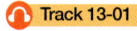

mục đích 목적 | **xử lý** 처리하다 | **tại** ~에서 | **kinh doanh** 사업하다, 경영하다 | **lĩnh vực** 분야 | **xuất nhập khẩu** 수출입 | **chủ yếu** 주로 | **điện tử** 전자 | **khai báo** 신고하다 | **chuyến đi** 가는편, 여정, 여행

회화

출입국 사무소 직원	❶Cho tôi xem hộ chiếu của anh.
민수	Dạ, hộ chiếu đây ạ.
출입국 사무소 직원	Mục đích anh đến Việt Nam là gì?
민수	Tôi có mấy việc ❷cần xử lý tại thành phố Hồ Chí Minh.
출입국 사무소 직원	Anh kinh doanh trong lĩnh vực nào?
민수	Xuất nhập khẩu ạ. Chủ yếu là hàng điện tử.
출입국 사무소 직원	Anh ❸có đồ nào cần khai báo nữa không?
민수	Dạ, không còn ❹nữa. Tôi ở Việt Nam ❺chỉ ba ngày thôi.
출입국 사무소 직원	Xong rồi. Chúc anh có một chuyến đi vui vẻ.
민수	Cảm ơn chị. Chào chị nhé.

해석

출입국 사무소 직원 당신의 여권을 보여주세요.

민수 네, 여기 여권이요.

출입국 사무소 직원 베트남에 온 목적은 무엇인가요?

민수 호찌민시에서 몇 가지 처리해야 할 일이 있어서요.

출입국 사무소 직원 어떤 분야에서 사업을 하시죠?

민수 수출입이요. 주로 전자 제품입니다.

출입국 사무소 직원 세관에 더 신고할 물건이 있나요?

민수 네, 더 이상 없어요. 저는 베트남에 3일만 있을 겁니다.

출입국 사무소 직원 끝났습니다. 좋은 시간 보내길 바라요.

민수 감사합니다. 안녕히 계세요.

패턴으로 실력다지 GO!

061

cho + 대상 + 동사
~(으)로 하여금 ~하도록 해주세요

동사 cho의 기본적인 의미는 '주다'이지만 'cho + 대상 + 동사'의 형식으로 쓰일 경우 '(으)로 하여금 ~하도록 하다, ~에게 ~하도록 하다'라는 의미인 사역동사로 쓰입니다. 대상 자리에 1인칭을 쓸 경우 조금 더 공손한 뉘앙스를 줄 수 있습니다.

🎧 Track 13-03

1. Tôi sẽ **cho** mọi người xem. — 제가 여러분 모두에게 보여드리도록 하겠습니다.
2. **Cho** tôi gửi lời xin lỗi. — 제가 사과의 말씀을 드리겠습니다.
3. **Cho** tôi đặt hai thùng giấy A4. — 제가 A4용지 두 박스를 주문하겠습니다.
4. **Cho** tôi biết địa chỉ của chi nhánh Hà Nội. — 저에게 하노이 지사의 주소를 알려주세요.
5. **Cho** tôi thuê khoảng hai tháng được không? — 제가 두 달 정도 임대할 수 있나요?

대화로 연습해 보GO

🎧 Track 13-04

A: Công ty chúng tôi có hai chi nhánh. Hà Nội và thành phố Hồ Chí Minh. — 저희 회사는 두 개의 지사가 있습니다. 하노이와 호찌민시이죠.

B: Cho tôi biết địa chỉ của chi nhánh Hà Nội nhé. — 저에게 하노이 지사의 주소를 알려주세요.

🎧 Track 13-05

⭐ 새 단어
lời 말, 말씀 | **thùng** 박스, 통 | **địa chỉ** 주소 | **thuê** 임대하다

062

cần + 동사
~할 필요가 있어요

cần은 '필요하다'라는 의미로 뒤에 동사가 위치할 경우 '~할 필요가 있다'라는 의미를 나타내는 조동사의 역할을 합니다.

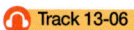 Track 13-06

1. Tôi **cần** sạc pin. — 저는 배터리를 충전할 필요가 있어요.
2. Em **cần** kiểm tra số lượng. — 당신은 수량을 체크할 필요가 있어요.
3. Chúng tôi **cần** trang trí văn phòng. — 저희는 사무실을 인테리어할 필요가 있어요.
4. Em **cần** phân tích số liệu chi tiết hơn. — 당신은 데이터를 더 자세히 분석할 필요가 있어요.
5. Chúng ta **cần** suy nghĩ lại về vấn đề đó. — 우리는 그 문제에 대해 다시 생각할 필요가 있어요.

대화로 연습해 보GO

 Track 13-07

A: Anh đã kiểm tra báo cáo của em chưa? — 제 보고서를 확인해 보셨나요?

B: Rồi, em **cần** phân tích số liệu chi tiết hơn. — 봤어요, 당신은 데이터를 더 자세히 분석할 필요가 있어요.

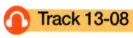 Track 13-08

⭐ 새 단어

sạc pin 배터리를 충전하다 | **trang trí** 인테리어하다, 꾸미다 | **phân tích** 분석하다 | **chi tiết** 자세한, 상세한

063

có + 명사 + nào ~ không?
어느 ~이(가) 있어요?, 어떤 ~이(가) 있어요?

소유를 물어보는 '주어 + có + 명사 + không?' 표현에서 명사 뒤에 nào를 추가하여 나타낸 형식으로 '어느, 어떤 ~이(가) 있어요?'라는 의미를 나타냅니다. 단순히 명사의 소유 여부를 물어보는 표현이 '주어 + có + 명사 + không?'이라면, '주어 + có + 명사 + nào ~ không?'은 특정 명사를 강조하는 뉘앙스가 있습니다.

🎧 Track 13-09

1. **Anh có lời nào muốn nói không?** — 당신은 하고 싶은 (어느) 말이 있어요?
2. **Chị có tài liệu nào cần in không?** — 당신은 프린트를 해야 할 (어느) 자료가 있어요?
3. **Chị có đồ nào muốn mua không?** — 당신은 사고 싶은 (어느) 물건이 있어요?
4. **Có phòng nào có cửa sổ to hơn không?** — 창문이 더 큰 (어느) 방이 있어요?
5. **Anh có hàng nào mà giá cả hợp lý hơn không?** — 당신은 가격이 더 합리적인 (어느) 상품이 있어요?

대화로 연습해 보GO

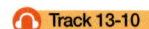
🎧 Track 13-10

A: **Anh có hàng nào mà giá cả hợp lý hơn không?** — 당신은 가격이 더 합리적인 (어느) 상품이 있어요?

B: Có ạ. Chị chờ tôi một chút. — 있어요. 조금만 기다려 주세요.

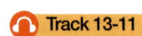
🎧 Track 13-11

⭐ **새 단어**

in 프린트하다 | **cửa sổ** 창문 | **hợp lý** 합리적인 | **chờ** 기다리다

064

동사 + nữa

더 ~해요

nữa는 부사로 '더'라는 의미를 나타냅니다. 일반적으로 동사 뒤에 놓여 '더 ~하다'라는 의미를 나타내며 nữa 앞에 부정부사 không이 제시될 경우 'không + 동사 + nữa'의 형태로 쓰여 '더이상 ~하지 않다'라는 의미를 나타냅니다.

🎧 Track 13-12

1. Có ai cần khăn ướt **nữa** không? — 누구 물티슈가 더 필요한 사람 있나요?
2. Chị có dùng bút xóa kéo **nữa** không? — 당신은 수정테이프를 더 사용하실 건가요?
3. Anh đi thêm một chút **nữa** rồi rẽ phải nhé. — 당신은 조금 더 가서 우회전 하세요.
4. Tôi **không** làm việc ở đó **nữa**. — 저는 더 이상 그곳에서 일하지 않아요.
5. Chị ấy **không** mua ở cửa hàng đó **nữa**. — 그녀는 더 이상 그 가게에서 물건을 사지 않아요.

대화로 연습해 보GO

🎧 Track 13-13

A: Chị còn làm ở công ty ABC không? — 당신은 여전히 ABC 회사에서 일하나요?

B: Không, tôi **không** làm việc ở đó **nữa**. — 아니요, 저는 더 이상 그곳에서 일하지 않아요.

🎧 Track 13-14

⭐ 새 단어

khăn ướt 물티슈 | **bút xóa kéo** 수정테이프 | **rẽ phải** 우회전하다 | **cửa hàng** 가게

065

chỉ ~ thôi
오직 ~일 뿐이에요, 단지 ~일 뿐이에요

chỉ ~ thôi는 어떤 대상을 한정하여 말하는 표현입니다. chỉ와 thôi 중 하나만 사용해도 그 의미는 같으며, chỉ는 강조하고 싶은 대상 앞에, thôi는 강조하고 싶은 대상 뒤에 사용합니다. 또한 한정의 대상으로 명사뿐만 아니라 동사와 형용사도 가능하며 행위나 상태를 한정하여 그 의미를 나타낼 수도 있습니다.

🎧 Track 13-15

1. Cái này **chỉ** 20.000 đồng **thôi**.   이것은 단지 2만동밖에 안 돼요.
2. Anh **chỉ** nói đùa **thôi** mà.   단지 농담일 뿐이에요.
3. Vé này **chỉ** có hiệu lực đến hôm nay **thôi**.   이 표는 단지 오늘까지만 유효해요.
4. Ở đây **chỉ** có chị Tuyền không bỏ phiếu **thôi**.   여기에서 오직 뚜이엔 씨만 투표를 하지 않았어요.
5. Xin lỗi, chúng tôi **chỉ** còn hàng trưng bày **thôi**.   죄송하지만, 저희는 오직 진열 상품만 남아 있어요.

대화로 연습해 보GO

🎧 Track 13-16

A: Hàng này có bán không ạ? Giá bao nhiêu vậy?   이 상품을 파나요? 가격이 얼마죠?

B: Xin lỗi, chúng tôi **chỉ** còn hàng trưng bày **thôi**.   죄송하지만, 저희는 오직 진열 상품만 남아 있어요.

🎧 Track 13-17

⭐ 새 단어

nói đùa 농담하다 | **vé** 표, 티켓 | **hiệu lực** 유효한 | **bỏ phiếu** 투표하다 | **hàng trưng bày** 진열 상품

Bài 14

우리가 안전하게 가기만 하면 되죠.
Miễn là chúng ta đi an toàn.

학습 패턴

- **định + 동사**: ~할 예정이에요
- **mỗi lần + 주어 + 동사**: ~이(가) ~할 때마다 ~해요
- **dù A nhưng B**: 비록 A일지라도 B해요
- **동사 + cũng được**: ~해도 돼요
- **miễn là ~**: ~하기만 하면

새 단어

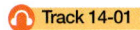

xếp 싣다, 쌓다, 넣다 | **hành lý** 짐, 캐리어 | **cốp xe** 트렁크 | **mở** 열다 | **số** 번호, 번지 | **bình thường** 보통의, 평소의 | **giờ cao điểm** 러시아워 | **mỗi lần** ~할 때마다 | **thoải mái** 편안한 | **chậm** 느린, 천천히 | **miễn là** ~하기만 하면 | **an toàn** 안전한

회화로 말문트 GO!

💬 회화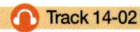

선애 　　　Anh giúp tôi xếp hành lý vào cốp xe được không?

택시 기사　Vâng, để tôi mở rồi giúp chị. Chị ❶<u>định</u> đi đâu?

선애 　　　Tôi cần đến khách sạn Sài Gòn số 85 đường Nguyễn Hữu Thọ.
　　　　　Đến đó mất bao lâu?

택시 기사　Sẽ mất nhiều thời gian hơn bình thường.
　　　　　Vì bây giờ là giờ cao điểm đấy.

선애 　　　Dạ, không sao. Thành phố này thay đổi ❷<u>mỗi lần</u> tôi đến.

택시 기사　Đúng thế. Thành phố Hồ Chí Minh mà.

선애 　　　Tôi thấy thành phố này ❸<u>dù</u> hơi phức tạp <u>nhưng</u> rất hấp dẫn.

택시 기사　Nhiều người cũng nói như thế. Chị ngồi thoải mái đi.
　　　　　Tôi sẽ cố gắng đi đến trong thời gian sớm nhất.

선애 　　　Đi chậm ❹<u>cũng được</u>. ❺<u>Miễn là</u> chúng ta đi an toàn.

🌐 해석

선애	짐을 차 트렁크 안에 넣어 주실 수 있을까요?
택시 기사	네, 제가 트렁크를 열고 도와드릴게요. 어디로 갈 예정이에요?
선애	응우이엔 흐우 터길 85번지에 있는 사이공 호텔에 가야 해요. 그곳에 가는데 얼마나 걸릴까요?
택시 기사	평소보다 더 많이 걸릴 거예요. 왜냐하면 지금 러시아워거든요.
선애	네, 괜찮아요. 이 도시는 올 때마다 바뀌네요.
택시 기사	맞아요. 호찌민시잖아요.
선애	저는 이 도시가 약간 복잡하지만 정말 매력적인 것 같아요.
택시 기사	많은 사람들도 그렇게 말하죠. 편하게 앉아 계세요. 가능한 빨리 가도록 노력할게요.
선애	천천히 가도 괜찮아요. 우리가 안전하게 가기만 하면 되죠.

066

định + 동사

~할 예정이에요

định은 동사 앞에 위치하여 '~할 예정이다'라는 의미를 나타내며, 예정된 미래의 일을 나타낼 때 쓰는 표현입니다. 경우에 따라 미래 시제인 sẽ와 결합하여 'định sẽ + 동사'의 형태로 표현하기도 합니다.

🎧 Track 14-03

1. Anh **định** tham dự không? — 당신은 참석할 예정인가요?
2. Tôi **định** đặt số lượng lớn. — 저는 대량으로 주문할 예정이에요.
3. Công ty **định** tổ chức sự kiện vào ngày 10 tháng 4. — 회사는 행사를 4월 10일에 개최할 예정이에요.
4. Tôi **định sẽ** làm việc cả cuối tuần. — 저는 주말도 모두 일할 예정이에요.
5. Tôi **định sẽ** nhận câu hỏi từ các bạn. — 저는 여러분들께 질문을 받을 예정이에요.

대화로 연습해 보GO

🎧 Track 14-04

A: Chị có biết sự kiện được tổ chức khi nào không ạ? — 당신은 행사가 언제 개최되는지 아나요?

B: Vâng, nghe nói công ty **định** tổ chức vào ngày 10 tháng 4. — 네, 제가 듣기로 회사는 4월 10일에 개최할 예정이래요.

🎧 Track 14-05

⭐ 새 단어

số lượng lớn 대량 | **tổ chức** 개최하다 | **sự kiện** 행사, 이벤트 | **câu hỏi** 질문

067

mỗi lần + 주어 + 동사
~이(가) ~할 때마다 ~해요

'각각의'라는 의미를 나타내는 mỗi와 '번, 횟수'라는 의미를 나타내는 lần이 함께 쓰여 '~할 때마다 ~하다'라는 의미를 나타내며, 같은 표현으로는 'mỗi khi + 주어 + 동사'가 있습니다. mỗi lần과 mỗi khi의 앞 절과 뒤 절의 주어가 동일할 경우 mỗi lần, mỗi khi가 있는 절의 주어를 생략할 수 있습니다.

🎧 Track 14-06

1. **Mỗi lần** (tôi) đến Đà Nẵng, tôi đều đi Bà Nà.
   다낭에 올 때마다 저는 바나힐에 가요.

2. Tôi thường tham khảo thông tin ở đây **mỗi lần** (tôi) viết luận văn.
   논문을 작성할 때마다 보통 저는 여기 정보를 참고해요.

3. **Mỗi lần** (tôi) có thời gian, tôi hay đi cắm trại.
   시간이 있을 때마다 저는 자주 캠핑하러 가요.

4. Tôi luôn uống cà phê **mỗi khi** (tôi) mệt mỏi.
   저는 피곤할 때마다 항상 커피를 마셔요.

5. **Mỗi khi** chúng tôi thảo luận, anh ấy trở nên nghiêm túc.
   우리가 토론을 할 때마다 그는 진지해져요.

대화로 연습해 보GO
🎧 Track 14-07

A: Ở Đà Nẵng, chị thích nơi nào nhất?
다낭에서 어떤 장소를 가장 좋아해요?

B: Bà Nà. **Mỗi lần** đến Đà Nẵng, tôi đều đi Bà Nà.
바나힐이요. 다낭에 올 때마다 저는 바나힐에 가요.

🎧 Track 14-08

⭐ 새 단어

luận văn 논문 | **cắm trại** 캠핑하다 | **mệt mỏi** 피곤한, 지친 | **nghiêm túc** 진지한

패턴으로 실력다지 GO!

068

dù A nhưng B
비록 A일지라도 B해요

'비록 ~일지라도'라는 의미를 가진 접속사 dù와 '그러나'라는 의미를 가진 접속사 nhưng이 함께 쓰여 '비록 ~이지만 ~하다'라는 의미를 나타냅니다. 같은 표현으로 'mặc dù A nhưng B'와 'tuy A nhưng B'가 있습니다.

Track 14-09

1. **Dù** em nộp muộn **nhưng** nội dung rất tốt.
   비록 당신이 늦게 제출했지만 내용은 정말 좋네요.

2. **Dù** đã cố gắng **nhưng** khó giải quyết lắm.
   비록 노력했지만 해결이 매우 어려워요.

3. **Dù** thời gian họp ngắn thôi **nhưng** đã có ý nghĩa.
   비록 회의 시간은 짧았지만 의미가 있었어요.

4. **Mặc dù** không gian không rộng **nhưng** vẫn đủ cho bốn người.
   비록 공간이 넓진 않지만 네 명에게는 충분해요.

5. **Tuy** đã giảm nhiều chi phí **nhưng** ngân sách dự toán vẫn thiếu lắm.
   비록 비용을 많이 줄였지만 예산은 여전히 부족해요.

대화로 연습해 보GO

Track 14-10

A: Anh thấy cuộc họp hôm nay thế nào ạ?
당신은 오늘 회의가 어땠나요?

B: **Dù** thời gian họp ngắn thôi **nhưng** đã có ý nghĩa.
비록 회의 시간은 짧았지만 의미가 있었어요.

Track 14-11

⭐ 새 단어

nội dung 내용 | **ngắn** 짧은 | **có ý nghĩa** 의미가 있는 | **không gian** 공간 | **đủ** 충분한 | **ngân sách dự toán** 예산 | **thiếu** 부족한

690 동사 + **cũng được**

~해도 돼요

'역시 ~하다'라는 의미를 나타내는 cũng과 '가능하다'라는 의미인 được이 함께 쓰여 '~해도 된다, 역시 ~가능하다'라는 의미를 나타냅니다.

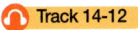
Track 14-12

1 Em hỏi lúc nào **cũng được**.   당신은 언제든지 물어봐도 돼요.

2 Sản xuất bằng vải này **cũng được**.   이 원단으로 생산해도 돼요.

3 Chuyện đó thì em nói thẳng **cũng được**.   그 일이라면 솔직하게 말해도 돼요.

4 Anh xin nghỉ phép **cũng được**, không sao.   당신은 휴가를 내도 돼요, 괜찮아요.

5 Đừng lo, ngày mai đến sớm chuẩn bị **cũng được**.   걱정하지 말고, 내일 일찍 와서 준비해도 돼요.

대화로 연습해 보GO

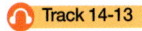
Track 14-13

A: Ôi, đến giờ tan làm rồi nhưng em chưa chuẩn bị tài liệu xong.   아, 퇴근 시간이 됐는데 자료 준비를 아직 다 하지 못 했어요.

B: Đừng lo, ngày mai đến sớm chuẩn bị **cũng được**.   걱정하지 말고, 내일 일찍 와서 준비해도 돼요.

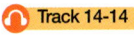
Track 14-14

⭐ 새 단어

lúc nào 언제, 언제든지 | **vải** 원단 | **nói thẳng** 솔직하게 말하다 | **xin nghỉ phép** 휴가를 내다, 휴가를 청하다

패턴으로 실력다지 GO!

070

miễn là ~
~하기만 하면

miễn은 부사로 '다만 ~한다면'이라는 의미로, 뒤에 절을 이끄는 là와 함께 쓰여 '~하기만 하면'이라는 의미를 나타내며 조건적 상황을 제시할 때 쓰는 표현입니다.

🎧 Track 14-15

1. **Miễn là** nó khả thi.
그게 가능한 선이라면요.

2. **Miễn là** quảng cáo có hiệu quả.
광고가 효과만 있다면요.

3. **Miễn là** sản phẩm mới của chúng tôi bán chạy.
저희 신상품이 잘 팔릴 수만 있다면요.

4. Tôi muốn thử sức ở vị trí đó, **miễn là** có cơ hội.
기회만 있다면 저는 그 자리에 도전해 보고 싶어요.

5. Anh sẽ nhận được ưu đãi, **miễn là** mua trong hôm nay.
오늘 안으로 구매하시면 당신은 혜택을 받을 수 있어요.

대화로 연습해 보GO

🎧 Track 14-16

A: Nếu như vậy thì sẽ tốn nhiều chi phí quảng cáo.
만약 그렇게 한다면 광고 비용이 굉장히 많이 나갈거예요.

B: Không sao đâu, **miễn là** quảng cáo có hiệu quả.
괜찮아요, 광고가 효과만 있다면요.

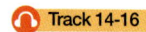

⭐ 새 단어

khả thi 가능한 | thử sức 도전하다, 해보다 | ưu đãi 우대하다 | tốn 비용이 들다

Bài 15

제가 확인부터 할게요.
Để em kiểm tra đã.

학습 패턴

- để + 대상 + 동사: ~(으)로 하여금 ~하도록 두세요
- ~ phải không?: ~맞죠?
- vào + 시간/장소: (시간/장소) ~에
- chắc là ~: 틀림없이 ~일 거예요
- nhờ + 대상 + 동사: ~에게 ~하는 것을 부탁해요

새 단어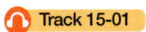

đặt phòng 방을 예약하다 | **trả phòng** (방을) 체크아웃하다 | **trả tiền** 돈을 지불하다 | **phòng hút thuốc** 흡연실 | **thẻ chìa khóa** 카드 열쇠 | **gọi báo thức** 모닝콜하다 | **ghi lại** 적어두다

회화로 말문트 GO!

회화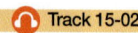

민수	Chào chị. Tôi đã đặt phòng với tên là Kim Min Soo rồi ạ.
리셉션 직원	Anh đợi một chút. ❶Để em kiểm tra đã. Dạ, có tên anh ở đây. Anh Kim Min Soo, người Hàn Quốc ❷phải không ạ?
민수	Đúng rồi. Tôi sẽ trả phòng ❸vào ngày 20. ❹Chắc là công ty đã trả tiền cả rồi.
리셉션 직원	Dạ, em kiểm tra rồi. Anh đặt phòng hút thuốc phải không ạ? Thẻ chìa khóa đây ạ. Anh đợi một chút thì nhân viên chúng em sẽ hướng dẫn anh vào phòng nhé.
민수	Cảm ơn chị. À! ❺Nhờ chị gọi báo thức giúp tôi lúc sáu giờ sáng nhé.
리셉션 직원	Vâng ạ, em sẽ ghi lại ạ.

해석

민수	안녕하세요. 저는 김민수라는 이름으로 방을 예약했어요.
리셉션 직원	잠시만 기다려 주세요. 제가 확인부터 할게요.
	네, 여기 이름이 있네요. 한국인 김민수 씨 맞죠?
민수	맞아요. 저는 20일에 체크아웃을 할 거예요.
	틀림없이 회사가 돈을 모두 지불했을 거예요.
리셉션 직원	네, 확인했습니다. 흡연실로 예약하셨죠?
	여기 카드 열쇠입니다. 잠시 기다리시면 저희 직원이 방으로 안내해 드릴 거예요.
민수	감사합니다. 아! 아침 6시에 모닝콜을 좀 부탁해요.
리셉션 직원	네, 적어 두겠습니다.

패턴으로 실력다지 GO!

071

để + 대상 + 동사
~(으)로 하여금 ~하도록 두세요

để는 사역동사로 'để + 대상 + 동사'의 형태로 사용되며, '~(으)로 하여금 ~하도록 두다'라는 의미를 나타냅니다. 주어가 주도적으로 어떤 행위를 할 때 사용하는 표현이며 허락을 구하는 듯한 사역동사 cho와는 조금의 뉘앙스 차이가 있습니다.

🎧 Track 15-03

1. **Để** tôi liên lạc thử ạ. — 제가 연락해 볼게요.
2. **Để** tôi đưa ra ý kiến. — 제가 의견을 내볼게요.
3. **Để** tôi rửa bát cho. — 제가 설거지할게요.
4. **Để** anh tính thử rồi em kiểm tra lại nhé. — 제가 계산해 볼 테니 당신이 다시 확인해 주세요.
5. Em làm việc này đi, **để** chị tư vấn cho khách cho. — 당신이 이 일을 하세요, 제가 고객 상담을 할게요.

대화로 연습해 보GO

🎧 Track 15-04

A: Chị thấy việc này có vấn đề. Có nên nói với sếp không?
— 제가 생각하기에 이 일은 문제가 있는 것 같아요. 상사에게 말씀드려야 할까요?

B: **Để** em đưa ra ý kiến cho sếp ạ.
— 제가 상사에게 의견을 내볼게요.

🎧 Track 15-05

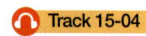 새 단어

đưa ra 제시하다 | **rửa bát** 설거지하다 | **tính** 계산하다 | **tư vấn** 상담하다, 자문하다

072 ~ **phải không**?

~맞죠?

phải는 형용사로 '옳은, 맞는'이라는 의미를 나타내며, '~ phải không?'의 형태로 문장 끝에 놓여 앞의 내용에 대해 확인할 때 씁니다. 비슷한 표현으로 '맞는, 옳은'이라는 의미인 형용사 đúng을 사용하여 '~ đúng không?'으로도 나타낼 수 있습니다.

🎧 Track 15-06

1. Quạt bị hỏng rồi **phải không**? — 선풍기가 고장 난 것이 맞죠?
2. Nó cũng đang bán trên Internet **phải không**? — 그거 인터넷에서도 팔고 있는 것 맞죠?
3. Chúng ta sẽ nhận được tiền thưởng **phải không**? — 우리가 상여금을 받는 것이 맞죠?
4. Bây giờ đang có vấn đề tại trung tâm hậu cần **phải không**? — 지금 물류 센터에 문제가 있는 것이 맞죠?
5. Đồng phục của công ty là áo dài **đúng không**? — 회사 유니폼이 아오자이가 맞죠?

대화로 연습해 보GO

🎧 Track 15-07

A: Nó cũng đang bán trên Internet **phải không**?
그거 인터넷에서도 팔고 있는 것 맞죠?

B: Vâng, trên Internet nó đang bán rẻ hơn.
네, 인터넷에서는 더 저렴하게 팔고 있어요.

🎧 Track 15-08

⭐ 새 단어

quạt 선풍기 | tiền thưởng 상여금 | trung tâm hậu cần 물류 센터 | đồng phục 유니폼 | áo dài 아오자이[베트남 전통 의상]

vào + 시간/장소

(시간/장소) ~에

vào가 동사로 쓰일 경우 '(~에) 들어가다'라는 의미를 나타내지만 전치사로 쓰일 경우에는 시간과 장소를 나타내는 말 앞에 쓰여 '그 장소에, 그 시간에'라는 의미를 나타냅니다.

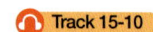

1. Anh ấy sẽ chuyển nhà **vào** cuối tuần.   그는 주말에 이사할 거예요.
2. Tôi sẽ kết hôn **vào** ngày 25 tháng sau.   저는 다음 달 25일에 결혼해요.
3. Chúng ta sẽ bắt đầu bữa tiệc **vào** lúc sáu giờ chiều.   오후 6시에 파티를 시작하겠습니다.
4. Tôi để tài liệu **vào** ngăn kéo nhé.   제가 자료를 서랍에 넣을게요.
5. Hôm qua, em đã ghé **vào** quán này trước khi về nhà.   어제 집에 가기 전에 이 가게에 들렀어요.

대화로 연습해 보GO

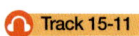

A: Chị biết khi nào anh Tuấn chuyển nhà không?   당신은 뚜언 씨가 언제 이사하는지 알아요?

B: Anh ấy sẽ chuyển nhà **vào** cuối tuần.   그는 주말에 이사할 거예요.

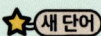

kết hôn 결혼하다 | **bữa tiệc** 파티 | **ngăn kéo** 서랍 | **trước khi** ~하기 전에

074

chắc là ~
틀림없이 ~일 거예요

chắc은 형용사로 '확실한'이라는 의미를 나타내며 là 절과 결합하여 강한 추측을 나타낼 때 씁니다.

🎧 Track 15-12

1. **Chắc là** món này sẽ hợp với khẩu vị của chị. — 틀림없이 이 음식은 당신의 입맛에 맞을 거예요.
2. **Chắc là** anh ấy nghỉ làm vì có việc gia đình. — 틀림없이 그는 가족 문제로 결근했을 거예요.
3. **Chắc là** trời sắp mưa, chị mang theo ô nhé. — 틀림없이 곧 비가 올 것 같은데 우산을 챙겨 가세요.
4. Đông người như thế này, **chắc là** quán ngon. — 사람이 이렇게 많으니 틀림없이 맛집일 거예요.
5. Dạo này tôi hay bị đau đầu, **chắc là** do xì trét. — 요즘 저는 머리가 자주 아픈데 틀림없이 스트레스 때문일 거예요.

대화로 연습해 보GO

🎧 Track 15-13

A: Ở đây đông người quá! — 여기는 사람이 너무 많네요!

B: Đông người như thế này, **chắc là** quán ngon. — 사람이 이렇게 많으니 틀림없이 맛집일 거예요.

🎧 Track 15-14

⭐ 새 단어

gia đình 가족 | **mang theo** 가져가다, 챙겨가다 | **ô** 우산 | **quán ngon** 맛집 | **đau đầu** 머리가 아픈 | **do** ~하기 때문에 | **xì trét** 스트레스 | **đông người** 사람이 많은

Bài 15 135

패턴으로 실력다지 GO!

075

nhờ + 대상 + 동사
~에게 ~하는 것을 부탁해요

nhờ는 동사로 '부탁하다'라는 의미를 나타내며 'nhờ + 대상 + 동사'의 형태로 쓰입니다. 일반적으로 nhờ 뒤에는 부탁의 대상과 부탁하는 내용이 제시되며 'nhờ + 대상'의 형태로 쓰일 경우 부사로 '덕분에, 덕택에'라는 의미를 나타냅니다.

🎧 Track 15-15

1. Tôi **nhờ** anh chụp cho tôi ạ. — 사진 찍는 것을 당신에게 부탁드려요.
2. Em **nhờ** chị dịch câu này. — 이 문장 번역을 당신에게 부탁드려요.
3. Em **nhờ** chị cầm tài liệu này giúp em nhé. — 이 서류 드는 것을 당신에게 부탁드려요.
4. Chị **nhờ** em đặt phòng ở khách sạn ABC nhé. — 당신에게 ABC 호텔 방 예약을 부탁해요.
5. Anh **nhờ** em chuẩn bị đồ ăn cho cuộc họp ngày mai. — 내일 회의를 위해 다과 준비를 당신에게 부탁해요.

대화로 연습해 보GO

🎧 Track 15-16

A: Nếu không phiền thì em **nhờ** chị dịch câu này được không?
만약 방해가 되지 않는다면 제가 이 문장 번역을 당신에게 부탁드려도 될까요?

B: Được, không có vấn đề gì đâu.
돼요, 문제 없어요.

🎧 Track 15-17

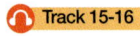
새 단어

chụp 사진을 찍다 | **dịch** 번역하다 | **cầm** 손에 들다, 손으로 집다 | **đồ ăn** 음식, 먹거리 | **phiền** 방해하다, 폐를 끼치다

복습해보 GO!

| | 한국어를 참고하여 빈칸에 들어갈 베트남어를 쓰고 말해 보세요. | 정답 267쪽 | 안다 / 모른다 |

1 Vấn đề nghiêm trọng _____ xảy ra.

심각한 문제가 생길 수도 있어요.

☐ ☐

2 Chúng ta kết thúc _____ ở đây nhé.

우리 여기서 바로 끝내죠.

☐ ☐

3 Chúng tôi _____ sẵn sàng hết _____ ạ.

저희는 이미 다 준비되었습니다.

☐ ☐

4 Chị kiểm tra lại, _____ báo cho tôi.

당신은 다시 확인한 다음에 저에게 알려주세요.

☐ ☐

5 Xin lỗi, hôm nay tôi có hẹn khác _____.

죄송해요, 오늘 제가 다른 약속을 잡아 버렸어요.

☐ ☐

6 Tôi gửi email _____ nhắn tin cho chị.

제가 이메일을 보내고 나서 당신에게 문자 메시지를 보낼게요.

☐ ☐

7 Tôi _____ làm thế nào đây?

제가 어떻게 하는 게 좋을까요?

☐ ☐

8 Em _____ kiểm tra số lượng.

당신은 수량을 체크할 필요가 있어요.

☐ ☐

11~15과 복습 **137**

복습해보 GO!

	안다 / 모른다

9 Tôi _____ làm việc ở đó _____ . ☐ ☐

저는 더 이상 그곳에서 일하지 않아요.

---

10 Vé này _____ có hiệu lực đến hôm nay _____ . ☐ ☐

이 표는 단지 오늘까지만 유효해요.

---

11 _____ đã cố gắng _____ khó giải quyết lắm. ☐ ☐

비록 노력했지만 해결이 매우 어려워요.

---

12 Em hỏi lúc nào _____ . ☐ ☐

당신은 언제든지 물어봐도 돼요.

---

13 _____ quảng cáo có hiệu quả. ☐ ☐

광고가 효과만 있다면요.

---

14 _____ em liên lạc thử ạ. ☐ ☐

제가 연락해 볼게요.

---

15 Anh ấy sẽ chuyển nhà _____ cuối tuần. ☐ ☐

그는 주말에 이사할 거예요.

---

16 _____ anh ấy nghỉ làm vì có việc gia đình. ☐ ☐

틀림없이 그는 가족 문제로 결근했을 거예요.

Bài 16

저녁 식사를 대접하고 싶어요.
Tôi muốn mời anh đi ăn tối.

 학습 패턴

- **muốn + 동사:** ~하고 싶어요
- **gần + 장소/시간/수치:** ~근처(에), ~가까이(에)
- **trước/sau/bên cạnh + 장소:** ~앞(에), ~뒤(에), ~옆(에)
- **A hoặc B:** A 혹은 B, A(이)나 B
- **thế thì ~ nhé/đi:** 그러면 ~해요

 새 단어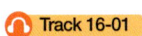

đặc biệt 특별한 | **gần + 장소** 근처에, 가까이 | **hải sản** 해산물 | **quầy lễ tân** 리셉션 | **hoặc** 혹은, 또는 | **tiệm cà phê** 커피숍

회화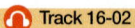

호아 Anh Min Soo ơi, ngày mai anh có kế hoạch gì đặc biệt không?

민수 Dạ, chưa có. Có chuyện gì không ạ?

호아 Tôi ❶muốn mời anh đi ăn tối.
❷Gần khách sạn có một nhà hàng hải sản nổi tiếng.

민수 Thế à? Thích quá! Bảy giờ tối mai thế nào?
Tôi sẽ đợi chị ở ngoài khách sạn.

호아 Bảy giờ được ạ. Anh đợi ❸trước quầy lễ tân ❹hoặc tiệm cà phê tại khách sạn thì tôi sẽ đến đó.

민수 Dạ, ❺thế thì tối mai chúng ta gặp nhé.

해석

호아 민수 씨, 내일 무슨 특별한 계획이 있어요?

민수 네, 아직 없어요. 무슨 일 있나요?

호아 저녁 식사를 대접하고 싶어요.
호텔 근처에 유명한 해산물 식당이 하나 있어요.

민수 그래요? 좋아요! 내일 저녁 7시 어때요?
제가 호텔 밖에서 기다릴게요.

호아 7시 좋아요. 호텔에 있는 리셉션 앞이나 커피숍에서 기다리시면 제가 그곳으로 갈게요.

민수 네, 그러면 우리 내일 저녁에 만나요.

패턴으로 실력다지 GO!

muốn + 동사
~하고 싶어요

muốn은 '원하다'라는 의미로 뒤에 동사가 위치하며 자신의 기호나 의견을 나타낼 때 쓰는 표현입니다.

🎧 Track 16-03

1. Tôi **muốn** gia hạn visa.   저는 비자를 연장하고 싶어요.
2. Anh có **muốn** nhắn gì thêm không?   당신은 메시지를 더 남기고 싶으신가요?
3. Chúng tôi **muốn** ký hợp đồng dài hạn với chị.   저희는 당신과 장기 계약을 하고 싶어요.
4. Tôi **muốn** đến thăm nhà máy của anh tại Việt Nam.   저는 베트남에 있는 당신의 공장을 방문하러 가고 싶어요.
5. Người ta **muốn** xem chương trình đó được phát sóng trực tiếp.   사람들은 그 프로그램을 생방송으로 보고 싶어해요.

대화로 연습해 보GO
🎧 Track 16-04

A: Anh có **muốn** nhắn gì thêm không?   당신은 메시지를 더 남기고 싶으신가요?
B: Dạ, không còn nữa ạ.   네, 더이상 없습니다.

🎧 Track 16-05

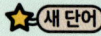 새 단어

gia hạn 연장하다 | **nhắn** 메시지를 전하다 | **ký hợp đồng** 계약을 하다 | **dài hạn** 장기적인 | **phát sóng trực tiếp** 생방송하다

077

gần + 장소/시간/수치
~근처(에), ~가까이(에)

gần은 형용사로 '가까운'이라는 의미를 나타냅니다. gần 뒤에 장소나 시간, 수치 등을 나타내는 어휘가 오면 '~근처(에), ~가까이(에)'라는 의미로 활용할 수 있습니다.

🎧 Track 16-06

1. Công ty ở **gần** nhà tôi. — 회사는 내 집 근처에 있어요.
2. Tôi đang tìm khách sạn **gần** trung tâm thành phố. — 저는 도시 중심 근처에 있는 호텔을 찾고 있어요.
3. Chúng tôi cưới nhau được **gần** 10 năm rồi. — 저희는 결혼한 지 10년 가까이 되었어요.
4. Tổng kinh phí lên đến **gần** một tỷ đồng. — 총 지출비가 10억동 가까이 달해요.
5. Một tuần sản xuất được **gần** 1.000 cái. — 일주일에 1,000개 가까이 생산할 수 있어요.

대화로 연습해 보GO

🎧 Track 16-07

A: Nhà máy bên chị có thể sản xuất được bao nhiêu cái? — 당신 측의 공장은 얼마나 생산할 수 있어요?

B: Một tuần sản xuất được **gần** 1.000 cái. — 일주일에 1,000개 가까이 생산할 수 있어요.

🎧 Track 16-08

⭐ 새 단어

trung tâm 중심 | **cưới** 결혼하다 | **tổng** 총 | **kinh phí** 지출비, 경비 | **lên đến** ~에 달하다, ~까지 오르다 | **tỷ** 10억

Bài 16   143

패턴으로 실력다지 GO!

078

trước/sau/bên cạnh + 장소
~앞(에), ~뒤(에), ~옆(에)

trước(앞), sau(뒤), bên cạnh(옆)은 장소를 나타내는 명사 앞에 놓여 어떤 특정한 곳의 위치를 표현합니다. 또한 trước과 sau는 시간을 나타내는 표현과 함께 쓰이기도 하는데 trước은 '~(시간) 전에', sau는 '~(시간) 후에'라는 의미를 나타냅니다.

Track 16-09

1. Cô ấy đang đứng **trước** công ty chờ tắc xi.
그녀는 회사 앞에 서서 택시를 기다리고 있어요.

2. Đang có công trình ở **sau** công ty.
회사 뒤에서 공사를 해요.

3. Văn phòng chúng tôi nằm ở **bên cạnh** bệnh viện A.
저희 사무실은 A 병원 옆에 위치해 있어요.

4. Em phải thức dậy **trước** bảy giờ.
저는 7시 전에 일어나야 해요.

5. Tôi sẽ gọi lại cho anh **sau** 15 phút nữa.
제가 15분 후에 당신에게 다시 전화할게요.

대화로 연습해 보GO

Track 16-10

A: Hôm nay lại ồn ào quá!
오늘 또 너무 시끄럽네요!

B: Vâng, bây giờ đang có công trình ở **sau** công ty.
네, 지금 회사 뒤에서 공사를 해요.

Track 16-11

새 단어

đứng 서다 | **công trình** 공사 | **bệnh viện** 병원 | **thức dậy** 일어나다, 기상하다

079

A **hoặc** B
A 혹은 B, A(이)나 B

hoặc은 '혹은, 또는'이라는 의미를 나타내며, 평서문에서 두 개의 선택 대상을 동등하게 연결하는 역할을 합니다. 같은 의미로는 hay가 있는데 평서문에서는 hoặc과 hay를 모두 사용할 수 있지만, 선택 의문문으로 사용할 경우에는 hay만 사용 가능합니다.

🎧 Track 16-12

1. Chị có thể trả bằng tiền mặt **hoặc** thẻ tín dụng.
   당신은 현금이나 신용 카드로 계산할 수 있어요.

2. Chắc trưởng nhóm sẽ chọn dự án A **hoặc** dự án C.
   틀림없이 팀장님은 A안이나 C안을 선택할 거예요.

3. Chúng ta nên phối hợp với team pháp luật **hoặc** team quảng bá.
   우리는 법률 팀이나 홍보 팀과 함께 협력하는 게 좋겠어요.

4. Bây giờ em muốn xem phim **hay** đi mua sắm?
   당신은 지금 영화를 보고 싶어요, 아니면 쇼핑을 하러 가고 싶어요?

5. Anh có quyển sách nào muốn đọc **hay** muốn giới thiệu cho em không?
   당신이 읽고 싶은 책이나 저를 위해 추천해 줄 책이 있나요?

대화로 연습해 보GO

🎧 Track 16-13

A: Tôi có thể dùng thẻ tín dụng ở đây không?
여기에서 신용 카드를 사용할 수 있나요?

B: Vâng, chị có thể trả bằng tiền mặt **hoặc** thẻ tín dụng.
네, 당신은 현금이나 신용 카드로 계산할 수 있어요.

🎧 Track 16-14

⭐ 새 단어

thẻ tín dụng 신용 카드 | **trưởng nhóm** 팀장 | **pháp luật** 법률 | **quảng bá** 홍보하다 | **quyển** 권[책을 세는 단위] | **sách** 책

Bài 16

패턴으로 실력다지 GO!

080

thế thì ~ nhé/đi
그러면 ~해요

'그러(하)면'이라는 의미를 나타내는 thế thì와 문장 끝에서 제안을 나타내는 nhé 또는 đi가 함께 쓰여 '그러면 ~해요'라는 의미를 나타냅니다. 앞의 상황을 결론지어 제안할 때 쓰는 표현입니다.

🎧 Track 16-15

1. **Thế thì** anh chọn màu khác **nhé**.   그러면 당신이 다른 색을 선택하세요.

2. **Thế thì** chúng ta dừng cuộc họp ở đây **nhé**.   그러면 우리 여기서 회의를 중단하죠.

3. **Thế thì** chúng ta tiến hành điều tra thị trường trước **nhé**.   그러면 우리 시장 조사를 먼저 진행합시다.

4. **Thế thì** chúng ta phân tích độ tuổi của người tiêu dùng **đi**.   그러면 우리 소비자의 나이대를 분석합시다.

5. **Thế thì** chúng ta hủy bỏ những sản phẩm quá hạn sử dụng **đi**.   그러면 우리 사용 기한이 지난 상품을 폐기합시다.

대화로 연습해 보GO

🎧 Track 16-16

A: Tôi thấy màu này không thích hợp với hàng này.   제가 보기에 이 색깔은 이 상품과 어울리지 않아요.

B: **Thế thì** anh chọn màu khác **nhé**.   그러면 당신이 다른 색을 선택하세요.

🎧 Track 16-17

⭐〈새 단어〉

dừng 중단하다, 멈추다 | **độ tuổi** 나이대 | **người tiêu dùng** 소비자 | **hủy bỏ** 폐기하다, 취소하다 | **quá** 넘다, 초과하다 | **hạn sử dụng** 사용 기한, 유통 기한

Bài 17

언젠가 당신이 한국에 오면 제가 대접할게요.
Khi nào chị đến Hàn Quốc thì tôi sẽ mời chị nhé.

학습 패턴

- **A và B**: A와(과) B
- **may là ~**: ~해서 다행이에요
- **A nhưng B**: A하지만 B해요
- **chúc ~**: ~하길 기원해요
- **khi nào A thì B**: 언젠가 A하면 B해요

새 단어   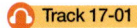 Track 17-01

sang trọng 고급스러운 | **may** 행운의 | **vừa ý** 만족스러운 | **lẩu hải sản** 해물탕 | **loại** 종류 | **đa dạng** 다양한 | **vị** 맛 | **chua** 신 | **lạ** 낯선 | **A nhưng B** A하지만 B하다 | **thơm** 향기로운 | **cạn ly** 건배하다 | **sức khỏe** 건강 | **khi nào A thì B** 언젠가 A하면 B하다

회화로 말문트 GO!

회화

민수   Nhà hàng này rộng **①và** sang trọng quá.

호아   Thật **②may** là anh vừa ý. Anh thấy món ăn thì thế nào?
Đây là lẩu hải sản của Việt Nam.

민수   Loại hải sản đa dạng quá! Vị chua thì hơi lạ **③nhưng** thơm ngon.

호아   Chúng ta cạn ly đi. 1, 2, 3 dô! **④Chúc** sức khoẻ!

민수   Chúc sức khỏe! Mời chị cạn ly.
Chúc chúng ta thành công!
Hôm nay, tôi rất cảm ơn chị mời tôi như thế.
⑤Khi nào chị đến Hàn Quốc **thì** tôi sẽ mời chị nhé.

해석

민수 이 식당은 정말 넓고 고급스럽네요.

호아 마음에 들어 하시니 정말 다행이네요. 음식은 어떠세요?
이것은 베트남의 해물탕이에요.

민수 해산물 종류가 정말 다양하네요! 신맛은 조금 낯설지만 풍미가 좋네요.

호아 우리 건배해요. 1, 2, 3 짠! 건강을 위하여!

민수 건강을 위하여! 건배하시죠.
우리의 성공을 위하여!
오늘 이렇게 저를 초대해 주셔서 정말 감사해요.
언젠가 당신이 한국에 오면 제가 대접할게요.

081

A **và** B
A와(과) B

và는 '~와(과)'라는 의미를 나타내며 명사와 명사, 동사와 동사, 형용사와 형용사, 절과 절을 연결해주는 접속사입니다. và의 앞과 뒤에는 행동이나 상태 또는 대상을 나타내는 단어가 오며 의미가 서로 상반되는 내용은 올 수 없습니다.

🎧 Track 17-03

1	Thùng này nhẹ **và** nhỏ.	이 박스는 가볍고 작아요.
2	Tôi đã tìm hiểu **và** đặt hàng rồi.	저는 알아보고 주문했어요.
3	Tuần này **và** tuần sau tôi đều bận.	저는 이번 주와 다음 주 모두 바빠요.
4	Hàng trưng bày **và** hàng để bán phải để riêng.	진열 상품과 판매 상품을 따로 놓아야 해요.
5	Chương trình đang phát sóng trực tiếp **và** sẽ được chiếu lại.	프로그램은 생방송 중이고 다시 재방송될 거예요.

🗨 대화로 연습해 보GO

🎧 Track 17-04

A: Hàng trưng bày **và** hàng để bán phải để riêng. — 진열 상품과 판매 상품을 따로 놓아야 해요.

B: Vâng, em đang sắp xếp lại ạ. — 네, 저는 다시 정리하고 있어요.

🎧 Track 17-05

⭐ **새 단어**

nhẹ 가벼운 | **nhỏ** 작은 | **tìm hiểu** 알아보다, 찾아보다 | **đều** 모두, 전부 | **chiếu lại** 재상영하다, 재방송하다

082

may là ~

~해서 다행이에요

'행운의'라는 의미를 나타내는 may와 절을 이어주는 역할을 하는 là가 함께 쓰여 '~해서 다행이다'라는 의미를 나타냅니다.

 Track 17-06

1. **May là** có anh giúp tôi. 저를 도와줄 당신이 있어서 다행이에요.

2. **May là** mọi chuyện vẫn tốt đẹp. 모든 일이 여전히 잘 돼서 다행이에요.

3. **May là** hôm nay không có mưa. 오늘 비가 오지 않아서 다행이에요.

4. Nhà hàng này đắt khách quá. **May là** em đã đặt trước. 이 식당은 고객이 너무 많네요. 미리 예약해서 다행이에요.

5. Tôi bị tai nạn, nhưng **may là** không bị thương nặng. 사고가 났는데, 크게 다치지 않아서 다행이에요.

대화로 연습해 보GO

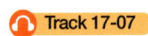 Track 17-07

A: **May là** có anh giúp tôi. Nếu không thì tôi đã không làm được.
저를 도와줄 당신이 있어서 다행이에요. 만약 그렇지 않으면 제가 할 수 없었을 거예요.

B: Không có gì đâu. Đồng nghiệp với nhau mà.
별말씀을요. 동료인데요.

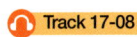 Track 17-08

⭐ **새 단어**

mọi chuyện 모든 일 | **tốt đẹp** 좋은 | **đắt khách** 고객이 많은 | **bị thương** 다치다, 상처입다

083

A **nhưng** B
A하지만 B해요

nhưng은 '하지만, 그러나'라는 의미를 나타내는 접속사로 A와 B에는 서로 상반된 내용이 제시됩니다.

🎧 Track 17-09

1. Tôi được công ty ABC phỏng vấn rồi **nhưng** đã bị trượt.
   저는 ABC 회사의 면접을 봤지만 떨어졌어요.

2. Không ai đang ở văn phòng **nhưng** đèn văn phòng vẫn sáng.
   아무도 사무실에 없지만 사무실 불은 여전히 켜져 있어요.

3. Nó được sản xuất rồi **nhưng** chưa được tung ra thị trường.
   그것은 생산됐지만 아직 시장에 나오지 않았어요.

4. Nó là thương hiệu nổi tiếng **nhưng** chất lượng thì không tốt.
   그것은 유명한 브랜드이지만 품질은 좋지 않아요.

5. Chúng tôi chuẩn bị hết để phát biểu rồi **nhưng** sự kiện bị huỷ.
   저희는 발표를 위해 준비를 다 했지만 행사는 취소됐어요.

대화로 연습해 보GO

🎧 Track 17-10

A: Chúng tôi chuẩn bị hết để phát biểu rồi **nhưng** sự kiện bị huỷ.
저희는 발표를 위해 준비를 다 했지만 행사는 취소됐어요.

B: Đừng thất vọng. Tháng sau sẽ được mở ra một lần nữa.
실망하지 마세요. 다음 달에 한 번 더 열릴 거예요.

🎧 Track 17-11

⭐ 새 단어

trượt 떨어지다 | **đèn** 불, 전등 | **sáng** 밝은 | **thương hiệu** 브랜드 | **huỷ** 취소하다 | **thất vọng** 실망하다

084

chúc ~
~하길 기원해요

chúc은 '~하길 기원하다'라는 의미를 나타내며 chúc 뒤에는 기원하는 내용에 해당하는 명사나 절이 위치하여 '~이(가) ~하길 기원하다'라는 의미를 나타냅니다.

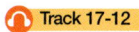 Track 17-12

1. **Chúc** em thi tốt. — 당신이 시험을 잘 보길 기원해요.
2. **Chúc** chị một ngày thật vui. — 즐거운 하루 되세요.
3. **Chúc** các bạn buổi tối tốt lành. — 좋은 저녁 시간 되세요.
4. **Chúc** các anh chị luôn hạnh phúc. — 여러분들이 항상 행복하길 기원해요.
5. **Chúc** chị năm mới thật sung sức nhé. — 새해에도 파이팅하길 기원해요.

대화로 연습해 보GO

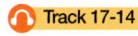 Track 17-13

A: Ngày mai em thi bằng lái xe. — 저는 내일 운전면허 시험을 봐요.
B: **Chúc** em thi tốt. — 당신이 시험을 잘 보길 기원해요.

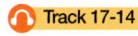 Track 17-14

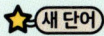 새 단어

thi 시험을 보다 | **buổi tối** 저녁 | **tốt lành** 좋은 | **hạnh phúc** 행복한 | **sung sức** 힘이 넘치는 | **bằng lái xe** 운전면허

패턴으로 실력다지 GO!

085

khi nào A thì B
언젠가 A하면 B해요

'언제'라는 의미를 나타내는 khi nào와 '그러면'이라는 의미인 thì가 함께 쓰여 '언젠가 A하면 B하다'라는 의미를 나타내며 아직 확정되거나 발생하지 않은 미래의 일을 나타낼 때 쓰는 표현입니다. A자리에는 때와 시기의 조건이, B자리에는 앞의 조건에 대한 결과가 제시됩니다.

🎧 Track 17-15

1 **Khi nào** em có tự tin **thì** làm thử đi.　　언젠가 당신이 자신감이 생기면 시도해 봐요.

2 **Khi nào** cần giúp **thì** em đến chỗ chị nhé.　　언젠가 당신이 도움이 필요하면 제 자리로 오세요.

3 **Khi nào** có dịp **thì** em đến thăm anh nhé.　　언젠가 기회가 된다면 당신을 만나러 갈게요.

4 **Khi nào** anh đến Seoul **thì** tôi sẽ dẫn anh đi xem cung Gyeongbok.　　언젠가 당신이 서울에 온다면 제가 당신을 데리고 경복궁을 보러 갈게요.

5 **Khi nào** công việc của chị trở nên rảnh rỗi hơn **thì** chúng ta cùng đi du lịch nhé.　　언젠가 당신 일이 한가해지면 우리 함께 여행가요.

🗨 대화로 연습해 보GO

🎧 Track 17-16

A: **Khi nào** cần giúp **thì** em đến chỗ chị nhé.　　언젠가 당신이 도움이 필요하면 제 자리로 오세요.

B: Vâng, cảm ơn chị nhiều.　　네, 정말 감사합니다.

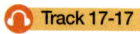

🎧 Track 17-17

⭐ 새 단어

tự tin 자신감 ｜ **dịp** 기회 ｜ **dẫn** 데려가다 ｜ **cung** 궁, 궁궐

Bài 18

한국식 식사는 영양이 풍부하면서 맛도 있네요.
Tôi thấy bữa cơm Hàn Quốc vừa phong phú vừa ngon miệng.

학습 패턴

- **đã ~ bao giờ chưa?**: ~해 본 적이 있나요?
- **với ~**: ~와(과) 함께, ~에 (있어서)는
- **không A mà B**: A하지 않고 B해요
- **giống như ~**: ~와(과) 비슷해요, ~처럼 비슷해요
- **vừa A vừa B**: A하면서 B해요, A하기도 하고 B하기도 해요

새 단어
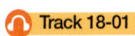

tuyệt 멋진, 굉장한 | **món phụ** 반찬 | **đã + 동사 + bao giờ chưa** ~해 본 적이 있나요? | **mấy lần** 몇 번 | **không A mà B** A하지 않고 B하다 | **sảng khoái** 상쾌한, 개운한 | **một số** 몇몇의 | **giống** 닮은, 같은 | **ngọt** 단 | **đầy đủ** 충분한 | **dinh dưỡng** 영양 | **phù hợp** 맞는, 적합한 | **thịt bò xào** 틷 버 싸오[베트남의 소고기 볶음] | **bữa cơm** 식사 | **vừa A vừa B** A하면서 B하다 | **phong phú** 풍부한 | **ngon miệng** 맛있는, 맛있게 느끼다

회화로 말문트 GO!

회화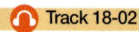

호아 Ôi, tuyệt quá! Có nhiều món ăn thật!

민수 Vâng, người Hàn Quốc ăn cơm với nhiều món phụ. Chị ❶đã ăn Kimchi bao giờ chưa?

호아 Vâng, tôi ăn mấy lần rồi. ❷Với khẩu vị tôi, Kimchi thì hơi cay.

민수 Thế chị ăn thử Kimchi trắng đi. Món này ❸không cay mà sảng khoái lắm.

호아 Thế à? Ở Việt Nam cũng có một số món giống món này.

민수 Chị ăn thử món Galbijjim đi. Món này hơi ngọt một chút nhưng đầy đủ dinh dưỡng.

호아 Tôi thấy Galbijjim thì rất phù hợp với khẩu vị người Việt vì ❹giống như 'thịt bò xào' của Việt Nam. Tôi thấy bữa cơm Hàn Quốc ❺vừa phong phú vừa ngon miệng.

해석

호아	와, 정말 멋지네요. 음식이 정말 많아요!
민수	네, 한국 사람들은 많은 반찬과 함께 밥을 먹어요. 당신은 김치를 먹어 본 적이 있나요?
호아	네, 저는 몇 번 먹어 봤어요. 제 입맛에는 김치가 약간 맵더라고요.
민수	그러면 백김치를 드셔 보세요. 이 음식은 맵지 않고 매우 개운해요.
호아	그래요? 베트남에도 이 음식과 비슷한 몇몇 음식들이 있어요.
민수	갈비찜을 드셔 보세요. 이 음식은 조금 달지만 영양이 풍부하죠.
호아	갈비찜은 베트남의 '틸 버 싸오'와 비슷해서 베트남 사람들의 입맛에 정말 잘 맞는 것 같아요. 한국식 식사는 영양이 풍부하면서 맛도 있네요.

đã ~ bao giờ chưa?
~해 본 적이 있나요?

과거부터 현재까지의 완료 여부를 질문하는 'đã ~ chưa?' 구문과 '언제'라는 의미를 나타내는 의문부사 bao giờ가 함께 쓰여 '~해 본 적 있나요?'라는 의미를 나타내며, 어떤 일에 대한 경험의 유무를 물어볼 때 쓰는 표현입니다. 'đã bao giờ ~ chưa?'의 형태로도 표현할 수 있습니다.

Track 18-03

1. Chị **đã** phụ trách công việc kế toán **bao giờ chưa**? — 당신은 회계일을 맡아 본 적이 있나요?
2. Công ty đó **đã** sản xuất hàng điện tử **bao giờ chưa**? — 그 회사는 전자 제품을 생산해 본 적이 있나요?
3. Công ty **đã** tuyển nhân viên nước ngoài **bao giờ chưa**? — 회사는 외국인 근로자를 채용해 본 적이 있나요?
4. Công ty anh **đã** tham gia triển lãm thực phẩm **bao giờ chưa**? — 당신의 회사는 식품 박람회에 참가해 본 적이 있나요?
5. Em **đã bao giờ** dùng app biên tập video **chưa**? — 당신은 영상 편집 어플을 사용해 본 적이 있나요?

대화로 연습해 보GO

Track 18-04

A: Công ty anh **đã** tham gia triển lãm thực phẩm **bao giờ chưa**?
당신의 회사는 식품 박람회에 참가해 본 적이 있나요?

B: Rồi, chúng tôi đã tham gia hai lần rồi. Năm 2017 và 2018.
네, 저희는 두 번 참가했어요. 2017년과 2018년이요.

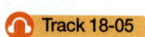

Track 18-05

★ 새 단어

phụ trách 담당하다, 맡다 | **kế toán** 회계 | **tuyển** 채용하다, 모집하다 | **thực phẩm** 식품 | **biên tập** 편집하다

087

với ~
~와(과) 함께, ~에 (있어서)는

với 뒤에는 사람이나 사물을 나타내는 대상이 제시되며 '~와(과) 함께'라는 의미를 나타냅니다. 일반적으로 어떤 행위를 함께 하는 대상을 나타내거나, '~에(는), ~에게 있어서는'의 의미로 그 대상의 상황 또는 입장을 나타낼 때 쓰기도 합니다.

Track 18-06

1. Lần này tôi đi công tác **với** anh Nam.
   이번에 저는 남 씨와 함께 출장을 가요.

2. Anh chấm **với** nước sốt này thì sẽ ngon hơn.
   당신은 이 소스에 찍어 먹으면 더 맛있을 거예요.

3. Chị nghĩ thiết kế nào sẽ hợp **với** chủ đề lần này?
   당신의 생각에는 어떤 디자인이 이번 주제에 어울릴 것 같나요?

4. Nội dung hôm nay sẽ hơi khó **với** những khán giả đang là học sinh.
   오늘 내용은 학생 관객분들에게 약간 어려울 수 있습니다.

5. **Với** tình hình này, tôi nghĩ chúng ta nên kiểm tra lại chi phí sản xuất.
   이 상황에는 우리가 생산 비용을 다시 확인해야 한다고 생각해요.

대화로 연습해 보GO

Track 18-07

A: Món này ăn thế nào vậy?
이 음식은 어떻게 먹나요?

B: Anh chấm **với** nước sốt này thì sẽ ngon hơn.
당신은 이 소스에 찍어 먹으면 더 맛있을 거예요.

Track 18-08

새 단어

chấm 찍다 | **nước sốt** 소스 | **chủ đề** 주제 | **khán giả** 관객, 시청자

Bài 18 159

패턴으로 실력다지 GO!

088 không A mà B
A하지 않고 B해요

'아닌'이라는 의미를 나타내는 부정부사 không과 '그러나'라는 의미인 접속사 'mà'가 함께 쓰여 'A하지 않고 B하다'라는 의미를 나타냅니다. 경우에 따라 'A하지는 않지만 B하다'라는 뉘앙스를 나타내기도 합니다.

🎧 Track 18-09

1. Cái này chất lượng **không** tốt **mà** đắt lắm. — 이것은 품질이 좋지 않고 매우 비싸요.
2. Giờ này **không** kẹt xe **mà** vắng người lắm. — 이 시간은 차가 막히지 않고 사람이 매우 적어요.
3. Sáng nay, tôi sẽ **không** đến công ty **mà** sẽ đến địa điểm họp luôn. — 오늘 아침, 저는 회사로 가지 않고 미팅 장소로 바로 갈게요.
4. Nó **không** mất nhiều thời gian **mà** phiền lắm. — 그것은 시간이 많이 걸리지 않지만 매우 귀찮아요.
5. Mùa này **không** bận **mà** vẫn có nhiều việc phải chuẩn bị cho mùa sau. — 이번 시즌은 바쁘지 않지만 다음 시즌을 위해 준비해야 할 것들이 여전히 많네요.

대화로 연습해 보GO

🎧 Track 18-10

A: Cái đó như thế nào? — 그것은 어때요?
B: Cái này chất lượng **không** tốt **mà** đắt lắm. — 이것은 품질이 좋지 않고 매우 비싸요.

🎧 Track 18-11

⭐ 새 단어

đắt 비싼 | **kẹt xe** 차가 막히다 | **vắng người** 사람이 적은 | **địa điểm họp** 미팅 장소 | **mùa** 시즌, 계절

089

giống như ~

~와(과) 비슷해요, ~처럼 비슷해요

giống은 형용사로 '비슷하다, 같다, 닮다'라는 의미를 나타내며 giống 뒤에 '~처럼'이라는 의미인 như를 함께 써서 '~와(과) 비슷하다, ~처럼 비슷하다'라는 의미를 나타냅니다. 주어가 복수일 경우에는 '복수 주어 + giống nhau'의 형태로 표현할 수 있습니다.

🎧 Track 18-12

1. Tình hình bây giờ **giống như** phim vậy.
   지금 상황은 영화와 비슷해요.

2. Anh vẫn **giống như** ngày trước, không thay đổi.
   당신은 여전히 예전과 비슷하고, 바뀐 것이 없네요.

3. **Giống như** nội dung trên màn hình, chúng ta cần tích cực quảng bá.
   화면에 나온 내용처럼 우리는 적극적으로 홍보할 필요가 있어요.

4. Sản phẩm thực tế sẽ **giống như** hàng mẫu chị nhận vào tuần trước.
   실제 상품은 당신이 지난 주에 받은 샘플과 비슷할 거예요.

5. Giá cả của hai sản phẩm đều **giống nhau**.
   두 상품의 가격이 비슷해요.

대화로 연습해 보GO

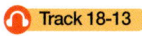

A: Ôi, lâu rồi không gặp! Chị có khỏe không?
오, 오랜만이에요! 당신은 잘 지내고 있죠?

B: Tôi vẫn khỏe. Anh vẫn **giống như** ngày trước, không thay đổi.
저는 잘 지내고 있어요. 당신은 여전히 예전과 비슷하고, 바뀐 것이 없네요.

⭐ 새 단어

ngày trước 예전 | **màn hình** 화면 | **tích cực** 적극적인 | **thực tế** 실제

Bài 18 161

패턴으로 실력다지 GO!

060

vừa A vừa B
A하면서 B해요, A하기도 하고 B하기도 해요

'vừa A vừa B'는 'A하면서 B하다, A하기도 하고 B하기도 하다'라는 의미를 나타내는 표현으로 A와 B자리에는 동사나 형용사가 올 수 있습니다. 동사가 제시될 경우 어떤 행위가 동시에 일어나는 것을 나타내고, 형용사가 제시될 경우 어떤 대상이나 사물이 두 가지 성질을 가지고 있음을 의미합니다. 또한 동사 là와 함께 쓰여 'A이기도 하고 B이기도 하다'를 표현하는 'vừa là A vừa là B'로 나타낼 수도 있습니다.

🎧 Track 18-15

1. Hàng này **vừa** rẻ **vừa** bền.
   이 물건은 저렴하면서 견고해요.

2. Chương trình đó **vừa** thú vị **vừa** hữu ích.
   그 프로그램은 재미있기도 하고 유익하기도 해요.

3. Vì không có thời gian nên chúng tôi **vừa** họp **vừa** ăn trưa.
   시간이 없어서 저희는 회의를 하면서 점심을 먹어요.

4. Đổi máy mới thì sẽ **vừa** tăng năng suất **vừa** giảm thời gian sản xuất.
   새로운 기계로 바꾸면 효율도 좋아지고 생산 시간이 줄기도 해요.

5. Anh ấy **vừa là** đồng nghiệp **vừa là** bạn thân của tôi.
   그는 제 동료이기도 하고 제 친한 친구이기도 해요.

대화로 연습해 보GO
🎧 Track 18-16

A: Đổi máy mới thì sẽ **vừa** tăng năng suất **vừa** giảm thời gian sản xuất.
새로운 기계로 바꾸면 효율도 좋아지고 생산 시간이 줄기도 해요.

B: Vậy, chúng ta đổi ngay đi.
그럼, 우리 바로 바꾸죠.

🎧 Track 18-17

⭐ **새 단어**

bền 견고한, 내구력있는 | **thú vị** 재미있는 | **hữu ích** 유익한 | **năng suất** 효율, 능률 | **bạn thân** 친한 친구

Bài 19

인삼이 건강과 에너지에 모두 좋다고 들었어요.
Nghe nói nhân sâm rất tốt cho cả sức khỏe và năng lượng.

 학습 패턴

- nghe nói ~ : ~라고 들었어요
- cả A và B : A와(과) B 모두
- bao nhiêu tiền ~? : ~얼마인가요?
- theo ~ : ~에 따르면, ~에 따라
- khác/khác với ~ : ~달라요, ~와(과) 달라요

 새 단어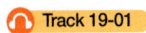

nhân sâm 인삼 | **cả A và B** A와(과) B 모두 | **năng lượng** 에너지 | **làm giả** 모방하다 | **hộp** 상자 | **từng** ~마다 | **khác nhau** 서로 다른 | **mỹ phẩm** 화장품

회화

민수　　Chị có đồ nào đặc biệt muốn mua ở Hàn Quốc không?

호아　　Vâng, tôi muốn mua nhân sâm.
　　　　❶Nghe nói nhân sâm rất tốt cho ❷cả sức khỏe và năng lượng.

민수　　Đúng rồi. Nhân sâm Hàn Quốc thì không thể làm giả được.

호아　　Khoảng ❸bao nhiêu tiền một hộp?

민수　　❹Theo từng loại thì ❺khác nhau nhưng một hộp khoảng từ 100 nghìn đến 150 nghìn won.
　　　　Chúng ta đi xem trước đi.

호아　　À! Tôi muốn mua mỹ phẩm Hàn Quốc nữa.
　　　　Mỹ phẩm Hàn Quốc rất nổi tiếng tại Việt Nam.

민수　　Vâng, thế thì tôi sẽ hướng dẫn chị cả hai.

해석

민수 한국에서 구입하고 싶은 특별한 물건이 있으신가요?

호아 네, 저는 인삼을 사고 싶어요.
인삼이 건강과 에너지에 모두 좋다고 들었어요.

민수 맞아요. 한국 인삼은 모방할 수 없죠.

호아 한 상자에 대략 얼마인가요?

민수 종류에 따라 다르지만 한 상자에 10만 원에서 15만 원 정도 될 거예요.
우리 먼저 보러 가시죠.

호아 아! 저는 한국 화장품도 사고 싶어요.
한국 화장품은 베트남에서 정말 유명해요.

민수 네, 그러면 제가 당신에게 두 군데 모두 안내해 드릴게요.

패턴으로 실력다지 GO!

091

nghe nói ~
~라고 들었어요

'듣다'라는 의미를 나타내는 동사 nghe와 '말하다'라는 의미인 동사 nói가 함께 쓰여 '~라고 듣다'라는 의미를 나타내며, 일반적으로 제3자로부터 알게 된 내용을 상대에게 전달할 때 쓰는 표현입니다.

🎧 Track 19-03

1. **Nghe nói** anh ấy sẽ chuyển bộ phận. — 그가 부서를 옮길 거라고 들었어요.
2. **Nghe nói** bộ phim đó đã công chiếu rồi. — 그 영화가 개봉했다고 들었어요.
3. **Nghe nói** nhiều nhân viên đang yêu cầu tăng lương. — 많은 직원이 연봉 인상을 요구하고 있다고 들었어요.
4. **Nghe nói** thứ hai tuần sau sẽ có cuộc họp trực tuyến. — 다음 주 월요일에 화상 회의가 있을 거라고 들었어요.
5. **Nghe nói** công ty đó đang tuyển nhân viên đã có kinh nghiệm. — 그 회사가 경력자를 채용하고 있다고 들었어요.

대화로 연습해 보GO

🎧 Track 19-04

A: **Nghe nói** bộ phim đó đã công chiếu rồi. — 그 영화가 개봉했다고 들었어요.
B: Thế à? Tối nay mình sẽ đi xem ngay. — 그래요? 오늘 저녁에 바로 보러 가야겠네요.

🎧 Track 19-05

⭐ 새 단어

chuyển 옮기다 | **công chiếu** 개봉하다 | **tăng lương** 연봉을 인상하다 | **trực tuyến** 온라인의

cả A và B
A와(과) B 모두

'모두, 전체'라는 의미를 나타내는 cả와 접속사 và가 함께 쓰여 'A와(과) B 모두'라는 의미를 나타냅니다.

Track 19-06

1. Bây giờ **cả** văn phòng **và** nhà máy đều bị cúp điện.
   지금 사무실과 공장이 모두 정전됐어요.

2. Chúng ta phải áp dụng **cả** kỹ thuật A **và** kỹ thuật B.
   우리는 A 기술과 B 기술을 모두 도입해야 해요.

3. Trong khi làm việc, tôi dùng **cả** máy vi tính **và** máy tính bảng.
   일하는 동안 저는 컴퓨터와 태블릿 pc를 모두 사용해요.

4. Về mặt hiệu suất năng lượng, **cả** hàng A **và** B đều có ưu điểm.
   에너지 효율 측면에서 A와 B 상품 모두 장점이 있어요.

5. Chúng tôi đang lập chiến lược cho **cả** thị trường châu Á **và** châu Âu.
   저희는 아시아 시장과 유럽 시장 모두를 위한 전략을 세우고 있어요.

대화로 연습해 보GO

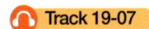

Track 19-07

A: Ưu điểm của hàng A và hàng B là gì?
A와 B 상품의 장점은 무엇이죠?

B: Trước hết, về mặt hiệu suất năng lượng, **cả** hàng A **và** B đều có ưu điểm.
우선, 에너지 효율 측면에서 A와 B 상품 모두 장점이 있어요.

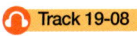

Track 19-08

⭐ 〈새 단어〉

áp dụng 도입하다 | **kỹ thuật** 기술 | **máy vi tính** 컴퓨터 | **máy tính bảng** 태블릿 pc | **mặt** 측면 | **hiệu suất** 효율 | **ưu điểm** 장점 | **Châu Á** 아시아 | **Châu Âu** 유럽

093

bao nhiêu tiền ~?
~얼마인가요?

수와 관련한 의문사 bao nhiêu와 돈이라는 의미를 나타내는 tiền이 함께 쓰여 '~얼마인가요?'라는 의미를 나타내는 표현으로 일반적으로 구매하려는 물건이나 대상이 앞에 제시되어 '~이(가) 얼마입니까?'로 쓰이지만 물건이나 대상을 뒤에 제시하여 '~에 얼마입니까?'로도 표현할 수 있습니다.

Track 19-09

1. Giá bán sỉ thì **bao nhiêu tiền** một máy này? — 도매가는 한 기계에 얼마인가요?
2. Thuế hải quan cho hàng này **bao nhiêu tiền** một thùng? — 이 제품에 대한 관세는 한 박스에 얼마인가요?
3. Giá sản phẩm của công ty cạnh tranh thì **bao nhiêu tiền** một đơn hàng? — 경쟁사 상품의 가격은 한 주문 건에 얼마인가요?
4. Phí hoa hồng **bao nhiêu tiền**? — 수수료가 얼마인가요?
5. Học phí hàng tháng **bao nhiêu tiền**? — 매달 수업료가 얼마인가요?

대화로 연습해 보GO

Track 19-10

A: Giá sản phẩm của công ty cạnh tranh thì **bao nhiêu tiền** một đơn hàng? — 경쟁사 상품의 가격은 한 주문 건에 얼마인가요?

B: Của họ là 30 đô la. Rẻ hơn của chúng ta một chút. — 그들의 상품은 30달러예요. 우리 것보다는 조금 더 저렴하죠.

Track 19-11

★ 새 단어

bán sỉ 도매하다 | **thuế hải quan** 관세 | **đơn hàng** 주문 건 | **phí hoa hồng** 수수료 | **học phí** 수업료, 학비 | **hàng tháng** 매달, 매월 | **đô la** 달러[미국의 화폐 단위]

094

theo ~
~에 따르면, ~에 따라

theo가 동사로 쓰일 때는 '따르다, 뒤따르다'라는 의미이지만 전치사로 쓰일 경우 '~에 따라'라는 의미를 나타내며 어떤 출처나 의견을 밝힐 때에 쓰는 표현입니다.

🎧 Track 19-12

1. **Theo** dự báo thời tiết, chiều hôm nay trời sẽ mưa.
   일기 예보에 따르면 오늘 오후에 비가 온대요.

2. **Theo** thông báo, chúng ta sẽ được miễn phí lưu kho cho hàng này.
   공지에 따르면 우리가 이 상품의 창고 보관료를 면제 받을 수 있어요.

3. Chúng tôi có thể thay đổi giá cả **theo** lượng đặt hàng.
   저희는 주문량에 따라 가격을 변경할 수 있어요.

4. Bộ phận chúng tôi sẽ làm **theo** quyết định của công ty.
   저희 부서는 회사의 결정에 따라 진행하겠습니다.

5. Tôi sẽ thanh toán tiền thuê vào ngày 25 hàng tháng **theo** hợp đồng.
   계약에 따라 매달 25일에 임차료를 결제하겠습니다.

대화로 연습해 보GO

🎧 Track 19-13

A: Nếu mua nhiều thì tôi có được giảm giá không?
만약 대량으로 구매하면 제가 할인을 받을 수 있나요?

B: Vâng, chúng tôi có thể thay đổi giá cả **theo** lượng đặt hàng.
네, 저희는 주문량에 따라 가격을 변경할 수 있어요.

🎧 Track 19-14

⭐ 새 단어

dự báo thời tiết 일기 예보 | **miễn** 면제하다 | **phí lưu kho** 창고 보관료 | **lượng đặt hàng** 주문량 | **tiền thuê** 임차료 | **hợp đồng** 계약

Bài 19 169

095

khác/khác với ~

~달라요, ~와(과) 달라요

khác은 형용사로 '다른'이라는 의미를 나타내며 일반적으로 khác 뒤에는 비교 대상이 제시됩니다. '~와(과) 함께'를 의미하는 với와 함께 사용할 경우 '~와(과) 달라요'라는 의미를 나타내며 주어가 복수일 경우에는 '복수 주어 + khác nhau'의 형태로 표현할 수 있습니다.

Track 19-15

1. Tính anh ấy **khác** tôi. — 그의 성격은 저와 달라요.
2. Hàng loại một **khác** hàng loại hai, không được gói chung. — 1등급 상품은 2등급 상품과 달라서 같이 포장하면 안돼요.
3. Tiền phải chuyển khoản **khác với** hóa đơn. — 송금해야 하는 돈이 영수증과 달라요.
4. Hàng mẫu chị gửi hôm qua **khác với** hàng tôi yêu cầu. — 당신이 어제 보내 주신 샘플은 제가 요청한 것과 달라요.
5. Thiết kế hai sản phẩm này hơi **khác nhau**. — 이 두 상품의 디자인이 약간 달라요.

대화로 연습해 보GO

Track 19-16

A: Anh đã nhận được hàng mẫu chưa? — 당신은 샘플을 받으셨나요?

B: Dạ, rồi ạ. Nhưng nó **khác với** hàng tôi yêu cầu. — 네, 받았어요. 그런데 제가 요청한 것과 달라요.

Track 19-17

★ 새 단어

tính 성격 | **gói** 포장하다 | **chuyển khoản** 송금하다 | **hóa đơn** 영수증

Bài 20

저도 좋은 결과가 있길 바랍니다.
Tôi cũng đang mong có kết quả tốt.

 학습 패턴

- 주어 + vẫn còn + 동사/형용사: ~은(는) 여전히 ~하는, ~은(는) 여전히 ~인
- 주어 + mong ~: ~은(는) ~하길 바라요
- đến ~ rồi: ~에 왔네요, ~이(가) 왔네요
- 주어 + thì ~: ~은(는)
- ~ mà: ~하잖아요

 새 단어

đề án 제안 | **cấp trên** 상사 | **mong** 바라다, 희망하다 | **đến ~ rồi** ~에 왔다, ~이(가) 왔다

회화로 말문트 GO!

💬 회화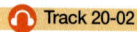

민수 Chào chị. Tôi là Kim Min Soo bên công ty Hàn Quốc.
Tôi gọi cho chị vì tôi muốn biết kết quả đề án của chúng tôi thế nào rồi.

호아 Chưa có tin gì đặc biệt. Cấp trên ❶vẫn còn đang trao đổi.
Tôi cũng đang ❷mong có kết quả tốt.

민수 Vâng, thế thì tôi sẽ chờ tin nhé.
❸Đến thứ sáu rồi. Tôi rất vui vì gần đến cuối tuần rồi.

호아 Tôi ❹thì ngày mai cũng làm.
Như anh biết, Việt Nam thì làm sáu ngày một tuần ❺mà.

민수 À, đúng thế! Tôi quên mất.
Chị cố lên nhé và chúc chị cuối tuần vui vẻ.

호아 Vâng, sau khi nhận được kết quả thì tôi sẽ liên lạc cho anh luôn.

해석

민수 안녕하세요. 한국 회사의 김민수예요.
저희 쪽 제안이 어떻게 되어가고 있는지 알고 싶어서 전화했습니다.

호아 아직 특별한 소식은 없어요. 상사분들께서 여전히 말씀 중이세요.
저도 좋은 결과가 있길 바랍니다.

민수 네, 그러면 소식을 기다리고 있을게요.
금요일이 왔네요. 주말이 다가오니 기분이 정말 좋네요.

호아 저는 내일도 일을 해요.
아시다시피 베트남은 주 6일을 근무하잖아요.

민수 아, 그렇죠! 제가 잊어버렸네요.
조금 더 힘내시고 주말 잘 보내세요.

호아 네, 결과가 나오면 제가 바로 연락 드릴게요.

패턴으로 실력다지 GO!

960   주어 + **vẫn còn** + 동사/형용사
~은(는) 여전히 ~하는, ~은(는) 여전히 ~인

vẫn còn은 서술어 앞에 놓여 '여전히 ~하는, 여전히 ~인'이라는 의미를 나타내며 어떤 행동이나 상태가 현재 시점까지 지속되고 있음을 나타낼 때 쓰는 표현입니다.

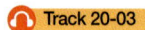

1. Hai công ty **vẫn còn** giao lưu với nhau.
   두 회사는 여전히 교류하고 있어요.

2. Người phụ trách cho hàng B **vẫn còn** chưa trả lời.
   B 상품 담당자는 여전히 답을 하지 않네요.

3. Công ty đó **vẫn còn** là thương hiệu nổi tiếng nhất trong ngành đồ gia dụng.
   그 회사는 가전제품 분야에서 여전히 가장 유명한 브랜드예요.

4. Chúng tôi **vẫn còn** đang thảo luận về vấn đề áp dụng hệ thống không người.
   저희는 여전히 무인 시스템의 도입 문제에 대해 토론하고 있어요.

5. Công ty đó **vẫn còn** khó khăn về tài chính.
   그 회사는 여전히 재정 문제가 어려워요.

대화로 연습해 보GO

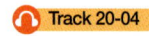

A: Em đã liên lạc với người phụ trách chưa?
당신은 담당자와 연락해 보았나요?

B: Dạ, rồi ạ. Em đã gửi email rồi mà người phụ trách cho hàng B **vẫn còn** chưa trả lời.
네, 연락했습니다. 제가 이메일을 보냈는데, B 상품 담당자는 여전히 답을 하지 않네요.

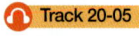

★ 새 단어

giao lưu 교류하다 | trả lời 대답하다 | ngành 분야 | đồ gia dụng 가전제품 | hệ thống 시스템 | không người 무인의 | khó khăn 어려운 | tài chính 재정

097

주어 + mong ~
~은(는) ~하길 바라요

mong은 동사로 '바라다, 희망하다'라는 의미를 나타내며, 비즈니스 상황에서 쓰일 때에는 어떤 일에 대한 기대 또는 바람을 나타낼 때 쓰는 표현입니다.

🎧 Track 20-06

1. Tôi **mong** chị điều chỉnh giá cả. — 저는 당신이 가격을 조정해 주길 바랍니다.

2. Tôi **mong** phương án này sẽ có hiệu quả. — 저는 이 방안이 효과가 있길 바랍니다.

3. Tôi **mong** anh chấp nhận đề nghị của chúng tôi. — 저는 당신이 저희의 제안을 받아들여 주길 바랍니다.

4. Tôi **mong** công ty có thể khắc phục được tình hình này. — 저는 회사가 이 상황을 극복할 수 있기를 바랍니다.

5. Tôi **mong** mọi người thông cảm cho tình hình hiện tại của công ty. — 저는 여러분이 회사의 현재 상황을 이해해 주길 바랍니다.

대화로 연습해 보GO

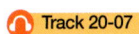 Track 20-07

A: Tôi **mong** chị điều chỉnh giá cả. — 저는 당신이 가격을 조정해 주길 바랍니다.

B: Vấn đề đó thì tôi không thể quyết định một mình. Tôi sẽ liên lạc lại sau khi thảo luận. — 그 문제는 제가 혼자서 결정할 수 없어요. 의논 후에 제가 다시 연락 드리겠습니다.

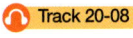 Track 20-08

⭐ 새 단어

phương án 방안 | **chấp nhận** 받아들이다 | **đề nghị** 제의하다, 제안하다 | **khắc phục** 극복하다 | **thông cảm** 이해하다, 양해하다

Bài 20 175

đến ~ rồi
~에 왔네요, ~이(가) 왔네요

'도착하다'라는 의미를 가진 동사 đến과 완료의 의미를 나타내는 부사 rồi가 함께 쓰여 '~에 왔다, ~이(가) 왔다'라는 의미를 나타내며 어떤 장소나 시간에 도착 또는 도달했음을 나타낼 때 쓰는 표현입니다. 또한 '가까운'이라는 의미를 가진 gần과 함께 쓰여 'gần đến ~ rồi'로도 표현할 수 있으며 '~에 거의 다와가다'라는 의미를 나타냅니다.

🎧 Track 20-09

1. **Đến** công ty **rồi**. — 회사에 도착했네요.
2. **Đến** hạn cuối **rồi**. — 마감일이 됐네요.
3. **Đến** ngày kỷ niệm thành lập **rồi**. — 창립 기념일이 됐네요.
4. **Đến** kỳ quyết toán cuối năm **rồi**. — 연말 정산 시기가 됐네요.
5. **Gần đến** ngày áp dụng quy tắc mới **rồi**. — 새 규정이 도입되는 날이 거의 다와가요.

대화로 연습해 보GO

🎧 Track 20-10

A: **Đến** kỳ quyết toán cuối năm **rồi**. — 연말 정산 시기가 됐네요.
B: Ôi, chúng ta sẽ bận hơn. — 아이고, 우리 더 바빠지겠어요.

🎧 Track 20-11

⭐ 새 단어

hạn cuối 마감일, 마감 | **ngày kỷ niệm** 기념일 | **thành lập** 창립하다, 설립하다 | **kỳ** 시기, 기간 | **quyết toán** 정산하다 | **quy tắc** 규정, 규칙

660

주어 + thì ~
~은(는)

thì는 '~은(는)'이라는 의미로 주어 뒤에 놓여 한국어의 조사와 같은 역할을 합니다. 주로 주어를 강조하거나 앞의 상황과 비교하여 이야기할 때 쓰는 표현입니다.

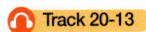 Track 20-12

1. Tôi **thì** phải làm thêm giờ. — 저는 야근을 해야 해요.
2. Phòng đôi **thì** đã được đặt hết rồi ạ. — 더블룸은 다 예약되었어요.
3. Loại này **thì** chúng tôi đang có sẵn. — 이 종류는 저희가 가지고 있어요.
4. Chung cư H **thì** hơi xa, anh nên đi tắc xi. — H 아파트는 약간 멀어서 당신이 택시로 가는 게 좋겠어요.
5. Khách hàng mới **thì** sẽ được trải nghiệm miễn phí. — 신규 고객은 무료로 체험할 수 있어요.

대화로 연습해 보GO

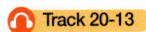 Track 20-13

A: Đến giờ tan làm rồi. Chúng ta về nhé. — 퇴근 시간이 다 됐네요. 우리 가요.

B: Không được. Em **thì** phải làm thêm giờ. — 안 돼요. 저는 야근을 해야 해요.

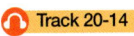 Track 20-14

⭐ **새 단어**

phòng đôi 더블룸 | **có sẵn** 가지고 있는, 바로 이용할 수 있는 | **chung cư** 아파트 | **trải nghiệm** 체험하다 | **miễn phí** 무료의

Bài 20 177

패턴으로 실력다지 GO!

100 ~ mà
~하잖아요

mà는 다양한 용법으로 쓰이는데 문장 끝에 놓일 경우 '~하잖아요'라는 의미를 나타내며 제3자가 알고 있는 일에 대해 강조하거나 상대를 설득할 때 쓰는 표현입니다.

🎧 Track 20-15

1. Cái này tốt hơn cái kia **mà**. 　　이것이 저것보다 좋잖아요.
2. Chị Lan đã ra viện rồi **mà**. 　　란 씨는 퇴원했잖아요.
3. Chị chưa về à? Đến giờ tan làm rồi **mà**. 　　당신은 아직 안 가요? 퇴근 시간이 됐잖아요.
4. Đừng lo. Quầy bán vé chưa đóng cửa **mà**. 　　걱정하지 마세요. 매표소가 아직 문을 닫지 않았잖아요.
5. Chúng ta đã ký hợp đồng độc quyền rồi **mà**. 　　우리는 독점 계약을 했잖아요.

대화로 연습해 보GO

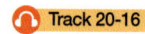

A: Em nên mua cái này hay cái kia? 　　제가 이것을 사는 게 좋을까요, 아니면 저것을 사는 게 좋을까요?

B: Mua cái này đi! Cái này tốt hơn cái kia **mà**. 　　이것을 사세요! 이것이 저것보다 좋잖아요.

⭐새 단어

ra viện 퇴원하다 | **quầy bán vé** 매표소 | **đóng cửa** 문을 닫다 | **độc quyền** 독점하다

복습해보 GO!

한국어를 참고하여 빈칸에 들어갈 베트남어를 쓰고 말해 보세요. 정답 267~268쪽   안다 / 모른다

1 Anh có _____ nhắn gì thêm không? ☐ ☐

당신은 메시지를 더 남기고 싶으신가요?

2 Công ty ở _____ nhà tôi. ☐ ☐

회사는 내 집 근처에 있어요.

3 _____ anh chọn màu khác _____. ☐ ☐

그러면 당신이 다른 색을 선택하세요.

4 Tuần này _____ tuần sau tôi đều bận. ☐ ☐

저는 이번 주와 다음 주 모두 바빠요.

5 _____ các anh chị luôn hạnh phúc. ☐ ☐

여러분들이 항상 행복하길 기원해요.

6 _____ em có tự tin _____ làm thử đi. ☐ ☐

언젠가 당신이 자신감이 생기면 시도해 봐요.

7 Lần này tôi đi công tác _____ anh Nam. ☐ ☐

이번에 저는 남 씨와 함께 출장을 가요.

8 Sản phẩm thực tế sẽ _____ hàng mẫu chị nhận vào tuần trước. ☐ ☐

실제 상품은 당신이 지난 주에 받은 샘플과 비슷할 거예요.

복습해보 GO!

	안다 / 모른다

9 Đổi máy mới thì sẽ ▭ tăng năng suất ▭ giảm thời gian sản xuất. ☐ ☐

새로운 기계로 바꾸면 효율도 좋아지고 생산 시간이 줄기도 해요.

10 ▭ anh ấy sẽ chuyển bộ phận. ☐ ☐

그가 부서를 옮길 거라고 들었어요.

11 Chúng ta phải áp dụng ▭ kỹ thuật A ▭ kỹ thuật B. ☐ ☐

우리는 A 기술과 B 기술을 모두 도입해야 해요.

12 Phí hoa hồng ▭ ? ☐ ☐

수수료가 얼마인가요?

13 Tiền phải chuyển khoản ▭ hóa đơn. ☐ ☐

송금해야 하는 돈이 영수증과 달라요.

14 Hai công ty ▭ giao lưu với nhau. ☐ ☐

두 회사는 여전히 교류하고 있어요.

15 Loại này ▭ chúng tôi đang có sẵn. ☐ ☐

이 종류는 저희가 가지고 있어요.

16 Cái này tốt hơn cái kia ▭ . ☐ ☐

이것은 저것보다 좋잖아요.

Bài 21

좋은 소식 알려 드리려고 전화했어요.
Tôi gọi điện cho anh để cho biết tin vui.

 학습 패턴

- để + 동사: ~하기 위해서, ~하려고
- được + 동사: ~하게 돼요
- có lẽ (là) ~: 아마도 ~할 것 같아요, 아마도 ~할 거예요
- gần như + 동사: 거의 ~인 듯 해요
- 주어 + 동사 + trước: ~은(는) 먼저 ~해요

 새 단어 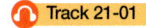 Track 21-01

gọi điện 전화하다 | **cho biết** 알리다 | **giọng** 목소리 | **mới** + 동사 비로소 ~하다 | **có lẽ (là)** 아마 ~인 것 같다 | **trước đây** 이전에

회화로 말문트 GO!

회화
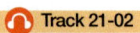

민수   A lô, Kim Min Soo đây. Tôi có thể giúp gì ạ?

호아   Anh Min Soo ơi, tôi là Hoa ở thành phố Hồ Chí Minh đây.
Tôi gọi điện cho anh ❶để cho biết tin vui.

민수   Tôi rất vui vì ❷được nghe giọng chị.
Lâu lắm rồi mới liên lạc với nhau.
❸Có lẽ là về hàng mẫu mà trước đây chúng tôi đã yêu cầu phải không?

호아   Vâng, đúng rồi. Hàng mẫu ❹gần như được hoàn thành rồi.
Lâu thì cũng mất một tuần thôi.

민수   Tốt quá rồi! Khi nào hàng mẫu hoàn thành thì chị gửi một cái cho tôi ❺trước nhé.

호아   Vâng, tôi sẽ liên lạc lại trước khi gửi cho anh.

해석

민수 여보세요, 김민수입니다. 무엇을 도와 드릴까요?

호아 민수 씨, 호찌민시의 호아예요.
좋은 소식 알려 드리려고 전화했어요.

민수 당신의 목소리를 듣게 되어 정말 반가워요.
연락한 지 오래되었네요.
아마도 이전에 요청한 샘플 건에 대한 것이 맞죠?

호아 네, 맞아요. 샘플이 거의 다 완성된 것 같아요.
길면 일주일 걸립니다.

민수 잘됐네요! 언제 샘플이 완성되면 먼저 하나를 보내주세요.

호아 네, 보내기 전에 다시 연락 드리겠습니다.

101

để + 동사
~하기 위해서, ~하려고

để가 동사 앞에 위치하여 전치사로 쓰일 경우 '~하기 위해서, ~하려고'라는 의미를 나타내며 어떤 일에 대한 목적을 나타낼 때 쓰는 표현입니다.

🎧 Track 21-03

1. Cho thêm năm phút **để** suy nghĩ lại. — 다시 생각할 시간을 5분 더 주세요.
2. Hôm nay, tôi phải làm thêm giờ **để** điều tra tồn kho. — 오늘 저는 재고 조사를 위해 야근을 해야 해요.
3. Tôi đang viết lại báo cáo **để** làm cho hoàn hảo. — 저는 완벽하게 하기 위해 보고서를 다시 쓰고 있어요.
4. Nhà máy sẽ đóng cửa tạm thời **để** kiểm tra máy móc. — 공장은 기계 검사를 위해 일시적으로 문을 닫을 거예요.
5. Công ty đã mở ra nhiều chương trình **để** đào tạo nhân viên. — 회사는 직원 교육을 위해 많은 프로그램을 개설했어요.

대화로 연습해 보GO

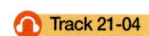

A: Ủa, sao chị viết lại vậy? — 앗, 왜 다시 쓰는 거예요?

B: Tôi đang viết lại báo cáo **để** làm cho hoàn hảo. — 저는 완벽하게 하기 위해서 보고서를 다시 쓰고 있어요.

🎧 Track 21-05

⭐ 새 단어

làm cho + (대상) + 동사/형용사 ~하게 만들다 | **hoàn hảo** 완벽한 | **tạm thời** 일시적인 | **máy móc** 기계 | **mở ra** 개설하다 | **đào tạo** 교육하다

102 được + 동사

~하게 돼요

được이 동사 앞에 위치할 경우 '~하게 되다'라는 의미를 나타내며, 일반적으로 화자가 긍정적인 상황이라고 느낄 때 쓰는 표현입니다. 행위상의 주체를 나타낼 때에는 'được + 행위 주체 + 동사'의 형태로 제시할 수 있으며 '~은(는) ~에 의해 ~하게 돼요'라는 의미를 나타냅니다.

 Track 21-06

1. Tài liệu đã **được** phát rồi.   자료는 이미 배부되었어요.

2. Chúng tôi **được** cho phép quay phim.   저희는 촬영 허가를 받았어요.

3. Tôi **được** vay 20 triệu won từ ngân hàng.   저는 은행에서 2천만 원을 빌렸어요.

4. Ngày mai, sản phẩm mới của công ty GG **được** công bố.   내일 GG 회사의 신상품이 공개됩니다.

5. Hôm nay, tôi mới **được** ông ấy trả lời.   오늘 저는 막 그분의 답변을 받았어요.

대화로 연습해 보GO

 Track 21-07

A: Tài liệu cho cuộc họp chiều nay đã **được** chuẩn bị hết chưa?   오늘 오후 회의를 위한 자료가 모두 준비되었나요?

B: Vâng, tài liệu đã được phát cho mọi người rồi ạ.   네, 자료는 이미 모든 사람에게 배부되었어요.

 Track 21-08

★ 〈새 단어〉

phát 배부하다, 나눠주다, 발행하다 | **cho phép** 허가하다, 허락하다 | **quay phim** 촬영하다 | **vay** 빌리다 | **triệu** 백만 | **công bố** 공개하다

103

có lẽ (là) ~
아마도 ~할 것 같아요, 아마도 ~할 거예요

có lẽ는 부사로 '아마도 ~할 것 같다'라는 의미를 나타내며 절을 이끄는 là와 함께 쓰여 어떤 일을 가볍게 추측할 때 쓰는 표현입니다. là를 생략하여 말하기도 합니다. 이와 반대되는 표현으로는 'chắc là ~'가 있으며 정황상 상당한 확신을 가지고 추측할 때 씁니다.

🎧 Track 21-09

1. Trời mưa thế này, **có lẽ (là)** sẽ tắc đường lắm đây.
   비가 이렇게 오니, 아마도 길이 많이 막힐 거예요.

2. **Có lẽ (là)** mọi chuyện sẽ ổn thôi.
   아마도 모든 일이 잘 될 거예요.

3. **Có lẽ (là)** anh ấy là người quen của chị Hoa.
   아마도 그는 호아 씨의 지인일 거예요.

4. **Có lẽ (là)** tuần này chúng tôi sẽ làm tiệc tân gia.
   아마도 이번주에 저희가 집들이를 할 것 같아요.

5. Tôi phải họp bây giờ, **có lẽ (là)** không về đúng giờ được.
   제가 지금 회의를 해야 해서 아마도 정각에 퇴근하지 못할 것 같아요.

대화로 연습해 보GO

🎧 Track 21-10

A: Ôi, trời mưa to quá.
오, 비가 많이 내리네요.

B: Trời mưa thế này, **có lẽ (là)** sẽ tắc đường lắm đây.
비가 이렇게 오니, 아마도 길이 많이 막힐 거예요.

🎧 Track 21-11

⭐ 새 단어

tắc đường 길이 막히다 | **ổn** 안정된 | **người quen** 지인 | **tiệc tân gia** 집들이 | **đúng giờ** 정시에

104

gần như + 동사
거의 ~인 듯 해요

gần như는 동사 앞에 놓여 '거의 ~인 듯 하다'라는 의미를 나타내며 아직 완료되지는 않았지만 거의 다 되어감을 나타낼 때 쓰는 표현입니다. 비슷한 표현으로는 'hầu như ~'가 있습니다.

🎧 Track 21-12

1. Dự án đó **gần như** đã được thông qua rồi. — 그 프로젝트는 거의 통과됐어요.
2. Nhóm chúng ta **gần như** đã chiến thắng rồi. — 우리 팀은 거의 승리했어요.
3. Báo cáo của chị **gần như** sắp được phê duyệt rồi. — 당신의 보고서는 거의 승인될 거예요.
4. Hai loại này rất giống nhau, **gần như** không thể phân biệt được. — 이 두 종류는 정말 비슷해서 거의 구별할 수 없어요.
5. Việc chuẩn bị cho triển lãm **hầu như** đã xong rồi. — 전시회 준비가 거의 다 끝났어요.

대화로 연습해 보GO
🎧 Track 21-13

A: Dự án đó thế nào rồi? — 그 프로젝트는 어떻게 되었어요?

B: Dự án đó **gần như** đã được thông qua rồi. — 그 프로젝트는 거의 통과됐어요.

🎧 Track 21-14

⭐ **새 단어**

thông qua 통과하다 | **chiến thắng** 승리하다 | **phê duyệt** 승인하다 | **phân biệt** 구별하다

Bài 21　187

패턴으로 실력다지 GO!

105

주어 + 동사 + trước
~은(는) 먼저 ~해요

시간이나 장소의 '전, 앞'이라는 의미인 trước이 절 뒤에 놓여 부사로 사용되면 '먼저 ~하다'라는 의미를 나타냅니다.

🎧 Track 21-15

1. Anh chị xem biểu đồ này **trước** đi. — 여러분께서 이 그래프를 먼저 보시죠.

2. Chúng ta phải quảng cáo qua SNS **trước**. — 우리는 SNS 광고를 먼저 해야 해요.

3. Chị phải đặt cọc **trước** 30% tiền hợp đồng. — 당신은 계약금의 30%를 보증금으로 먼저 내야 해요.

4. Chúng ta phải tìm nhà phân phối ở Việt Nam **trước**. — 우리는 베트남에서 유통업체를 먼저 찾아야 해요.

5. Thành viên mới sẽ được tham gia sự kiện bốc thăm **trước**. — 신규 회원은 추첨 행사에 먼저 참가할 수 있어요.

🗨 대화로 연습해 보GO

🎧 Track 21-16

A: Chúng ta hãy suy nghĩ về cách marketing tấn công thị trường giới trẻ. — 젊은 세대를 공략할 마케팅 방법을 생각해 봅시다.

B: Chúng ta phải quảng cáo qua SNS **trước**. — 우리는 SNS 광고를 먼저 해야 해요.

🎧 Track 21-17

⭐ 새 단어

biểu đồ 그래프, 도표 | **đặt cọc** 보증금을 내다 | **nhà phân phối** 유통업체 | **bốc thăm** 추첨하다 | **tấn công** 공략하다

Bài 22

오늘 회의가 정말 유익할 것이라고 생각해요.
Tôi cho rằng cuộc họp hôm nay sẽ thật có ích.

 학습 패턴

- 주어 + cho rằng ~: ~은(는) ~라고 생각해요
- như + 주어 + 동사: ~이(가) ~한 것처럼 ~해요
- sau khi + (주어) + 동사: ~이(가) ~한 후에 ~해요
- tiếp theo ~: 계속해서 ~입니다, 다음은 ~입니다
- trước tiên ~: 우선 ~해요

 새 단어  Track 22-01

bên phải 오른쪽 | **trưởng phòng** 부장 | **bên trái** 왼쪽 | **phòng kế hoạch** 기획부 | **cho rằng** ~라고 생각하다 | **có ích** 유익한 | **đi vào** 들어가다 | **vấn đề chính** 본론, 본제 | **tập trung** 모으다, 집중하다 | **hoàn tất** 끝내다, 완성하다 | **điều** 일 | **tiếp theo** 다음의, 계속되는 | **mở rộng** 확장하다 | **tháng cuối năm** 하반기 | **trước tiên** 우선 | **góp ý** 의견을 내다, 말하다

 회화 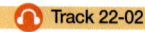 Track 22-02

민수   Xin chào các anh chị.
       Trước khi bắt đầu họp, tôi sẽ giới thiệu những người tham gia ở đây.
       Người ở cuối bên phải của tôi là trưởng phòng Bae Jun Woo. Người ở bên trái ngay đó là chị Yoon Sun Ae của phòng kế hoạch. Còn đây là chị Hoa đang phụ trách bên Hàn Quốc ở công ty Bình Tây. Chị đến từ trụ sở chính tại thành phố Hồ Chí Minh.

호아   Tôi chào mọi người.
       Tôi ❶cho rằng cuộc họp hôm nay sẽ thật có ích.

민수   Thế thì chúng ta bắt đầu ngay đi.
       Trước khi bắt đầu họp, anh chị có câu hỏi gì không?
       Không có thì chúng ta sẽ đi vào vấn đề chính.
       ❷Như anh chị đã biết, chúng ta tập trung tại đây để hoàn tất mấy điều cần bàn bạc.
       ❸Sau khi kết thúc thảo luận, ❹tiếp theo chị Yoon Sun Ae sẽ phát biểu kế hoạch mở rộng kinh doanh trong tháng cuối năm của công ty chúng tôi.

호아   Vâng, ❺trước tiên, anh góp ý về những điều cần cải thiện của hàng mẫu mà chúng tôi đã gửi lần trước được không?

해석

민수 안녕하세요, 여러분.
회의 시작에 앞서 회의에 참석하신 분들을 소개하겠습니다.
제 오른편 끝 쪽에 계시는 분은 배준우 부장님입니다.
그 바로 왼쪽 옆자리에는 기획부의 윤선애 씨입니다. 그리고 이분은 빙 떠이 회사에서 한국 지사를 담당하고 있는 호아 씨입니다. 호찌민시 본사에서 오셨습니다.

호아 여러분, 안녕하세요.
오늘 회의가 정말 유익할 것이라고 생각해요.

민수 그러면 바로 회의를 시작하겠습니다.
회의 시작하기 전에 혹시 질문 있으신가요?
없으면 바로 본론으로 들어가도록 하겠습니다.
알고 계신 것처럼 우리는 몇 가지 협의 사항들을 마무리하기 위해 여기에 모였습니다.
협의를 마무리 한 후에, 계속해서 윤선애 씨가 저희 회사의 하반기 사업 확장 계획을 발표하려고 합니다.

호아 네, 우선 지난번 보내 드린 샘플에 대한 개선 사항부터 말씀해 주실 수 있으실까요?

주어 + **cho rằng** ~
~은(는) ~라고 생각해요

cho rằng은 자신의 생각이나 의견에 대해 말하거나 전달할 때 사용하는 표현으로, '~라고 생각하다, 주장하다, 여기다'라는 의미를 나타냅니다.

🎧 Track 22-03

1. Tôi **cho rằng** kiểm tra lại rất quan trọng.
   저는 다시 확인하는 게 정말 중요하다고 생각해요.

2. Có nhiều ý kiến **cho rằng** nó sẽ có hiệu quả lớn.
   그것이 효과가 클 것이라고 생각하는 많은 의견이 있어요.

3. Anh **cho rằng** chắc chắn em có thể làm việc này.
   저는 확실히 당신이 이 일을 할 수 있다고 생각해요.

4. Tôi **cho rằng** giới trẻ hiện nay rất nhạy cảm trong lĩnh vực thời trang.
   저는 요즘 젊은 친구들이 패션에 정말 센스가 있다고 생각해요.

5. Tôi **cho rằng** chuyến thăm lần này sẽ làm cho mối quan hệ chúng ta chặt chẽ hơn.
   저는 이번 방문이 우리의 관계를 더 긴밀하게 만들 것이라고 생각해요.

대화로 연습해 보GO

🎧 Track 22-04

A: Anh thấy dự án này sẽ được đánh giá thế nào?
당신 생각에는 이 프로젝트가 어떻게 평가받을 것 같나요?

B: Có nhiều ý kiến **cho rằng** nó sẽ có hiệu quả lớn.
그것이 효과가 클 것이라고 생각하는 많은 의견이 있어요.

🎧 Track 22-05

⭐ 새 단어

chắc chắn 확실히, 의심할 여지없는 | **hiện nay** 요즘, 현재 | **nhạy cảm** 민감한, 예민한 | **thời trang** 패션 | **mối quan hệ** 관계 | **đánh giá** 평가하다

107

như + 주어 + 동사
~이(가) ~한 것처럼 ~해요

như는 전치사로 '~처럼, ~같게'라는 의미를 나타내며 뒤에 절이 제시되면 '~이(가) ~한 것처럼 ~하다'라는 의미를 나타냅니다.

 Track 22-06

1. Sản phẩm đó đang bán chạy **như** chị dự kiến.
   당신이 예상한 것처럼 그 상품이 잘 팔리고 있어요.

2. Chúng ta có thể vượt qua khó khăn này **như** chúng ta đã làm trước đây.
   우리가 이전에 했던 것처럼 이 어려움을 극복할 수 있어요.

3. **Như** em đã đưa ra ý kiến, chúng ta cần mở rộng thị trường.
   당신이 의견을 낸 것처럼 우리는 시장을 확장할 필요가 있어요.

4. **Như** em báo cáo hôm qua, lợi nhuận của chi nhánh Việt Nam đang giảm dần.
   제가 어제 보고드렸던 것처럼 베트남 지사의 수익이 점차 감소하고 있어요.

5. Cô ấy và tôi thân nhau **như** chị em.
   그녀와 저는 자매처럼 친해요.

대화로 연습해 보GO

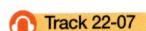 Track 22-07

A: Phản ứng của sản phẩm mới trên thị trường thế nào vậy?
시장에서 신상품의 반응이 어떤가요?

B: Dạ, sản phẩm đó đang bán chạy **như** chị dự kiến.
네, 당신이 예상한 것처럼 그 상품이 잘 팔리고 있어요.

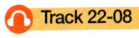 Track 22-08

⭐ 새 단어

dự kiến 예상하다 | **vượt qua** 극복하다, 이겨내다 | **lợi nhuận** 수익, 이윤 | **thân** 친한 | **chị em** 자매 | **phản ứng** 반응

패턴으로 실력다지 GO!

108

sau khi + (주어) + 동사
~이(가) ~한 후에 ~해요

'~후(에), 뒤(에)'라는 의미인 sau와 '~할 때'라는 의미인 khi가 함께 쓰여 '~이(가) ~한 후(에) ~하다'라는 의미를 나타냅니다. 이때 앞 절과 뒤 절의 주어가 같을 경우 sau khi가 있는 절의 주어를 생략하여 나타낼 수 있습니다.

 Track 22-09

1. **Sau khi** về hưu, ông có kế hoạch gì đặc biệt không ạ?
   은퇴 후에 당신은 특별한 계획이 있으신가요?

2. **Sau khi** nghe giải thích xong, tôi có thể hiểu rõ ràng hơn.
   설명을 들은 후에 제가 더 명확하게 이해할 수 있어요.

3. **Sau khi** sản phẩm đó được ra mắt, nhiều công ty đang bắt chước nó.
   그 상품이 출시된 이후에 많은 회사들이 그것을 모방하고 있어요.

4. Lịch trình tiếp theo **sau khi** họp xong là gì?
   회의가 끝난 후에 다음 일정은 무엇이죠?

5. Chúng tôi sẽ không bán nữa **sau khi** thời hạn hợp đồng kết thúc.
   계약 기간이 끝난 후에 저희는 더 이상 팔지 않을 거예요.

대화로 연습해 보GO

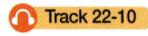 Track 22-10

A: **Sau khi** về hưu, ông có kế hoạch gì đặc biệt không ạ?
은퇴 후에 당신은 특별한 계획이 있으신가요?

B: Chưa có kế hoạch gì đặc biệt, nhưng ông muốn về quê.
아직 특별한 계획은 없지만 저는 고향으로 돌아가고 싶네요.

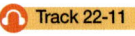 Track 22-11

⭐ 새 단어
về hưu 은퇴하다 | **rõ ràng** 명확한 | **ra mắt** 출시하다, 출현하다 | **bắt chước** 모방하다 | **lịch trình** 일정 | **thời hạn** 기간

109

tiếp theo ~

계속해서 ~입니다, 다음은 ~입니다

tiếp theo가 부사로 사용되면 '계속해서 ~이다, 다음은 ~이다'라는 의미를 나타내며 진행 순서를 이야기할 때 쓰는 표현입니다.

🎧 Track 22-12

1. **Tiếp theo** là các tin về kinh tế thế giới. — 계속해서 세계 경제에 대한 뉴스입니다.

2. **Tiếp theo** lời chúc mừng của chủ tịch sẽ là bữa tiệc tối. — 다음은 회장님의 축사에 이어 저녁 만찬이 있겠습니다.

3. **Tiếp theo** sau đây là bài phát biểu của anh Thành. — 계속해서 타잉 씨의 발표가 있겠습니다.

4. **Tiếp theo** anh Trung sẽ là chị Hoa lên cắt băng khánh thành. — 다음은 쭝 씨에 이어 호아 씨가 올라가서 개관식 리본 커팅을 하겠습니다.

5. **Tiếp theo** nội dung cuộc họp hôm nay, tôi xin trình bày kế hoạch hợp tác với công ty A. — 다음은 오늘 회의 내용에 이어 제가 A 회사와 합작 계획을 발표하겠습니다.

대화로 연습해 보GO

🎧 Track 22-13

A: **Tiếp theo** sau đây là bài phát biểu của anh Thành. — 계속해서 타잉 씨의 발표가 있겠습니다.

B: Vâng, trước khi bắt đầu, cho tôi được gửi lời cảm ơn đến các bạn. — 네, 시작하기 전에 먼저 여러분께 감사의 말씀을 드립니다.

🎧 Track 22-14

⭐ 새 단어

lời chúc mừng 축사 | **bài phát biểu** 발표 | **cắt băng** 리본 커팅하다 | **khánh thành** 개관하다, 개장하다 | **trình bày** 발표하다, 설명하다

Bài 22   195

패턴으로 실력다지 GO!

trước tiên ~
우선 ~해요

trước tiên은 일반적으로 문장 앞에 위치하여 '우선 ~하다, 먼저 ~하다'라는 의미를 나타냅니다. 같은 표현으로는 'đầu tiên, trước hết'이 있습니다.

🎧 Track 22-15

1. **Trước tiên**, anh cài đặt mật khẩu đã nhé. — 우선, 당신은 비밀번호부터 설정해 주세요.
2. **Trước tiên**, tôi sẽ điểm danh những người có mặt ở đây. — 우선, 제가 여기에 계신 분들부터 출석을 부를게요.
3. **Trước tiên**, em hãy làm quen với các đồng nghiệp trong công ty nhé. — 우선, 당신은 회사의 동료들과 친해지세요.
4. **Đầu tiên**, hãy nghe ý kiến của chị Hoa. — 우선, 호아 씨의 의견을 들어봅시다.
5. **Trước hết**, chúng ta phải điều tra thị trường giới trẻ. — 우선, 우리는 젊은 층을 시장 조사해야 해요.

대화로 연습해 보GO

🎧 Track 22-16

A: Tôi cần làm gì trước nhỉ? — 저는 무엇을 먼저 해야 할까요?

B: **Trước tiên**, anh cài đặt mật khẩu đã nhé. — 우선, 당신은 비밀번호부터 설정해 주세요.

🎧 Track 22-17

⭐ 새 단어

cài đặt 설정하다, 설치하다 | **mật khẩu** 비밀번호 | **điểm danh** 출석을 부르다 | **có mặt** 출석하다 | **làm quen** 친해지다

Bài 23

한 가지 눈에 띄는 점은 경쟁사와 비교해 제품의 크기가 너무 크다는 것입니다.
Một điều nổi bật là kích cỡ của sản phẩm quá lớn so với công ty cạnh tranh.

 학습 패턴

- khi + 주어 + 동사: ~이(가) ~할 때 ~해요
- có xu hướng ~: ~하는 경향이 있어요, ~하는 추세예요
- dễ + 동사: ~하기 쉬워요, 쉽게 ~해요
- so với ~: ~에 비해, ~에 비교하여
- 주어 + có ~ về ~: ~은(는) ~에 대한 ~있어요

 새 단어

bảng 표, 차트 | nổi bật 눈에 띄는 | bộ nhớ 메모리, 기억 장치 | coi thường 무시하다 | hơn nữa 또한, 게다가 | xu hướng 경향, 추세 | cầm tay 휴대하다 | so 비교하다 | định vị 위치를 확정하다 | mơ hồ 모호한 | sức cạnh tranh 경쟁력 | ưu thế 우세 | vì thế 그래서 | tính gọn nhẹ 휴대성 | ý 생각, 의견 | bộ phận kỹ thuật 기술 팀

회화로 말문트 GO!

회화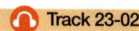

민수 Bây giờ, chúng ta xem trên màn hình nhé.
Như tôi đã nói trong cuộc họp hôm qua, ❶khi xem bảng này, một điều nổi bật là kích cỡ của sản phẩm quá lớn so với công ty cạnh tranh.

호아 Xin cho phép tôi được nói một chút.
Vì sản phẩm chúng tôi có bộ nhớ lớn hơn nên tôi nghĩ kích cỡ là phần có thể chấp nhận được.

민수 Vâng, chị nói cũng có phần đúng. Nhưng chúng ta không thể coi thường mặt thiết kế.
Hơn nữa, người tiêu dùng hiện nay ❷có xu hướng thích sản phẩm ❸dễ cầm tay.

호아 Vâng, tôi hiểu điều đó. Nhưng chất lượng của sản phẩm chúng tôi tốt hơn nhiều ❹so với sản phẩm công ty cạnh tranh.

민수 Vâng, nhưng sản phẩm được định vị rất mơ hồ.
Các sản phẩm của công ty cạnh tranh ❺có sức cạnh tranh về giá, còn các sản phẩm khác của châu Âu có ưu thế về chất lượng. Vì thế, chúng tôi định sẽ tập trung chủ yếu vào tính gọn nhẹ của sản phẩm.

호아 Vâng, tôi hiểu ý của anh.
Tôi sẽ xin ý kiến của bộ phận kỹ thuật.

해석

민수 지금, 프로젝터를 보시겠습니다.
어제 회의에서 제가 말씀드린 것처럼 이 표를 볼 때, 한 가지 눈에 띄는 점은 경쟁사와 비교해 제품의 크기가 너무 크다는 것입니다.

호아 잠시 말씀드리겠습니다.
저희 쪽 제품이 메모리 공간이 더 크기 때문에 크기는 감수할 수 있는 부분이라고 생각해요.

민수 네, 일부 맞는 말씀입니다. 하지만 디자인적인 측면도 무시할 수 없죠.
게다가, 요즘 소비자들은 쉽게 휴대할 수 있는 제품을 선호하는 경향이 있어요.

호아 네, 이해합니다. 하지만 경쟁사 제품에 비하면 저희 제품의 품질이 훨씬 좋습니다.

민수 네, 하지만 제품의 포지셔닝이 정말 애매합니다.
경쟁사 제품은 가격에 대한 경쟁력이 있고, 다른 유럽 제품은 품질에 대한 경쟁력이 있거든요.
그래서 저희 쪽은 제품의 휴대성에 가장 큰 중점을 두려고 해요.

호아 네, 무슨 말씀이신지 이해했습니다.
제가 기술 팀의 의견을 구해 보겠습니다.

패턴으로 실력다지 GO!

111

khi + 주어 + 동사
~이(가) ~할 때 ~해요

khi는 '~할 때'라는 의미를 나타내며 일반적으로 뒤에 절과 함께 제시됩니다. 이때, 앞 절과 뒤 절의 주어가 같을 경우 보통 khi가 있는 절의 주어를 생략하여 나타낼 수 있습니다.

🎧 Track 23-03

1. Anh chị hãy cẩn thận **khi** sử dụng máy này. — 여러분이 이 기계를 사용할 때에는 주의해 주세요.
2. Chúng ta sẽ bắt đầu **khi** mọi người đến đủ. — 사람들이 다 도착했을 때 시작하겠습니다.
3. **Khi** đi công tác, tôi luôn mang theo ba lô này. — 출장갈 때 저는 항상 이 배낭을 들고 가요.
4. **Khi** thảo luận với nhau, đôi khi chúng tôi cũng cãi nhau. — 토론할 때 저희는 가끔 다투기도 해요.
5. **Khi** công ty có trường hợp khẩn cấp thì em gọi cho anh ngay nhé. — 회사에 위급한 상황이 생겼을 때 저에게 바로 전화 주세요.

대화로 연습해 보GO

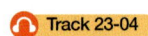

A: Khi nào chúng ta bắt đầu ạ? — 우리 언제 시작하나요?

B: Chúng ta sẽ bắt đầu **khi** mọi người đến đủ. — 사람들이 다 도착했을 때 시작하겠습니다.

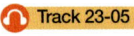

⭐새 단어

ba lô 배낭, 가방 | **đôi khi** 가끔 | **cãi nhau** 다투다, 말싸움하다, 티격태격하다 | **trường hợp** 상황, 경우 | **khẩn cấp** 위급한, 긴급한

112

có xu hướng ~
~하는 경향이 있어요, ~하는 추세예요

'가지고 있다'라는 의미인 có와 '경향, 트렌드'라는 의미인 xu hướng이 함께 쓰여 '~하는 경향이 있다, ~하는 추세이다'라는 의미를 나타냅니다.

 Track 23-06

1. Dạo này, giới trẻ đang **có xu hướng** dùng đồ nội địa. — 요즘 젊은 층은 국산품을 사용하는 추세예요.

2. Sản lượng **có xu hướng** tăng dần qua từng ngày. — 생산량이 날이 갈수록 증가하는 추세예요.

3. Tháng vừa qua, vật giá ở Seoul **có xu hướng** giảm. — 지난달, 서울의 물가는 하락하는 추세였어요.

4. Thị trường bất động sản đang **có xu hướng** chững lại. — 부동산 시장이 침체하는 경향이 있어요.

5. Tôi thấy dạo này **có xu hướng** mặc đồ như những năm 90. — 제 생각에 요즘은 90년대처럼 옷을 입는 게 트렌드인 것 같아요.

대화로 연습해 보GO

Track 23-07

A: Tôi thấy dạo này **có xu hướng** mặc đồ như những năm 90. — 제 생각에 요즘은 90년대처럼 옷을 입는 게 트렌드인 것 같아요.

B: Đúng rồi. Người ta gọi nó là thời trang Retro. — 맞아요. 사람들은 그것을 레트로 패션이라고 부르죠.

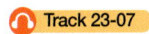 Track 23-08

⭐ 새 단어

nội địa 국내 | **vật giá** 물가 | **bất động sản** 부동산 | **chững lại** 침체하다, 정체하다, 지체하다 | **mặc đồ** 옷을 입다

Bài 23 **201**

113

dễ + 동사
~하기 쉬워요, 쉽게 ~해요

dễ는 형용사로 '쉬운'이라는 의미이며 뒤에 동사가 올 경우 '~하기 쉽다, 쉽게 ~하다'라는 의미를 나타냅니다. 이와 상반된 의미를 가진 형용사로는 khó가 있으며 뒤에 동사가 올 경우 '~하기가 어렵다'라는 의미를 나타냅니다.

🎧 Track 23-09

1. Bình cứu hỏa phải để nơi **dễ** thấy.
   소화기는 쉽게 보이는 데에 놓아야 해요.

2. Cái này là đồ **dễ** vỡ, anh cẩn thận nhé.
   이것은 깨지기 쉬운 물건이니까 조심하세요.

3. Hàng chị đặt không nặng, **dễ** vận chuyển.
   당신이 주문한 것은 무겁지 않아서 운반하기 쉬워요.

4. Đây là vấn đề **dễ** nhầm lẫn, mọi người hãy chú ý nhé.
   이것은 헷갈리기 쉬운 문제라서 모두들 주의하세요.

5. Việc này hơi **khó** làm một chút.
   이 일을 하기가 조금 어려워요.

대화로 연습해 보GO

🎧 Track 23-10

A: Đây là vấn đề **dễ** nhầm lẫn, mọi người hãy chú ý nhé.
   이것은 헷갈리기 쉬운 문제라서 모두들 주의하세요.

B: Vâng, em biết rồi. Em sẽ chú ý.
   네, 알겠습니다. 주의하겠습니다.

🎧 Track 23-11

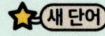

bình cứu hỏa 소화기 | **vỡ** 깨지다 | **vận chuyển** 운반하다 | **nhầm lẫn** 헷갈리다, 혼동하다

114 so với ~

~에 비해, ~에 비교하여

'비교하다'라는 의미인 so와 '~와(과)'를 의미하는 với가 함께 쓰여 '~에 비해, ~에 비교하여'라는 의미를 나타내며 어떤 두 대상을 비교할 때 쓰는 표현입니다. 'A + 형용사 + so với + B' 혹은 'so với + A + B + 형용사'의 형식으로 나타낼 수 있으며 'A는 B에 비해 ~하다, A에 비교하여 B가 ~하다'라는 의미로 쓰입니다.

🎧 Track 23-12

1. Tỷ giá hôm nay cao hơn **so với** hôm qua.
   오늘 환율이 어제에 비해 더 높아요.

2. Kế hoạch A tốn ít chi phí **so với** kế hoạch ban đầu.
   A 계획은 처음 계획에 비해 비용이 적게 들었어요.

3. Jihyo giỏi tiếng Việt hơn **so với** các bạn cùng lớp.
   지효는 같은 반 친구들에 비해 베트남어를 더 잘해요.

4. Tôi thấy **so với** màu đậm, màu nhạt hợp hơn.
   제 생각에는 진한 색깔에 비해 연한 색깔이 더 어울려요.

5. **So với** doanh thu tháng trước, tháng này đã tốt lên nhiều.
   지난달의 매출과 비교하여 이번 달이 많이 좋아졌어요.

대화로 연습해 보GO

🎧 Track 23-13

A: **So với** doanh thu tháng trước, tháng này đã tốt lên nhiều.
지난달의 매출과 비교하여 이번 달이 많이 좋아졌어요.

B: Đúng vậy. Mọi người đã vất vả rồi.
맞아요. 모두 고생 많으셨습니다.

🎧 Track 23-14

⭐ 새 단어

tỷ giá 환율 | **ban đầu** 처음 | **cùng lớp** 같은 반 | **đậm** 진한 | **nhạt** 연한

패턴으로 실력다지 GO!

115

주어 + có ~ về ~
~은(는) ~에 대한 ~있어요

'~이(가) 있다'라는 의미인 동사 có와 '~에 대한'이라는 의미인 전치사 về가 함께 쓰여, '~은(는) ~에 대한 ~있다'라는 의미를 나타냅니다. 어떤 특정 부분에 대해 설명할 때 사용할 수 있는 표현입니다.

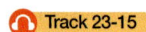 Track 23-15

1. Chị ấy **có** kiến thức **về** thương mại.
   그녀는 무역에 대한 지식이 있어요.

2. Anh chị **có** ý kiến nào **về** vấn đề này không?
   여러분은 이 문제에 대한 어떤 의견이 있으신가요?

3. Hôm nay **có** thông tin nào mới **về** kỹ thuật IT không?
   오늘은 IT 기술에 대한 새로운 소식이 있나요?

4. Ban đầu, họ đã **có** nhiều tranh luận **về** việc sát nhập.
   처음에 그들은 인수 합병에 대해 많은 논쟁이 있었어요.

5. Anh ấy **có** nhiều kinh nghiệm **về** ngành thiết kế nhà ở.
   그는 주택 설계 분야에 대한 많은 경험이 있어요.

대화로 연습해 보GO

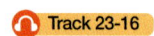 Track 23-16

A: Anh chị **có** ý kiến nào **về** vấn đề này không?
여러분은 이 문제에 대한 어떤 의견이 있으신가요?

B: Theo tôi, giá thành của chúng ta quá cao. Nó cần được cắt giảm.
제 생각에는 우리의 원가가 너무 높아요. 그것을 줄일 필요가 있어요.

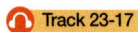 Track 23-17

★ 새 단어

kiến thức 지식 | **thương mại** 무역 | **tranh luận** 논쟁하다 | **sát nhập** 병합하다, 연합하다 | **nhà ở** 주택 | **giá thành** 원가 | **cắt giảm** 줄이다

Bài 24

이 상품은 사용법이 편리할 뿐만 아니라 가격이 합리적이기도 하죠.
Sản phẩm này không những có cách sử dụng tiện lợi mà còn có giá hợp lý.

학습 패턴

- mấy + 명사: 몇몇의~
- mời + 대상 + 동사: ~은(는) ~해 주십시오, ~은(는) ~하세요
- không những A mà còn B: A뿐만 아니라 B하기도 해요
- luôn + 동사/형용사: 항상 ~해요, 늘 ~해요
- hơn nữa + 주어 + còn + 동사/형용사: 게다가 ~이(는) ~하기도 해요, 게다가 ~이(는) ~이기도 해요

새 단어

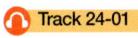

chủ lực 주력하다 | **ca-ta-lô** 카탈로그 | **không những A mà còn B** A할 뿐만 아니라 B하다 | **cách sử dụng** 사용법 | **tiện lợi** 편리한 | **mẫu** 모델 | **tự hào** 자부하다, 자랑하다 | **để tâm** 신경쓰다 | **chính là** ~ 바로 ~이다 | **lý do** 이유 | **tìm đến** 찾아오다, 찾아가다

회화로 말문트 GO!

회화

민수 Tôi sẽ giới thiệu ❶mấy sản phẩm chủ lực của công ty chúng tôi.
❷Mời chị mở trang năm trong ca-ta-lô ra. Chị xem sản phẩm số A405-81, đây là sản phẩm chủ lực nhất.
Sản phẩm này ❸không những có cách sử dụng tiện lợi mà còn có giá hợp lý nữa.

베트남 바이어 Tuyệt quá! Công ty anh đang bán mấy mẫu?

민수 Hiện tại có ba mẫu. Còn đến cuối năm sẽ có nhiều hơn.
Chúng tôi rất tự hào về tất cả sản phẩm của công ty chúng tôi.
Chúng tôi ❹luôn để tâm đến tất cả sản phẩm từng cái một.
❺Hơn nữa, sản phẩm còn có sức cạnh tranh về giá cả vì sản xuất tại Việt Nam.

베트남 바이어 Vâng, tôi biết chứ. Đó chính là lý do mà tôi tìm đến công ty của anh.

해석

민수 저희 회사의 몇 가지 주력 제품을 소개해 드리겠습니다.
카탈로그의 5페이지를 펼쳐 주세요. A405-81번 상품을 보시면,
이것이 가장 주력하는 상품입니다.
이 상품은 사용법이 편리할 뿐만 아니라 가격이 합리적이기도 하죠.

베트남 바이어 굉장하네요! 당신의 회사는 몇 개의 모델을 판매하고 있죠?

민수 현재 세 가지 모델이 있고요. 그리고 연말까지 더 많아질 거예요.
저희는 회사의 모든 상품에 굉장한 자부심을 가지고 있어요.
모든 제품 하나하나에 항상 신경을 씁니다.
게다가, 베트남에서 생산하기 때문에 가격에 대한 경쟁력도 있어요.

베트남 바이어 네, 알고 있죠. 그게 바로 제가 당신의 회사를 찾아온 이유죠.

패턴으로 실력다지 GO!

116

mấy + 명사
몇몇의~

의문사 mấy는 '몇'이라는 의미로 수를 물어볼 때 쓰는 표현이지만 뒤에 명사가 위치할 경우 평서문으로 쓰여 '몇몇의 명사'라는 의미를 나타냅니다.

🎧 Track 24-03

1. Đừng để ý đến **mấy** tin đồn đó. — 그 몇몇 소문들에 신경쓰지 마세요.
2. Em đã gửi cho anh **mấy** mẫu rồi, anh xem thử nhé. — 제가 당신에게 몇몇 모델을 보냈는데 확인해 보세요.
3. Em đã gọi điện **mấy** lần rồi, nhưng chị ấy không nghe máy. — 저는 몇 번이나 전화해 봤는데 그녀는 전화를 받지 않아요.
4. Chị nên đặt hàng từ bây giờ, vì chỉ còn **mấy** chiếc nữa thôi. — 몇 대밖에 남아 있지 않으니 당신은 지금부터 주문하시는 게 좋겠어요.
5. Đợi thêm **mấy** ngày nữa thì có thể có phòng trống đấy. — 며칠 더 기다리면 빈방이 생길 수 있어요.

대화로 연습해 보GO

🎧 Track 24-04

A: Em đã gửi cho anh **mấy** mẫu rồi, anh xem thử nhé. — 제가 당신에게 몇몇 모델을 보냈는데 확인해 보세요.

B: Cảm ơn em, anh sẽ xem ngay. — 고마워요, 바로 볼게요.

🎧 Track 24-05

⭐ **새 단어**

tin đồn 소문 | **nghe máy** 전화를 받다 | **chiếc** 대[기계를 세는 단위] | **trống** 비어있는

117

mời + 대상 + 동사
~은(는) ~해 주십시오, ~은(는) ~하세요.

mời 뒤에 대상과 동사가 오면 '~해 주십시오, ~은(는) ~하세요'라는 의미를 나타내며 정중하게 권유하거나 부탁할 때 쓰는 표현입니다.

Track 24-06

1. **Mời** các anh chị lên xe.   여러분은 차에 탑승해 주십시오.

2. **Mời** mọi người dùng bữa ạ.   여러분 식사하세요.

3. **Mời** anh vào văn phòng nhé.   사무실로 들어오세요.

4. **Mời** anh chị ngồi xuống nói chuyện tự nhiên nhé.   여러분은 앉으셔서 편안하게 이야기 나누세요.

5. Ai có hứng thú với chủ đề này thì **mời** các bạn đến nghe nhé.   이 주제에 관심 있으신 분들은 오셔서 들어주십시오.

대화로 연습해 보GO

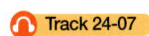

A: Xin lỗi, tôi đến nơi rồi ạ.   실례지만, 저 도착했습니다.

B: **Mời** anh vào văn phòng nhé.   사무실로 들어오세요.

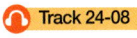

☆ 새 단어

lên xe 차에 탑승하다 | **dùng bữa** 식사하다 | **ngồi xuống** 앉다 | **hứng thú** 관심 있는, 흥미 있는

패턴으로 실력다지 GO!

118

không những A mà còn B
A뿐만 아니라 B하기도 해요

không những A mà còn B는 'A뿐만 아니라 B하기도 하다'라는 의미로, A와 B자리에 동사와 형용사가 모두 올 수 있습니다.

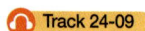 Track 24-09

1. Công việc **không những** nhiều **mà còn** khó.
   업무가 많을 뿐만 아니라 어려워요.

2. Công ty đó **không những** có phúc lợi tốt **mà còn** trả lương cao.
   그 회사는 복지가 좋을 뿐만 아니라 월급을 많이 줘요.

3. K-pop đang được ưa chuộng **không những** ở Đông Nam Á **mà còn** ở Châu Âu.
   K-pop은 동남아시아에서 뿐만 아니라 유럽에서까지도 사랑을 받아요.

4. Đồng hồ này **không những** có tính năng chống thấm **mà còn** có tính năng ghi âm.
   이 시계는 방수 기능 뿐만 아니라 녹음 기능도 가지고 있어요.

5. Sản phẩm này **không những** nổi tiếng ở Hàn Quốc **mà còn** nổi tiếng ở những quốc gia khác.
   이 상품은 한국에서 뿐만 아니라 다른 나라에서도 유명해요.

대화로 연습해 보GO

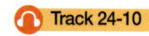 Track 24-10

A: Đồng hồ này **không những** có tính năng chống thấm **mà còn** có tính năng ghi âm.
이 시계는 방수 기능 뿐만 아니라 녹음 기능도 가지고 있어요.

B: Giá cả cũng rất hợp lý!
가격도 정말 합리적이네요!

 Track 24-11

★새 단어

phúc lợi 복지 | **ưa chuộng** 사랑받다, 선호하다 | **Đông Nam Á** 동남아시아 | **đồng hồ** 시계 | **tính năng** 기능, 성능 | **chống thấm** 방수, 워터프루프 | **ghi âm** 녹음하다 | **quốc gia** 국가

119

luôn + 동사/형용사
항상 ~해요, 늘 ~해요

빈도부사 luôn은 '항상, 늘'이라는 의미로 동사나 형용사 앞에 위치합니다. 그 외에 많이 사용하는 빈도부사로는 '보통의'라는 의미인 thường, '가끔'이라는 의미인 thỉnh thoảng, '주기적으로'라는 의미인 thường xuyên 등이 있습니다.

🎧 Track 24-12

1. Làm việc với đối tác đó đã **luôn** có kết quả tốt.
   그 파트너와 함께 일하면 항상 결과가 좋았어요.

2. Chúng tôi **luôn** cố gắng để nâng cao chất lượng của sản phẩm.
   저희는 항상 제품의 품질 향상을 위해 노력하고 있어요.

3. Bộ phận chúng tôi **thường** có nhiều việc cần xử lý.
   저희 부서는 보통 처리해야 할 일이 많아요.

4. Tôi **thỉnh thoảng** mang theo bình giữ nhiệt để bảo vệ môi trường.
   저는 환경 보호를 위해 가끔 텀블러를 가지고 다녀요.

5. Chúng ta phải **thường xuyên** sẵn sàng cho các tình huống nguy cấp.
   우리는 주기적으로 위급 상황을 준비해야만 합니다.

대화로 연습해 보GO
🎧 Track 24-13

A: Công ty anh có thể bảo đảm chất lượng không?
당신 회사에서는 품질을 보장하실 수 있으신가요?

B: Dĩ nhiên. Chúng tôi **luôn** cố gắng để nâng cao chất lượng của sản phẩm.
당연하죠. 저희는 항상 제품의 품질 향상을 위해 노력하고 있어요.

🎧 Track 24-14

⭐ 새 단어

đối tác 파트너 | **nâng cao** 향상하다 | **bình giữ nhiệt** 텀블러 | **bảo vệ** 보호하다 | **tình huống** 상황 | **nguy cấp** 위급한 | **bảo đảm** 보장하다, 담보하다

패턴으로 실력다지 GO!

120. hơn nữa + 주어 + còn + 동사/형용사

게다가 ~이(는) ~하기도 해요, 게다가 ~이(는) ~이기도 해요

hơn nữa는 '게다가, 또한'이라는 의미로 앞의 내용에 이어 또 다른 내용을 추가할 때 쓰는 접속사이며, còn은 어떤 행동이나 성질을 강조할 때 쓰는 표현입니다. 앞 절과 뒤 절의 주어가 같을 경우에는 보통 hơn nữa가 있는 절의 주어를 생략하여 나타낼 수 있습니다.

🎧 Track 24-15

1. Hôm nay chúng ta không có họp, **hơn nữa** việc **còn** không nhiều.
   오늘은 우리가 회의도 없고, 게다가 업무가 많지 않기도 해요.

2. Quán này đồ ăn rất ngon. **Hơn nữa**, nhân viên phục vụ **còn** rất thân thiện.
   이 음식점은 음식이 정말 맛있어요. 게다가 종업원이 정말 친절하기도 해요.

3. Sản phẩm của chúng tôi có chất lượng tốt. **Hơn nữa**, giá cả **còn** rất rẻ.
   우리 상품은 품질이 좋아요. 게다가 가격이 정말 저렴하기도 해요.

4. Điện thoại này rất đẹp, **hơn nữa còn** đang khuyến mãi.
   이 휴대 전화는 정말 예쁘고, 게다가 세일 중이기도 해요.

5. Anh ấy rất có năng lực, **hơn nữa còn** hay giúp đỡ đồng nghiệp.
   그는 정말 능력이 있고, 게다가 동료들을 잘 도와주기도 해요.

대화로 연습해 보GO

🎧 Track 24-16

A: Chị thấy anh ấy thế nào?
   당신은 그가 어떤 것 같아요?

B: Anh ấy rất có năng lực, **hơn nữa còn** hay giúp đỡ đồng nghiệp.
   그는 정말 능력이 있고, 게다가 동료들을 잘 도와주기도 해요.

🎧 Track 24-17

⭐ <새 단어>

nhân viên phục vụ 종업원 | **thân thiện** 친절한 | **khuyến mãi** 세일하다 | **năng lực** 능력 | **giúp đỡ** 돕다

Bài 25

그렇게 낮은 가격을 매겨 본 적이 없어요.
Chúng tôi chưa bao giờ đặt giá thấp như vậy.

학습 패턴

- cho + 대상: ~을(를) 위해, ~에게
- chưa bao giờ + 동사: ~해 본 적이 없어요
- 명사 + mà + 부가 설명: ~하는, ~인
- 주어 + là ~: ~은(는)
- ~ sao?: ~한 건가요?, 어떻게 ~하나요?

새 단어
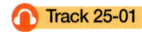 Track 25-01

mức giá 가격대 | **tùy theo** ~에 따라 | **trên** 이상의 | **hạ giá** 가격을 내리다 | **mức** 수준, 정도 | **chưa bao giờ** ~해 본 적이 없다 | **đặt giá** 가격을 매기다 | **thấp** 낮은 | **주어 + là** ~은(는) | **từ bỏ** 포기하다 | **~ sao** ~한 건가요?

회화

베트남 바이어	Anh sẽ đưa ra mức giá thế nào ❶cho sản phẩm này?
민수	Giá thì có thể thay đổi tùy theo số lượng đặt. Chị định mua bao nhiêu cái?
베트남 바이어	Ít nhất là trên 20.000 cái. 30 đô cho một cái được không?
민수	Chúng tôi không thể hạ giá đến mức đó. Chúng tôi ❷chưa bao giờ đặt giá thấp như vậy.
베트남 바이어	Như anh biết, số lượng ❸mà chúng tôi định mua ❹là rất lớn. Đây sẽ là một cơ hội có được doanh thu lớn. Anh sẽ từ bỏ ❺sao?
민수	Tôi biết rồi, nhưng chúng tôi cần thảo luận lại.
베트남 바이어	Vâng, thế thì chúng ta hoãn thêm một ngày nữa để suy nghĩ lại nhé.

해석

베트남 바이어   이 제품의 제시 가격은 어떻게 되나요?

민수   가격은 주문 수량에 따라 달라질 수 있습니다.
얼마나 주문하실 예정인가요?

베트남 바이어   최소 2만 개 이상입니다. 한 개당 30달러 가능할까요?

민수   저희는 그렇게까지 가격을 낮출 수 없어요.
그렇게 낮은 가격을 매겨 본 적이 없어요.

베트남 바이어   아시겠지만, 저희가 주문하려는 수량이 정말 큽니다.
이번 건은 큰 매출을 낼 수 있는 기회가 될 것입니다. 포기하실 건가요?

민수   알고 있지만, 저희 쪽은 논의가 더 필요합니다.

베트남 바이어   네, 그러면 다시 생각을 정리하기 위해 하루 더 유예하죠.

121. cho + 대상

~을(를) 위해, ~에게

cho의 기본적인 의미는 동사로 '주다'이지만 전치사로 쓰일 때에는 뒤에 대상이 놓여 '~을(를) 위해, ~에게'라는 의미를 나타냅니다.

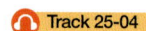

1. Tôi đang ôn **cho** kì thi TOEIC tháng sau.
   저는 다음 달 토익(TOEIC) 시험을 위해 복습하고 있어요.

2. Bên chúng em đã hết phòng **cho** bốn người rồi ạ.
   저희 쪽에는 4인실(을 위한) 방이 다 나갔어요.

3. Tôi đang chọn quà **cho** mẹ tôi.
   저는 제 어머니에게 드릴 선물을 고르고 있어요.

4. Anh ấy đã đưa danh thiếp **cho** tôi.
   그는 저에게 명함을 줬어요.

5. Tôi đã báo **cho** anh ấy qua điện thoại rồi.
   저는 그에게 전화로 알려줬어요.

대화로 연습해 보GO

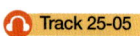

A: A lô, tôi muốn đặt phòng **cho** bốn người.
여보세요, 4인실 예약하려고 해요.

B: Dạ, xin lỗi anh. Bên chúng em đã hết phòng **cho** bốn người rồi ạ.
네, 죄송합니다. 저희 쪽에는 4인실(을 위한) 방이 다 나갔어요.

⭐ 새 단어

ôn 복습하다 | **kì thi** 시험 | **đưa** 건네주다 | **danh thiếp** 명함

122

chưa bao giờ + 동사
~해 본 적이 없어요

'아직 ~하지 않다'라는 의미인 chưa와 '언제'라는 의미인 bao giờ가 함께 쓰여 '~해 본 적이 없다'라는 의미를 나타내며 경험하지 않은 일을 나타낼 때 쓰는 표현입니다. 이때, bao giờ는 동사 앞, 또는 문장 마지막에 위치합니다.

Track 25-06

1. Lỗi đó **chưa bao giờ** bị phát hiện ra.
그런 결함은 발견된 적이 없어요.

2. Chị ấy **chưa bao giờ** thất hứa với tôi.
그녀는 저와 약속을 어긴 적이 없어요.

3. Tôi **chưa bao giờ** nghe đến thương hiệu đó.
저는 그 브랜드에 대해 들어 본 적이 없어요.

4. Khi chơi bóng đá, đội chúng tôi **chưa bao giờ** thua ai.
축구를 할 때 저희 팀은 누구에게도 진 적이 없어요.

5. Tôi **chưa** nghĩ đến chuyện đó **bao giờ**.
저는 그 일에 대해서 생각해 본 적이 없어요.

대화로 연습해 보GO

Track 25-07

A: Anh có biết thương hiệu Vinahong không?
당신은 비나홍(Vinahong) 브랜드를 아시나요?

B: Không ạ. Tôi **chưa bao giờ** nghe đến thương hiệu đó.
아니요. 저는 그 브랜드에 대해 들어 본 적이 없어요.

Track 25-08

⭐ 새 단어

lỗi 결함, 오류, 잘못 | **phát hiện** 발견하다 | **thất hứa** 약속을 어기다 | **thua** 지다, 패하다

Bài 25

123

명사 + mà + 부가 설명
~하는, ~인

mà의 뒤 절이 앞에 제시된 명사를 수식하여 영어의 관계대명사와 같은 역할을 합니다. 이때는 '~하는, ~인'이라는 의미를 나타냅니다.

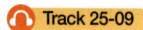
Track 25-09

1. Vấn đề **mà** chúng ta phải đối mặt là gì? — 우리가 대면해야 하는 문제는 무엇인가요?
2. Anh cho tôi biết tiền thuế **mà** tôi phải trả nhé. — 제가 지불해야 하는 세금을 알려주세요.
3. Đây là lời mời **mà** tôi khó có thể từ chối được. — 이것은 제가 거절하기 힘든 초청이네요.
4. Chi phí **mà** chúng ta có thể chịu được là bao nhiêu? — 우리가 감당할 수 있는 비용이 얼마인가요?
5. Tôi nghĩ phương án **mà** anh đưa ra sẽ có hiệu quả hơn. — 제 생각에는 당신이 제시한 방안이 더 효과가 있을 것 같아요.

대화로 연습해 보GO

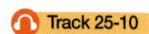
Track 25-10

A: Chị nghĩ cái nào có hiệu quả hơn? — 당신 생각에는 어떤 것이 더 효과가 있나요?

B: Tôi nghĩ phương án **mà** anh đưa ra sẽ có hiệu quả hơn. — 제 생각에는 당신이 제시한 방안이 더 효과가 있을 것 같아요.

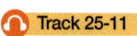
Track 25-11

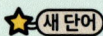
새 단어

đối mặt 대면하다 | **tiền thuế** 세금 | **lời mời** 초대 | **từ chối** 거절하다 | **chịu** 견디다, 참다

124

주어 + là ~
~은(는)

là의 기본 의미는 동사로 '~이다'이지만 '주어 + là' 형식으로 쓰일 경우 '~은(는)'이라는 의미를 나타내며 주어를 강조하는 역할을 합니다. 이와 비슷한 의미를 나타내는 '주어 + thì' 형식이 있는데, thì는 조금 더 객관적인 생각이나 의견을 나타낼 때 쓰며, là는 주관적인 생각이나 의견을 나타낼 때 쓰는 표현입니다.

🎧 Track 25-12

1. Thông báo của công ty **là** phải đọc kỹ. — 회사의 공지는 잘 읽어야 해요.
2. Ngày mai **là** tôi sẽ đi đặt hàng ngay. — 내일 저는 바로 주문하러 갈 거예요.
3. Kế hoạch đấy **là** sẽ được tôi và anh Lưu chịu trách nhiệm. — 그 계획은 저와 르우 씨가 책임질 거예요.
4. Báo cáo **là** do tôi viết, còn phát biểu **là** do chị Ngọc làm. — 보고서는 제가 쓰고, 발표는 응옥 씨가 해요.
5. Đồ mà chị đặt tuần trước **là** đã được công ty ABC giao hàng. — 당신이 지난 주에 주문하신 제품은 ABC 업체가 배송했어요.

대화로 연습해 보GO
🎧 Track 25-13

A: Ai là người phụ trách kế hoạch mở rộng chi nhánh nước ngoài? — 누가 해외 지사를 확장하는 계획을 담당하죠?

B: Kế hoạch đấy **là** sẽ được tôi và anh Lưu chịu trách nhiệm. — 그 계획은 저와 르우 씨가 책임질 거예요.

🎧 Track 25-14

⭐ 새 단어

kỹ 신중히 | **chịu trách nhiệm** 책임을 지다 | **do + 대상 + 동사** ~에 의해 ~하다 | **giao hàng** 배송하다, 배달하다

Bài 25

패턴으로 실력다지 GO!

125

~ sao?
~한 건가요?(놀람), 어떻게 ~하나요?(방법)

sao는 문장 끝에 놓여 두 가지 용법으로 쓰입니다. 첫 번째는 평서문을 의문문으로 만들어 주는 역할로 '~한 건가요?'라는 의미를 나타내며 이때에는 놀람의 뉘앙스가 있습니다. 두 번째는 '어떻게'라는 의미로 주로 앞에 발생한 상황을 해결하기 위한 방법을 질문할 때 사용합니다.

🎧 Track 25-15

1. Có thể bắt tắc xi mà, em định đi bộ **sao**? | 택시를 잡을 수 있잖아요, 당신은 걸어간다고요? 〔놀람〕
2. Chúng ta gặp nhau rồi mà chị không nhớ **sao**? | 우리는 만난 적이 있는데 당신은 기억을 못하나요? 〔놀람〕
3. Em đã làm nhiều lần rồi mà không có tự tin **sao**? | 당신은 이미 많이 해 봤는데 자신감이 없나요? 〔놀람〕
4. Chị Hoa không nói với anh là chị ấy đã kiểm tra trực tiếp rồi **sao**? | 호아 씨가 직접 확인했다고 당신에게 말하지 않았나요? 〔놀람〕
5. Việc này sẽ khó lắm đấy, anh định xử lý nó **sao**? | 이 일이 매우 어려울 수 있는데 당신은 어떻게 처리하실 건가요? 〔방법〕

대화로 연습해 보GO

🎧 Track 25-16

A: Có thể bắt tắc xi mà, em định đi bộ **sao**? | 택시를 잡을 수 있잖아요, 당신은 걸어간다고요?
B: Cách đây không xa nên đi bộ được ạ. | 여기에서 멀지 않아서 걸어갈 수 있어요.

🎧 Track 25-17

⭐ 새 단어

bắt tắc xi 택시를 잡다 | **đi bộ** 걸어가다 | **trực tiếp** 직접 | **cách** + 장소 떨어져 있는

복습해보 GO!

한국어를 참고하여 빈칸에 들어갈 베트남어를 쓰고 말해 보세요.   정답 268~269쪽   안다 / 모른다

1 Cho thêm năm phút _____ suy nghĩ lại.

다시 생각할 시간을 5분 더 주세요.

2 _____ mọi chuyện sẽ ổn thôi.

아마도 모든 일이 잘 될 거예요.

3 Anh chị xem biểu đồ này _____ đi.

여러분께서 이 그래프를 먼저 보시죠.

4 Tôi _____ kiểm tra lại rất quan trọng.

저는 다시 확인하는 게 정말 중요하다고 생각해요.

5 Lịch trình tiếp theo _____ họp xong là gì?

회의가 끝난 후에 다음 일정은 무엇이죠?

6 _____ là các tin về kinh tế thế giới.

계속해서 세계 경제에 대한 뉴스입니다.

7 _____, anh cài đặt mật khẩu đã nhé.

우선, 당신은 비밀번호부터 설정해 주세요.

8 Cái này là đồ _____ vỡ, anh cẩn thận nhé.

이것은 깨지기 쉬운 물건이니까 조심하세요.

복습해보 GO!

	안다 / 모른다

9   Tỷ giá hôm nay cao hơn ▭▭▭▭ hôm qua.   ☐ ☐

오늘 환율이 어제에 비해 더 높아요.

---

10   Chị ấy ▭▭▭▭ kiến thức ▭▭▭▭ thương mại.   ☐ ☐

그녀는 무역에 대한 지식이 있어요.

---

11   Đừng để ý đến ▭▭▭▭ tin đồn đó.   ☐ ☐

그 몇몇 소문들에 신경쓰지 마세요.

---

12   ▭▭▭▭ mọi người dùng bữa ạ.   ☐ ☐

여러분 식사하세요.

---

13   Công việc ▭▭▭▭ nhiều ▭▭▭▭ khó.   ☐ ☐

업무가 많을 뿐만 아니라 어려워요.

---

14   Anh ấy đã đưa danh thiếp ▭▭▭▭ tôi.   ☐ ☐

그는 저에게 명함을 줬어요.

---

15   Lỗi đó ▭▭▭▭ bị phát hiện ra.   ☐ ☐

그런 결함은 발견된 적이 없어요.

---

16   Đây là lời mời ▭▭▭▭ tôi khó có thể từ chối được.   ☐ ☐

이것은 제가 거절하기 힘든 초청이네요.

Bài 26

결국 협상을 마무리 지었네요.
Cuối cùng chúng ta cũng kết thúc đàm phán rồi.

학습 패턴

- **không có ý định ~**: ~할 의향이 없어요, ~할 생각이 없어요
- **cuối cùng ~ cũng ~**: 결국 ~하네요, 드디어 ~하네요
- **mất + 시간/기간**: ~만큼 걸려요
- **tưởng là ~**: ~인 줄 알았어요
- **báo cáo cho + 대상**: ~에게 보고해요

새 단어

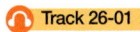

giá thấp nhất 최저가 | **ý định** 의향, 생각 | **cuối cùng** 드디어, 마침내 | **đàm phán** 협상하다 | **tưởng là ~인 줄 알다**

회화

민수   35 đô cho một cái là giá thấp nhất mà chúng tôi có thể đưa ra.

베트남 바이어   Bên chúng tôi ❶không có ý định mua nếu giá trên 32 đô.

민수   Thế 32 đô thì chị có đồng ý không?
Chúng tôi không thể giảm giá nữa.

베트남 바이어   Ok. Chúng ta làm đi!

민수   ❷Cuối cùng chúng ta cũng kết thúc đàm phán rồi.
Để đến đây, chúng ta đã ❸mất nhiều thời gian.

베트남 바이어   Đúng thế. Tôi đã ❹tưởng là chúng ta không thể thỏa thuận với nhau.

민수   Tôi cũng đã nghĩ như thế. Chị đã vất vả rồi.
Tôi sẽ ❺báo cáo cho sếp luôn.

해석

민수	한 개당 35달러가 저희가 제시할 수 있는 최저가입니다.
베트남 바이어	저희 쪽에서는 32달러 이상이라면 구매할 의향이 없습니다.
민수	그러면 32달러에 동의하시겠어요? 더이상 가격을 낮출 수는 없어요.
베트남 바이어	좋습니다. 거래하시죠!
민수	결국 협상을 마무리 지었네요. 여기까지 꽤 많은 시간이 걸렸습니다.
베트남 바이어	그러게요. 저는 우리가 서로 합의하지 못하는 줄 알았어요.
민수	저도 그렇게 생각했습니다. 고생하셨어요. 제가 바로 상사에게 보고하겠습니다.

패턴으로 실력다지 GO!

126

không có ý định ~
~할 의향이 없어요, ~할 생각이 없어요

'의도, 의향'이라는 의미인 ý định은 소유를 나타내는 동사 có와 함께 쓰여 자신의 생각이나 의향을 나타냅니다. 이때, 부정부사인 không을 앞에 놓아 '~할 의향이 없다, ~할 생각이 없다'라는 부정의 의미를 표현합니다.

🎧 Track 26-03

1. Tôi **không có ý định** định cư tại đây. — 저는 여기에 정착할 의향이 없어요.
2. Chị **không có ý định** ghé thăm Hàn Quốc à? — 당신은 한국에 방문할 의향이 없으신가요?
3. Chúng tôi **không có ý định** bán hàng trên mạng. — 저희는 인터넷에서 물건을 판매할 의향이 없어요.
4. Tôi **không có ý định** gia nhập vào câu lạc bộ đó. — 저는 그 동호회에 가입할 의향이 없어요.
5. Tôi **không có ý định** tham dự buổi diễn thuyết đó. — 저는 그 강연회에 참석할 의향이 없어요.

대화로 연습해 보GO

🎧 Track 26-04

A: Chị **không có ý định** ghé thăm Hàn Quốc sao? — 당신은 한국에 방문할 의향이 없으신가요?

B: Có chứ. Năm sau thì tôi sẽ đi du lịch Hàn Quốc. — 당연히 있어요. 내년에 저는 한국에 여행갈 거예요.

🎧 Track 26-05

⭐ 새 단어

định cư 정착하다 | **gia nhập** 가입하다 | **câu lạc bộ** 동호회, 클럽 | **buổi diễn thuyết** 강연회

127 cuối cùng ~ cũng ~

결국 ~하네요, 드디어 ~하네요

부사로 '마침내, 드디어'라는 의미를 나타내는 cuối cùng은 어떤 일을 결론지어 이야기할 때 쓰는 표현입니다. cũng과 함께 쓰여 그 의미를 강조하는 역할을 합니다.

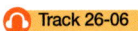
Track 26-06

1 **Cuối cùng** anh ấy **cũng** phải lựa chọn. 　 결국 그는 선택을 해야만 해요.

2 **Cuối cùng** chúng ta **cũng** quyết định rồi. 　 결국 우리가 결정을 했네요.

3 **Cuối cùng** hai bên **cũng** đến lúc ký hợp đồng. 　 결국 양쪽이 계약을 맺는 때가 왔네요.

4 **Cuối cùng** em **cũng** đã giành được cơ hội này. 　 드디어 저는 이 기회를 얻었어요.

5 **Cuối cùng** tai nghe không dây của công ty H **cũng** được công bố rồi. 　 드디어 H 회사의 무선 이어폰이 공개됐네요.

대화로 연습해 보GO

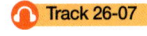
Track 26-07

A: **Cuối cùng** hai bên **cũng** đến lúc ký hợp đồng. 　 결국 양쪽이 계약을 맺는 때가 왔네요.

B: Vâng, tôi tin rằng mối quan hệ giữa chúng ta sẽ chặt chẽ hơn sau hợp đồng này. 　 네, 저는 우리의 관계가 이 계약 이후에 더 긴밀해 질 것이라고 믿어요.

Track 26-08

⭐ **새 단어**

lựa chọn 선택하다 | **giành được** 얻다, 획득하다 | **không dây** 무선 | **tin rằng** ~라고 믿다

Bài 26 227

패턴으로 실력다지 GO!

128. mất + 시간/기간
~만큼 걸려요

mất은 동사로 '잃다, 잃어버리다'라는 의미이지만 뒤에 시간이나 기간을 나타내는 표현이 제시되면 '~만큼 걸리다'라는 의미를 나타냅니다. 소요되는 시간이나 기간을 나타낼 때 쓰는 표현입니다.

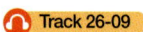 Track 26-09

1. Không **mất** nhiều thời gian lắm đâu. — 그렇게 많은 시간이 걸리지 않아요.
2. Chúng ta phải đi quá cảnh nên sẽ **mất** khoảng 13 tiếng. — 우리는 경유해서 가야 해서 13시간쯤 걸릴 거예요.
3. Từng người phát biểu thì sẽ **mất** nhiều thời gian lắm. — 한 명씩 발표하면 시간이 매우 많이 걸릴 거예요.
4. Đã **mất** nửa năm để xây dựng toà nhà này rồi. — 이 건물을 짓는 데 반년이 걸렸어요.
5. Tôi đã **mất** một tuần để viết báo cáo này một mình. — 이 보고서를 혼자 쓰는 데 일주일이 걸렸어요.

대화로 연습해 보GO

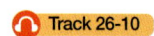 Track 26-10

A: Xin lỗi, tôi không có thời gian để trả lời bản khảo sát. — 죄송하지만, 저는 설문 조사에 응할 시간이 없어요.

B: Không **mất** nhiều thời gian lắm đâu! Khoảng hai phút thôi là được ạ. — 그렇게 많은 시간이 걸리지 않아요. 2분 정도면 돼요.

 Track 26-11

⭐ 새 단어

quá cảnh 경유하다 | **nửa năm** 반년 | **xây dựng** 짓다, 건설하다 | **tòa nhà** 건물, 빌딩 | **bản khảo sát** 설문 조사

129

tưởng là ~

~인 줄 알았어요

'생각하다, 간주하다'라는 의미를 나타내는 tưởng은 어떤 사실을 착각했을 때 쓰는 표현입니다. 뒤에 là를 붙여 그 의미를 더욱 강조하여 말할 수 있습니다.

 Track 26-12

1. Tôi **tưởng là** chương trình này rất đặc sắc.
   저는 이 프로그램이 정말 특색이 있는 줄 알았어요.

2. Ban đầu, tôi **tưởng là** việc này sẽ khó khăn.
   저는 처음에 이 일이 어려운 줄 알았어요.

3. Chị ấy **tưởng là** đã mua hớ, thì ra là mua đúng giá.
   그녀는 바가지를 쓴 줄 알았는데 알고 보니 제값으로 샀어요.

4. Tôi **tưởng là** mọi việc đã xong rồi, nhưng vẫn còn nhiều lắm.
   저는 모든 일이 끝난 줄 알았는데, 아직 매우 많이 남아 있어요.

5. Vì đã gửi qua email nên tôi **tưởng là** anh đã kiểm tra rồi.
   이메일로 보냈으니 저는 당신이 확인한 줄 알았어요.

대화로 연습해 보GO

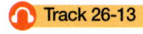 Track 26-13

A: Việc này không khó lắm nhỉ.
이 일은 별로 어렵지 않네요.

B: Vâng, ban đầu tôi **tưởng là** việc này sẽ khó khăn.
네, 저는 처음에 이 일이 어려운 줄 알았어요.

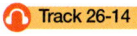 Track 26-14

⭐ 새 단어

đặc sắc 특색이 있는, 독특한 | **mua hớ** 바가지 쓰다 | **thì ra là** 알고 보니 | **đúng giá** 제값의, 정가의

패턴으로 실력다지 GO!

130

báo cáo cho + 대상
~에게 보고해요

'보고하다'라는 의미인 báo cáo와 '~에게'라는 의미인 전치사 cho가 함께 쓰여 '~에게 보고하다'라는 의미를 나타냅니다.

🎧 Track 26-15

1. Chuyện này thì em phải **báo cáo cho** ai ạ?
   이 일은 제가 누구에게 보고해야 하나요?

2. Anh đã **báo cáo cho** sếp là hàng A chưa được nhập kho chưa?
   당신은 상사에게 A 제품이 아직 입고되지 않은 것을 보고했나요?

3. Nếu có vấn đề gì xảy ra thì em **báo cáo cho** chị ngay lập tức nhé.
   만약 무슨 문제가 생긴다면 저에게 즉시 보고하세요.

4. Vì số lượng có hạn, nên em **báo cáo cho** chị mỗi khi có khách mua nhé.
   수량이 한정되어 있기 때문에 구매한 손님이 있을 때마다 저에게 보고하세요.

5. Ngày mai, em sẽ **báo cáo cho** anh bảng xếp hạng sản phẩm bán chạy tuần này ạ.
   내일 저는 이번 주에 잘 팔린 상품의 순위를 보고하겠습니다.

대화로 연습해 보GO

🎧 Track 26-16

A: Chuyện này thì em phải **báo cáo cho** ai ạ?
이 일은 제가 누구에게 보고해야 하나요?

B: Em **báo cáo cho** chị Ngọc nhé.
응옥 씨에게 보고하세요.

🎧 Track 26-17

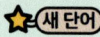 새 단어

nhập kho 입고하다 | **ngay lập tức** 즉시 | **có hạn** 한정된 | **bảng xếp hạng** 순위

Bài 27

나머지 물건은 90일 이내로 납품될 거예요.
Hàng còn lại thì sẽ được giao trong 90 ngày.

학습 패턴

- 동사 + xem: ~해 보세요
- 숫자 + phần + 숫자: ~의(분수를 나타내는 말)
- trong + 시간/기간: ~동안(에)
- không ~ đâu: 전혀 ~하지 않아요
- chắc chắn ~: 확실히 ~해요

새 단어

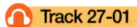

동사 + xem ~해 보다 | **nhất trí** 일치하다 | **xem xét** 검토하다, 살펴보다 | **tránh** 피하다, 비키다 | **hiểu lầm** 오해하다 | **một phần hai** 1/2 | **còn lại** 나머지 | **không ~ đâu** 전혀 ~하지 않다 | **đầu tiên** 처음의 | **hy vọng** 희망하다

 회화 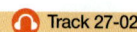 Track 27-02

민수 Nào, chúng ta kiểm tra ❶xem đã nhất trí về kế hoạch giao hàng chưa đi.

베트남 바이어 Ok, chúng ta cần xem xét lại kỹ để tránh hiểu lầm.

민수 Từ hôm nay, bên tôi sẽ giao một ❷phần hai của tổng số lượng ❸trong 30 ngày, rồi sẽ giao tiếp 25% của tổng số lượng trong 60 ngày. Hàng còn lại thì sẽ được giao trong 90 ngày.

베트남 바이어 Vâng, tôi hiểu rồi. Bên anh thì có vấn đề gì khác không?

민수 Dạ, ❹không có đâu. Chúng tôi ❺chắc chắn sẽ tiến hành như thế.

베트남 바이어 Thế khi nào chúng tôi có thể nhận được hàng đầu tiên?

민수 Nếu không có vấn đề thì chị sẽ nhận được trong hai đến ba tuần ạ.

베트남 바이어 Tốt lắm. Tôi hy vọng nhận được sớm.

해석

민수   자, 우리 납품 계획의 합의가 이루어졌는지 확인해봐요.

베트남 바이어   네, 착오를 피하려면 다시 자세히 살펴봐야죠.

민수   오늘부터 저희 쪽에서 30일 이내로 총 주문량의 1/2을 납품하고 나서 60일 이내로 총 주문량의 25%를 배송하겠습니다. 나머지 물건은 90일 이내로 납품될 거예요.

베트남 바이어   네, 이해했습니다. 그쪽에서 다른 문제가 있을까요?

민수   네, 전혀 없어요. 확실히 그렇게 진행하도록 할게요.

베트남 바이어   그러면 언제 저희가 첫 물건을 받을 수 있을까요?

민수   만약 문제가 없다면, 2~3주 이내에 받으실 수 있을 거예요.

베트남 바이어   좋아요. 빨리 받길 기대합니다.

131

동사 + xem
~해 보세요

동사로 '보다'라는 의미인 xem 앞에 또 다른 동사가 제시될 경우 '~해 보다'라는 의미를 나타내며 어떤 동작이나 행동을 시도해 볼 때 쓰는 표현입니다.

🎧 Track 27-03

1. Anh tìm **xem** ở dưới kệ sách có không. — 당신이 책꽂이 아래에 있는지 찾아 보세요.
2. Nếu không bắt máy thì em nhắn tin **xem**. — 전화를 안 받으면 문자를 보내 보세요.
3. Gọi điện hỏi **xem** khách sạn còn phòng không. — 호텔에 방이 남아 있는지 전화해서 물어 보세요.
4. Để em liên lạc **xem**, có lẽ chưa hết hàng đâu. — 제가 연락해 볼게요, 아마도 아직 품절되지 않았을 거예요.
5. Đây là thuốc giảm đau, nếu đau quá thì chị uống **xem** nhé. — 이것은 진통제인데, 만약 너무 아프면 복용해 보세요.

대화로 연습해 보GO

🎧 Track 27-04

A: Em gọi mãi mà không bắt máy. — 계속 전화했는데 안 받네요.

B: Nếu không bắt máy thì em nhắn tin **xem**. — 전화를 안 받으면 문자를 보내 보세요.

🎧 Track 27-05

⭐ 새 단어

kệ sách 책꽂이 | **bắt máy** 전화를 받다 | **hết hàng** 품절되다 | **thuốc giảm đau** 진통제

132. 숫자 + **phần** + 숫자

~의(분수를 나타내는 말)

phần은 '부분'이라는 의미로 분수를 나타내는 표현입니다. phần 앞에 숫자는 분자를 나타내고, phần 뒤에 오는 숫자는 분모를 나타냅니다.

Track 27-06

1. Em đã viết xong **hai phần ba** báo cáo rồi ạ. — 저는 보고서의 2/3를 썼어요.
2. Tôi muốn anh trả trước **một phần ba** giá tiền. — 저는 당신이 가격의 1/3을 선불로 주길 원해요.
3. Kích thước của cái này bằng **một phần hai** cái kia. — 이것의 크기는 저것의 1/2이에요.
4. Lợi nhuận tháng này đã vượt **một phần ba** chỉ tiêu đề ra. — 이번 달 이윤은 제시한 목표의 1/3 이상을 넘었어요.
5. Công ty này có **một phần tư** nhân viên là người nước ngoài. — 이 회사는 직원의 1/4이 외국인이에요.

대화로 연습해 보GO

Track 27-07

A: Công ty chị ấy có bao nhiêu người nước ngoài? — 그녀의 회사는 몇 명의 외국인이 있나요?

B: Công ty chị ấy có **một phần tư** nhân viên là người nước ngoài. — 그녀의 회사는 직원의 1/4이 외국인이에요.

Track 27-08

⭐ 새 단어

giá tiền 가격 | **kích thước** 크기 | **vượt** 넘어서다 | **chỉ tiêu** 목표, 표준 | **đề ra** 제시하다

Bài 27 235

패턴으로 실력다지 GO!

133

trong + 시간/기간
~동안(에)

trong은 '~안에'라는 의미로 뒤에 시간이나 기간을 나타내는 표현이 오면 '~동안(에)'라는 의미를 나타냅니다.

Track 27-09

1. Tôi đã xếp hàng **trong** nửa tiếng. — 저는 30분 동안 줄을 섰어요.
2. Sự kiện sẽ được diễn ra **trong** hai tiếng. — 행사는 2시간 동안 열릴 거예요.
3. Buổi phỏng vấn đợt hai đã tiến hành **trong** một tiếng. — 2차 인터뷰는 1시간 동안 진행했어요.
4. Cuộc triển lãm sẽ được tổ chức **trong** ba ngày. — 박람회는 3일 동안 개최될 거예요.
5. Anh được công ty phái đi Việt Nam công tác **trong** nửa năm. — 나는 반년 동안 베트남으로 파견됐어요.

대화로 연습해 보GO

Track 27-10

A: Cuộc triển lãm thiết bị y tế sẽ được tổ chức trong bao lâu? — 의료 장비 박람회는 얼마 동안 개최하나요?

B: Cuộc triển lãm sẽ được tổ chức **trong** ba ngày. — 박람회는 3일 동안 개최될 거예요.

Track 27-11

새 단어

xếp hàng 줄을 서다 | **diễn ra** 진행하다 | **buổi phỏng vấn** 인터뷰 | **đợt** 단계 | **phái** 파견하다 | **thiết bị** 장비, 시설 | **y tế** 의료

134

không ~ đâu
전혀 ~하지 않아요

부정을 나타내는 không 뒤에 부사 đâu가 오면 부정의 의미를 더욱 강조하여 '전혀 ~하지 않다'라는 의미를 나타냅니다. 이와 같은 부정의 의미를 나타내는 표현으로는 'chẳng ~ đâu'가 있습니다.

🎧 Track 27-12

1. **Không** có gì phải xin lỗi **đâu** ạ.
   미안해 할 필요가 전혀 없어요.

2. Công ty đó **không** có hồi âm **đâu**.
   그 회사는 전혀 회신이 없어요.

3. Xe đó bị hỏng rồi, **không** chạy được **đâu**.
   그 차는 고장이 나서 전혀 움직이지 않아요.

4. Bây giờ, chúng ta **không** khởi động máy này được **đâu**.
   지금 우리는 이 기계를 전혀 작동시킬 수 없어요.

5. Em đừng sợ, ở đây **chẳng** tối **đâu**.
   무서워 하지 마세요, 여기는 전혀 어둡지 않아요.

대화로 연습해 보GO

🎧 Track 27-13

A: Tôi xin lỗi vì nộp muộn như vậy.
이렇게 늦게 제출해서 죄송합니다.

B: **Không** có gì phải xin lỗi **đâu** ạ.
Tôi hiểu tình hình của chị mà.
미안해 할 필요가 전혀 없어요.
제가 당신의 상황을 잘 아는걸요.

🎧 Track 27-14

⭐ 새 단어

hồi âm 회신하다, 답장하다 | **chạy** 움직이다, 작동하다 | **khởi động** 작동시키다, 시동을 걸다 | **sợ** 무서운 | **tối** 어두운

135

chắc chắn ~
확실히 ~해요

chắc chắn은 '확실히 ~하다'라는 의미로 문장 맨 앞이나 서술어구 앞에 놓여 어떤 사실에 대해 확신할 때 쓰는 표현입니다.

Track 27-15

1. Vay tiền ở đó **chắc chắn** sẽ bị lãi suất cao.
그곳에서 대출하는 것은 확실히 이자가 높을 거예요.

2. Thuốc này **chắc chắn** sẽ có hiệu quả với người bị cao huyết áp.
이 약은 확실히 혈압이 높은 사람에게 효과가 있을 거예요.

3. Dạo này thì mở rộng quy mô sản xuất **chắc chắn** sẽ rất nguy hiểm.
요즘 생산 규모를 확장하는 것은 확실히 정말 위험할 거예요.

4. **Chắc chắn** công ty đó sẽ bị phá sản.
확실히 그 회사는 파산할 거예요.

5. **Chắc chắn** máy móc đã có vấn đề gì đó xảy ra.
확실히 기계에 무슨 문제가 발생했을 거예요.

대화로 연습해 보GO

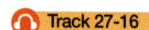
Track 27-16

A: Nghe nói công ty LOP có nhiều vấn đề về tài chính.
제가 듣기로는 LOP 회사가 재정적인 문제가 많이 있다고 했어요.

B: Đúng rồi. **Chắc chắn** công ty đó sẽ bị phá sản.
맞아요. 확실히 그 회사는 파산할 거예요.

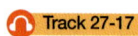
Track 27-17

⭐ 새 단어

vay tiền 대출하다 | **lãi suất** 이자, 이율 | **thuốc** 약 | **cao huyết áp** 혈압이 높은 | **nguy hiểm** 위험한

Bài 28

늦어도 월요일까지 팩스로 청구서를 보내 드리겠습니다.
Tôi sẽ gửi hoá đơn qua fax chậm nhất là thứ hai.

 학습 패턴

- nói về ~: ~에 대해 말해요
- trước khi + 주어 + 동사: ~이(가) ~하기 전에 ~해요
- chậm nhất là ~/ muộn nhất là ~: 늦어도 ~해요
- không có + 의문사(gì/nào/ai): 아무것도, 어떤것도, 아무도 ~하지 않아요
- những + 명사 + khác: 다른 ~들

 새 단어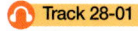

nói về ~에 대해 말하다 | **tổng số tiền** 총 금액 | **chậm nhất là** 늦어도 ~하다 | **giấy đặt hàng** 주문서 | **giờ ăn trưa** 점심시간

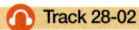

민수   Bây giờ chúng ta hãy ❶nói về cách thanh toán nhé.
Một điều chúng tôi muốn yêu cầu là chị thanh toán 25% của tổng số tiền ❷trước khi chúng tôi giao hàng.

베트남 바이어   Thế số tiền còn lại thì sẽ gửi sau khi nhận hàng phải không ạ?

민수   Vâng, đúng rồi. Tôi sẽ gửi hóa đơn qua fax ❸chậm nhất là thứ hai.
Nếu chị có yêu cầu khác thì cứ nói nhé.

베트남 바이어   ❹Không có gì đặc biệt. ❺Những điều cụ thể khác thì sẽ được ghi rõ trong giấy đặt hàng riêng.

민수   Thế việc thanh toán cũng đã được giải quyết rồi.
Đến giờ ăn trưa rồi. Chị ăn trưa ngon miệng nhé.
Tôi sẽ liên lạc lại cho chị.

해석

민수   이제 지불 방식에 대해서 이야기하시죠.
한 가지 요청 사항은 저희가 납품을 하기 전에 총 금액의 25%를 결제해 주셨으면 합니다.

베트남 바이어   그러면 나머지 잔금은 납품을 받은 후에 송금하면 되나요?

민수   네, 맞습니다. 늦어도 월요일까지 팩스로 청구서를 보내 드리겠습니다.
만약 다른 요구 사항이 있다면 말씀해 주세요.

베트남 바이어   특별히 없습니다. 다른 구체적인 사안들은 별도의 주문서에 다 명시되어 있을 거예요.

민수   그러면 지불 문제도 해결되었네요.
점심 시간이네요. 점심 맛있게 드시고요.
또 연락 드리겠습니다.

nói về ~

~에 대해 말해요

'말하다'라는 의미를 나타내는 동사 nói와 '~에 대하여'라는 의미인 전치사 về가 함께 쓰여 어떤 일이나 사건 등에 대해 말할 때 쓰는 표현입니다.

Track 28-03

1. Tôi đang **nói về** kế hoạch tương lai của tôi.
   저는 미래의 계획에 대해 이야기하고 있어요.

2. Tôi rất thích những chủ đề **nói về** chính trị.
   저는 정치에 대한 주제를 정말 좋아해요.

3. Anh ấy đang **nói về** nội dung của hội thảo ngày mai.
   그는 내일 있을 세미나의 내용에 대해 이야기하고 있어요.

4. Anh đang **nói về** cách đầu tư chứng khoán phải không?
   당신은 주식 투자법에 대해 이야기하고 있는 것이 맞죠?

5. **Nói về** nhân lực thì bộ phận chúng ta không thiếu.
   인력에 대해 말하면 우리 부서는 부족하지 않아요.

대화로 연습해 보GO

Track 28-04

A: Tôi rất thích những chủ đề **nói về** chính trị.
저는 정치에 대한 주제를 정말 좋아해요.

B: Vậy anh xem chương trình X đi. Nhiều chủ đề hay lắm.
그럼 X 프로그램을 보세요. 재미있는 주제가 매우 많아요.

Track 28-05

새 단어

tương lai 미래 | **chính trị** 정치 | **hội thảo** 세미나 | **chứng khoán** 주식, 증권

137

trước khi + 주어 + 동사

~이(가) ~하기 전에 ~해요

접속사 trước khi는 '~전(에)'라는 의미인 trước과 '~할 때'라는 의미인 khi가 함께 쓰여 '~하기 전에'라는 의미를 나타냅니다. 앞 절과 뒤 절의 주어가 같을 경우, trước khi가 있는 절의 주어를 생략하여 말할 수 있습니다.

🎧 Track 28-06

1. Chị kiểm tra thuế hải quan **trước khi** nhập khẩu hàng nhé.
   물건을 수입하기 전에 당신은 관세부터 확인하세요.

2. **Trước khi** bắt đầu dự án B, chúng ta kết thúc việc này nhé.
   B안을 시작하기 전에 우리 이 일을 마무리 지어요.

3. **Trước khi** ra mắt, sản phẩm đó đã được nhiều người quan tâm.
   그 상품은 출시되기 전에 많은 사람의 관심을 받았어요.

4. **Trước khi** bắt đầu cuộc họp này, để tôi hỏi các anh chị một câu hỏi.
   이 회의를 시작하기 전에 제가 여러분들께 질문 하나를 할게요.

5. **Trước khi** tình hình tồi tệ hơn, chúng ta phải lập chiến lược đối phó.
   상황이 더 나빠지기 전에 우리는 대책 전략을 세워야만 해요.

대화로 연습해 보GO

🎧 Track 28-07

A: Nhiều đại lý của chúng ta đang trong tình trạng thâm hụt tiền.
우리의 많은 지점들이 적자 상황이에요.

B: Trước khi tình hình tồi tệ hơn, chúng ta phải lập chiến lược đối phó.
상황이 더 나빠지기 전에 우리는 대책 전략을 세워야만 해요.

🎧 Track 28-08

⭐ 새 단어

nhập khẩu 수입하다 | **quan tâm** 관심 | **tồi tệ** 나쁜 | **đại lý** 지점 | **tình trạng** 상황 | **thâm hụt** 적자

패턴으로 실력다지 GO!

138 chậm nhất là ~ / muộn nhất là ~
늦어도 ~해요

'천천히'라는 의미인 chậm과 '늦은'이라는 의미인 muộn이 최상급 표현인 nhất과 함께 쓰여 '늦어도 ~하다' 라는 의미를 나타내며 어떤 기한의 마지노선을 이야기할 때 쓰는 표현입니다.

🎧 Track 28-09

1. **Chậm nhất là** đến ngày mai, tôi phải nộp báo cáo cho sếp.
   늦어도 내일까지 저는 상사에게 보고서를 제출해야 해요.

2. **Chậm nhất là** đến cuối năm, cổ phiếu của công ty sẽ được lên sàn.
   늦어도 연말까지 회사의 주식은 상장될 거예요.

3. **Chậm nhất là** trước ngày 11, tôi sẽ hoàn tất thủ tục chuyển nhượng nhà.
   늦어도 11일 전에 저는 집 양도에 대한 절차를 완료할 거예요.

4. **Muộn nhất là** đến tuần sau, mong chị hồi âm cho công ty chúng tôi.
   늦어도 다음 주까지 저희 회사에 회신을 주시기 바랍니다.

5. Tôi hy vọng sẽ nhận được hàng đã đặt **muộn nhất là** đến thứ bảy này.
   늦어도 이번 주 토요일까지는 주문한 상품을 받기 희망해요.

대화로 연습해 보GO

🎧 Track 28-10

A: **Chậm nhất là** trước ngày 11, tôi sẽ hoàn tất thủ tục chuyển nhượng nhà.
늦어도 11일 전에 저는 집 양도에 대한 절차를 완료할 거예요.

B: Vâng, anh làm nhanh giúp tôi nhé.
네, 조금 빨리 해 주세요.

🎧 Track 28-11

⭐ 새 단어

cổ phiếu 주식 | **lên sàn** 상장하다 | **thủ tục** 절차 | **chuyển nhượng** 양도하다, 인도하다

139

không có + 의문사(gì/nào/ai)

아무것도, 어떤 것도, 아무도 ~ 하지 않아요

'가지고 있지 않다'라는 의미인 không có가 다양한 의문사와 함께 쓰여 '아무것도(gì), 어떤 것도(nào), 아무도 (ai) ~하지 않다'라는 의미를 나타냅니다. 명사와 함께 결합이 가능한 의문사 gì와 nào는 'không có + 명사 + gì', 'không có + 명사 + nào'의 형태로 쓰입니다.

🎧 Track 28-12

1. **Không có gì** đáng xem ở đây.   여기에서 볼 만한 게 아무것도 없어요.

2. **Không có** chuyện **gì** khác thường đâu.   이상한 일이 아무것도 없어요.

3. Bây giờ **không có** lịch trình **nào** trùng nhau.   지금 서로가 겹치는 일정이 어떤 것도 없어요.

4. **Không có** cách **nào** làm cho tình hình khả quan hơn.   상황이 호전될 방법이 어떤 것도 없어요.

5. Đến giờ hẹn rồi mà **không có ai** đến đây.   약속 시간이 되었지만 이곳에 아무도 도착하지 않았어요.

🟥 대화로 연습해 보GO

🎧 Track 28-13

A: Đến giờ hẹn rồi mà **không có ai** đến đây.   약속 시간이 되었지만 이곳에 아무도 도착하지 않았어요.

B: Anh nhầm giờ rồi. Giờ hẹn là 10 giờ mà.   당신이 시간을 착각했어요. 약속 시간은 10시 잖아요.

🎧 Track 28-14

⭐ **새 단어**

đáng + 동사 ~할 만하다 | **khác thường** 이상한 | **trùng** 겹치다, 일치하다 | **khả quan** 호전하다 | **nhầm** 착각하다

패턴으로 실력다지 GO!

140

những + 명사 + khác
다른 ~들

những은 접두어로 명사 앞에 위치하여 복수를 나타냅니다. '다른'이라는 의미인 형용사 khác과 함께 쓰여 '다른 ~들'이라는 의미를 나타내며 những과 khác 사이에는 명사가 옵니다. 복수를 나타내는 또 다른 접두어 các과 의미는 같지만 단순 복수의 쓰임을 나타내는 các과는 달리 những은 다른 집단과의 구분 또는 비교의 뉘앙스를 가집니다.

🎧 Track 28-15

1. **Những** chuyện **khác** thì tôi không rõ lắm.
   다른 일들은 제가 잘 모르겠어요.

2. **Những** khách mời **khác** cũng đã đến đông đủ.
   다른 손님들은 모두 다 오셨어요.

3. Anh Min Soo thì tới rồi, còn **những** người **khác** thì chưa.
   민수 씨는 도착했는데 다른 사람들이 아직 도착하지 않았어요.

4. Chúng ta nên liên hệ thêm với **những** nghệ sĩ **khác**.
   우리는 다른 아티스트들과 더 연락해야 해요.

5. Nếu có **những** yêu cầu **khác** thì chị gọi cho số này nhé.
   다른 요청들이 있으면 이 번호로 전화해 주세요.

대화로 연습해 보GO

🎧 Track 28-16

A: Mọi người đã đến hết chưa?
모두 다 왔나요?

B: Anh Min Soo thì tới rồi, còn **những** người **khác** thì chưa.
민수 씨는 도착했는데 다른 사람들이 아직 도착하지 않았어요.

🎧 Track 28-17

⭐ **새 단어**

khách mời 손님, 게스트 | **đông đủ** 전원 출석의 | **tới** 도착하다, 오다 | **nghệ sĩ** 아티스트, 연예인

Bài 29

마지막 납품을 아직 못 받았어요.
Tôi chưa nhận được lô hàng cuối.

학습 패턴

- lẽ ra ~ : ~했어야 해요
- báo rằng ~ / báo là ~ : ~라고 알려요
- 동사 + ra : ~해내요
- do ~ : ~때문에, ~(으)로 인해
- bị + 동사/형용사 : ~하게 되었어요(부정적 의미)

새 단어
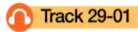

lô hàng 물건, 납품량 | **lẽ ra** ~했어야 하다 | **đại lý giao nhận** 배송 업체 | **báo rằng** ~라고 알리다 | **kho** 창고 | **tìm ra** 찾아내다, 알아보다 | **bồi thường** 배상, 배상하다 | **trì hoãn** 지연하다 | **trong vòng** ~동안 | **hứa** 약속하다

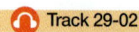

베트남 바이어	Chào anh. Tôi là Thanh đây. Tôi chưa nhận được lô hàng cuối. Nó làm sao thế ạ?
민수	Tôi không hiểu chị nói gì ạ. Tôi kiểm tra rồi và chúng tôi đã gửi hàng vào ngày 20 rồi. ❶Lẽ ra chị đã nhận được vào ngày hôm qua rồi.
베트남 바이어	Chắc chắn có vấn đề nào đó rồi. Tôi đã gọi điện cho đại lý giao nhận rồi, nhưng họ ❷báo rằng hàng chưa đến kho.
민수	Vâng, tôi sẽ tìm ❸ra nguyên nhân ngay.
베트남 바이어	Vâng, anh làm thế giúp tôi nhé. Bây giờ công ty đang là tình trạng khẩn cấp ❹do vấn đề này đấy ạ. Nhiều khách hàng đang yêu cầu bồi thường vì giao hàng ❺bị trì hoãn.
민수	Vâng, tôi hiểu rồi. Tôi sẽ liên lạc lại trong vòng một tiếng. Tôi hứa với chị nhé.

해석

베트남 바이어 안녕하세요. 타잉입니다.
마지막 납품을 아직 못 받았어요. 어떻게 된 거죠?

민수 무슨 말씀이신지 모르겠어요.
제가 확인했고 저희는 20일에 발송했습니다.
어제는 받으셨어야 합니다.

베트남 바이어 확실히 무슨 문제가 있는 것 같네요.
제가 배송 업체 측에 전화해 봤는데, 화물이 창고에 도착하지 않았다고 하네요.

민수 네, 지금 바로 그 원인을 알아보겠습니다.

베트남 바이어 네, 그렇게 해 주세요.
지금 이 문제로 회사가 비상 상황입니다. 납품 지연으로 인해 많은 고객사가 배상을 청구하고 있어요.

민수 네, 알겠습니다. 한 시간 내로 연락 드리겠습니다.
약속할게요.

패턴으로 실력다지 GO!

141 lẽ ra ~
~했어야 해요

'당연히, 마땅히'라는 의미인 lẽ ra 뒤에 과거를 나타내는 표현이 오면 '~했어야 했다'라는 의미로 후회의 뉘앙스를 나타낼 때 씁니다.

Track 29-03

1. **Lẽ ra** em phải bình tĩnh hơn. — 제가 더 침착했어야 해요.
2. **Lẽ ra** tôi phải thể hiện ý kiến phản đối. — 제가 반대 의견을 표명했어야 해요.
3. **Lẽ ra** anh nên xử lý nghiêm khắc chuyện này. — 당신이 이 일을 엄중히 처리했어야 해요.
4. **Lẽ ra** chúng ta phải điều chỉnh lịch trình sản xuất. — 우리가 생산 일정을 조정했어야 해요.
5. **Lẽ ra** chúng ta phải nắm bắt xu hướng nhanh hơn. — 우리가 트렌드를 더 빨리 캐치했어야 해요.

대화로 연습해 보GO

Track 29-04

A: Nhiều ý kiến cho rằng cách tiếp thị đó không phù hợp với giới trẻ hiện nay.
그 마케팅 방법이 요즘 젊은 친구들에게 맞지 않는다는 의견이 많아요.

B: **Lẽ ra** chúng ta phải nắm bắt xu hướng nhanh hơn.
우리가 트렌드를 더 빨리 캐치했어야 해요.

Track 29-05

⭐ 새 단어

bình tĩnh 침착한, 냉정한 | **thể hiện** 나타내다, 표현하다 | **phản đối** 반대하다 | **nghiêm khắc** 엄중한, 엄격한

142

báo rằng ~ / báo là ~
~라고 알려요

동사로 '알리다'라는 의미인 báo가 rằng 또는 là와 함께 쓰여 '~라고 알리다'라는 의미를 나타냅니다. 구체적인 대상을 추가하여 나타낼 경우에는 báo 뒤에 cho 또는 với를 붙여 표현합니다.

1. Chi nhánh Việt Nam **báo rằng** hàng A đã được xuất kho rồi.
   베트남 지사는 A 제품이 출고됐다고 알려 줬어요.

2. Anh ấy gọi điện **báo là** đã viết xong tất cả bản thảo rồi.
   그는 전화를 해서 모든 원고를 다 썼다고 알려 줬어요.

3. Tôi đã **báo cho** chị **rằng** chị phải bổ sung giấy tờ tùy thân cho hồ sơ xin visa.
   저는 당신에게 비자 서류를 위해 신분증을 추가해야 한다고 알려 줬어요.

4. Tôi sẽ **báo cho** cô ấy **là** sản phẩm này đã ngừng sản xuất.
   저는 그녀에게 이 상품의 생산이 중단됐다고 알려 줄게요.

5. Chị đã **báo với** anh Lưu **là** máy đó đã được thông quan chưa?
   당신은 르우 씨에게 그 기계가 세관을 통관됐다고 알려 줬나요?

대화로 연습해 보GO

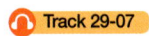

A: Chi nhánh Việt Nam **báo rằng** hàng A đã được xuất kho rồi.
베트남 지사는 A 제품이 출고됐다고 알려 줬어요.

B: Tốt lắm! Thế thì chúng ta sẽ nhận được vào ngày mai.
좋아요! 그러면 우리는 내일 받을 수 있을 거예요.

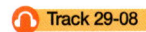

⭐ 새 단어

xuất kho 출고하다 | **bản thảo** 원고 | **bổ sung** 추가하다, 보충하다 | **giấy tờ tùy thân** 신분증 | **ngừng** 중단하다, 멈추다 | **thông quan** 세관을 통관하다

패턴으로 실력다지 GO!

143 동사 + ra
~해내요

'나오다, 나가다'라는 의미인 ra 앞에 동사가 제시될 경우 '~해내다'라는 의미를 나타내며 어떤 사실을 알아내거나 무언가를 발견했을 때 쓰는 표현입니다.

Track 29-09

1. Tôi mới tìm **ra** trạm xe buýt. — 저는 막 버스 정류장을 찾았어요.
2. Em đã nghĩ **ra** đáp án chưa? — 당신은 답안을 생각해 냈나요?
3. Xin lỗi, tôi không nhớ **ra** mình đã để ở đâu. — 미안해요, 저는 어디에 놓았는지 기억이 안 나요.
4. Bây giờ em đã hiểu **ra** tầm quan trọng của việc đó chưa? — 당신은 이제 그 일의 중요성을 이해했나요?
5. Tôi đã chọn **ra** trang phục phù hợp cho bữa tiệc tối nay rồi. — 저는 오늘 저녁 파티에 어울리는 의상을 골랐어요.

대화로 연습해 보GO

Track 29-10

A: Khi nào anh xuất phát? — 당신은 언제 출발하나요?

B: Xin lỗi, tôi mới tìm **ra** trạm xe buýt. Bây giờ tôi đi ngay. — 죄송해요, 저는 막 버스 정류장을 찾았어요. 지금 바로 갈게요.

Track 29-11

⭐ 새 단어

trạm xe buýt 버스 정류장 | **đáp án** 답안 | **tầm quan trọng** 중요성 | **trang phục** 의상

do ~
~때문에, ~(으)로 인해

do는 '~때문에, ~(으)로 인해'라는 의미로 원인이나 이유를 설명할 때 쓰는 표현이며 뒤에 명사나 절이 모두 올 수 있습니다. 일반적으로 어떤 일에 대한 부정적인 원인이나 이유를 나타낼 때 쓰는 표현입니다.

 Track 29-12

1. Cái này tất cả là **do** tôi lỡ lời.
   이것은 전부 저의 말실수 때문이에요.

2. Chị ấy đã thôi việc **do** chuyện cá nhân.
   그녀는 개인적인 이유로 인해 일을 그만두었어요.

3. Sự kiện đã bị hủy **do** lịch trình thay đổi.
   일정이 바뀌었기 때문에 행사가 취소됐어요.

4. Anh ấy đã bị sa thải **do** vụ bê bối tham nhũng.
   그는 부패 스캔들로 인해 해고됐어요.

5. Công ty đang gặp khó khăn **do** vấn đề tài chính.
   회사는 재정적인 문제로 인해 어려움을 겪고 있어요.

대화로 연습해 보GO

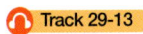 Track 29-13

A: Chị Hương đã thôi việc rồi hả?
흐엉 씨가 일을 그만두었다고요?

B: Vâng, chị ấy đã thôi việc **do** chuyện cá nhân.
네, 그녀는 개인적인 이유로 인해 일을 그만두었어요.

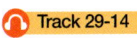 Track 29-14

★ 새 단어

lỡ lời 말실수하다 | **thôi việc** 그만두다 | **sa thải** 해고하다 | **bê bối** 스캔들 | **tham nhũng** 부패하다

Bài 29 253

패턴으로 실력다지 GO!

145 bị + 동사/형용사
~하게 되었어요 (부정적 의미)

bị가 서술어구 앞에 위치할 경우 '~하게 되다'라는 의미를 나타내며, 일반적으로 화자가 부정적인 상황이라고 느낄 때 쓰는 표현입니다. 행위상의 주체를 나타낼 때에는 'bị + 행위 주체 + 서술어구'의 형태로 제시할 수 있으며 '~은(는) ~하게 되었다'라는 의미를 나타냅니다.

🎧 Track 29-15

1. Công ty **bị** phạt 50 triệu won vì trốn thuế.
   회사는 탈세 문제로 5천만 원의 과징금을 받았어요.

2. Anh ấy **bị** đau nên không đi làm được.
   그는 아파서 출근을 하지 못했어요.

3. Công xưởng đang ngừng hoạt động vì **bị** cháy.
   공장은 화재가 나서 운행을 중단하고 있어요.

4. Thời gian trôi rất nhanh trong khi **bị** mắc kẹt với công việc.
   일에 매달려 있는 동안 시간이 정말 빨리 간 것 같아요.

5. Em học sinh ấy **bị** ban tổ chức xóa tên trong danh sách người trúng tuyển vì gian lận.
   그 학생은 부정행위로 주최측에 의해 합격자 명단에서 삭제됐어요.

대화로 연습해 보GO

🎧 Track 29-16

A: Hiện tại, công xưởng có vấn đề gì không?
현재 공장에 무슨 문제가 있나요?

B: Công xưởng chúng tôi đang ngừng hoạt động vì **bị** cháy.
저희 공장에 화재가 나서 운행을 중단하고 있어요.

🎧 Track 29-17

⭐ 새 단어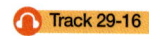

phạt 벌하다, 벌금을 부과하다 | **trốn thuế** 탈세하다 | **công xưởng** 공장 | **cháy** 불이 나다 | **mắc kẹt** 매달리다, 움직일 수 없게 되다 | **ban tổ chức** 주최측 | **gian lận** 부정행위하다

Bài 30

문제가 있는 컨테이너 번호를 알려 주시면 바로 교체 물품을 발주하겠습니다.
Chị cho biết số container có vấn đề thì tôi sẽ đặt hàng thay thế ngay lập tức.

 학습 패턴

- 동사 + ngay: 바로 ~해요
- 동사 + hết: 남김없이 다 ~해요
- cảm ơn vì ~: ~해줘서 고마워요
- việc + 동사: ~하는 일, ~하는 것
- 주어 + cho + (대상) + biết ~: (~에게) ~라고 알려 주세요

 새 단어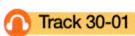

đền bù 배상하다 | **cảm ơn vì** ~해서 고마운 | **duy nhất** 유일한 | **thay thế** 교체하다 | **mọi thứ** 모든 것 | **giờ** 시간

 회화  Track 30-02

민수	Chị đã xem xét đề nghị đền bù của chúng tôi chưa?
베트남 바이어	Vâng, chúng tôi đồng ý với đề nghị đó. Thế chúng ta làm ❶ngay nhé.
민수	Vâng, đến ngày mai, chúng tôi sẽ gửi 50% của tổng số tiền đền bù, còn 50% còn lại thì sẽ thanh toán ❷hết đến cuối tuần này.
베트남 바이어	Chúng tôi rất ❸cảm ơn vì anh đã giải quyết như thế.
민수	Còn vấn đề duy nhất còn lại là ❹việc gửi lô hàng thay thế phải không?
베트남 바이어	Đúng rồi. Khi nào chúng tôi có thể nhận hàng được ạ?
민수	Chị ❺cho biết số container có vấn đề thì tôi sẽ đặt hàng thay thế ngay lập tức. Chúng tôi sẽ làm mọi thứ để xử lý và giao hàng trong vòng 24 giờ.

해석

민수   저희 측의 배상 안을 검토하셨나요?

베트남 바이어   네, 그 안에 동의합니다. 그러면 우리 바로 실행하도록 하죠.

민수   네, 내일까지 배상액의 50%를 송금하고 나머지 50%는 주말까지 전부 지불하겠습니다.

베트남 바이어   그렇게 해결해 주셔서 정말 감사합니다.

민수   그리고 마지막으로 유일하게 남은 문제는 교체품을 선적하는 일 맞죠?

베트남 바이어   맞아요. 언제 납품을 받을 수 있을까요?

민수   문제가 있는 컨테이너 번호를 알려 주시면 바로 교체 물품을 발주하겠습니다. 저희가 최선을 다해 처리하여 24시간 내에 발송하도록 하겠습니다.

패턴으로 실력다지 GO!

146 동사 + ngay
바로 ~해요

ngay는 동사 뒤 혹은 문장 끝에 위치하여 '바로 ~하다'라는 의미를 나타내며 어떤 일이나 행위가 즉시 일어날 때 쓰는 표현입니다. '즉시'를 의미하는 부사 ngay lập tức을 사용하여 표현할 수도 있습니다.

🎧 Track 30-03

1. Hãy tìm **ngay** mỹ phẩm AA nhé! — 바로 AA 화장품을 검색해 보세요!
2. Tôi giải thích thì anh ấy hiểu được **ngay**. — 제가 설명하면 그는 바로 이해할 수 있어요.
3. Chúng tôi sẽ thu hồi toàn bộ hàng kém chất lượng **ngay**. — 저희가 불량품을 전부 바로 회수하겠습니다.
4. Sau khi hàng hoá được đăng trên trang web, nó bán hết **ngay**. — 사이트에 물건을 업로드한 후에 바로 다 팔렸어요.
5. Đừng quên mở tập tin đính kèm **ngay lập tức** nhé. — 잊지 말고 첨부 파일을 바로 열어주세요.

대화로 연습해 보GO

🎧 Track 30-04

A: Anh sẽ xử lý hàng kém chất lượng thế nào? — 당신은 불량품을 어떻게 처리하실 건가요?

B: Chúng tôi sẽ thu hồi toàn bộ hàng kém chất lượng **ngay**. Xin lỗi ạ. — 저희가 불량품을 전부 바로 회수하겠습니다. 죄송합니다.

🎧 Track 30-05

⭐ 새 단어

thu hồi 회수하다 | **toàn bộ** 전부 | **hàng kém chất lượng** 불량품 | **đính kèm** 첨부하다

147

동사 + hết
남김없이 다 ~해요

종결의 의미를 나타내는 hết 앞에 동사가 위치할 경우 '남김없이 ~하다'라는 의미를 나타내며 어떤 일이나 행위를 전부 다 완료했음을 나타낼 때 쓰는 표현입니다.

🎧 Track 30-06

1. Mọi người đã dọn **hết** chưa? — 여러분은 청소를 다 했나요?
2. Em đã sắp xếp **hết** tất cả các tài liệu rồi. — 저는 모든 서류를 전부 정리했어요.
3. Tất cả hàng tồn kho trong kho đã bị hủy **hết**. — 창고에 있던 재고품은 전부 폐기됐어요.
4. Chúng tôi đã chuẩn bị xong **hết** cho trận đấu ngày mai. — 저희는 내일 경기를 위한 준비를 모두 해 놓았어요.
5. Tôi đã xóa **hết** các tập tin không cần thiết trên máy vi tính của mình. — 저는 컴퓨터에 있는 불필요한 파일을 전부 지웠어요.

대화로 연습해 보GO

🎧 Track 30-07

A: Em đã sắp xếp **hết** tất cả các tài liệu rồi. — 저는 모든 서류를 전부 정리했어요.

B: Cảm ơn em. Em đã vất vả rồi. — 고마워요. 수고 많았어요.

🎧 Track 30-08

⭐ 새 단어

hàng tồn kho 재고품 | **trận đấu** 경기, 시합 | **cần thiết** 필요한, 필수적인

cảm ơn vì ~
~ 해줘서 고마워요

cảm ơn은 '고마운, 감사하는'이라는 의미를 나타냅니다. cảm ơn 뒤에 이유를 설명하는 vì가 함께 제시될 경우 고마움의 이유를 구체적으로 표현할 수 있습니다.

🎧 Track 30-09

1. **Cảm ơn vì** chị đã luôn ủng hộ em. — 늘 지지해 주셔서 감사합니다.
2. **Cảm ơn vì** đã hỗ trợ cho đội chúng tôi. — 저희 팀에 협조해 주셔서 감사합니다.
3. **Cảm ơn vì** chị đã dành thời gian cho chúng tôi. — 당신이 시간을 내어 주셔서 감사합니다.
4. **Cảm ơn vì** anh đã quan tâm đến công ty chúng tôi. — 당신이 저희 회사에 관심을 가져 주셔서 감사합니다.
5. **Cảm ơn vì** mọi người đã lắng nghe bài phát biểu hôm nay. — 오늘 발표를 들어 주셔서 감사합니다.

대화로 연습해 보GO

🎧 Track 30-10

A: **Cảm ơn vì** chị đã dành thời gian cho chúng tôi.
당신이 시간을 내어 주셔서 감사합니다.

B: Không có gì đâu ạ. Tôi mong sẽ có kết quả tốt đẹp.
별말씀을요. 좋은 결과가 있기를 바랍니다.

🎧 Track 30-11

⭐ 새 단어

ủng hộ 지지하다, 옹호하다 | **hỗ trợ** 협조하다, 돕다 | **đội** 팀 | **dành thời gian** 시간을 내다 | **lắng nghe** 경청하다, 귀 기울이다

149

việc + 동사
~하는 일, ~하는 것

'일'이라는 의미인 việc 뒤에 동사가 오면 '~하는 일, ~하는 것'의 의미를 나타냅니다. 주로, 문법적으로 주어나 목적어 자리의 동사구 형태를 명사로 바꾸어야 할 때 유용하게 쓸 수 있는 표현입니다. 이와 비슷한 의미를 가진 chuyện도 많이 사용합니다.

🎧 Track 30-12

1. Em hãy suy nghĩ lại về **việc** chuyển công ty.
   당신은 회사를 옮기는 것을 다시 생각해 보세요.

2. Tôi muốn hỏi về **việc** giao dịch với công ty ABC.
   저는 ABC 회사와 거래하는 일에 대해 물어보고 싶어요.

3. Em đã có nhiều kinh nghiệm trong **việc** quản lý khách hàng.
   저는 고객을 관리하는 일에 경험이 많습니다.

4. **Chuyện** liên lạc với đối tác sẽ được anh Tuấn phụ trách.
   파트너와 연락하는 일은 뚜언 씨가 담당할 거예요.

5. **Chuyện** cần làm bây giờ là tìm cách duy trì giá sản phẩm ở mức hợp lý.
   지금 해야 하는 일은 상품의 가격을 합리적인 수준으로 유지하는 거예요.

대화로 연습해 보GO

🎧 Track 30-13

A: **Chuyện** cần làm bây giờ là tìm cách duy trì giá sản phẩm ở mức hợp lý.
지금 해야 하는 일은 상품의 가격을 합리적인 수준으로 유지하는 거예요.

B: Vâng, em sẽ tổng hợp ý kiến của mọi người về việc này.
네, 제가 이 일에 대한 모든 사람의 의견을 취합하겠습니다.

🎧 Track 30-14

⭐ 새 단어

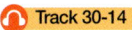

giao dịch 거래하다 | **quản lý** 관리하다 | **duy trì** 유지하다 | **tổng hợp** 취합하다

패턴으로 실력다지 GO!

150

주어 + cho + (대상) + biết
(~에게) ~라고 알려 주세요

'주다'라는 의미인 cho와 '알다'라는 의미인 biết이 함께 쓰여 '~라고 알려 주다'라는 의미를 나타내며 누군가에게 어떤 사실을 알려 줄 때 쓰는 표현입니다. 또한 그 대상을 명시할 경우 cho 뒤에 나타냅니다.

🎧 Track 30-15

1 Em phải **cho biết** rõ lập trường của bản thân.
당신의 입장을 명확하게 알려 줘야 해요.

2 Chị **cho biết** bí quyết thành công trên thị trường nước ngoài.
해외 시장에서의 성공 비결을 알려 주세요.

3 Anh **cho biết** lý do lựa chọn sản phẩm của công ty chúng tôi.
저희 회사 상품을 선택하신 이유를 알려 주세요.

4 Chị **cho** tôi **biết** mã số bảo hiểm của chị được không ạ?
당신의 보험 번호를 저에게 알려 주실 수 있나요?

5 Anh **cho** chị ấy **biết** chúng ta sẽ thực hiện dự án B chưa?
당신은 그녀에게 우리가 B 안을 실행할 거라고 알려 주었나요?

대화로 연습해 보GO

🎧 Track 30-16

A: Anh **cho biết** lý do lựa chọn sản phẩm của công ty chúng tôi.
저희 회사 상품을 선택하신 이유를 알려 주세요.

B: Tôi thấy sản phẩm của công ty anh có chất lượng cao nhưng giá thì rất rẻ. Đó chính là lý do chính.
제가 생각하기에 당신 회사의 제품은 품질이 높지만 가격은 정말 저렴해요. 이게 바로 핵심적인 이유예요.

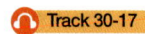

⭐ **새 단어**

lập trường 입장, 관점 | **bản thân** 본인, 자기 자신 | **bí quyết** 비결 | **mã số bảo hiểm** 보험 번호 | **thực hiện** 실행하다, 실현하다 | **chính** 주된, 주요한

복습해보 GO!

🪷 한국어를 참고하여 빈칸에 들어갈 베트남어를 쓰고 말해 보세요. 정답 269쪽   안다 / 모른다

1 Tôi _____ định cư tại đây. ☐ ☐

저는 여기에 정착할 의향이 없어요.

---

2 _____ em _____ đã giành được cơ hội này. ☐ ☐

드디어 저는 이 기회를 얻었어요.

---

3 Ban đầu, tôi _____ việc này sẽ khó khăn. ☐ ☐

저는 처음에 이 일이 어려운 줄 알았어요.

---

4 Chuyện này thì em phải _____ ai ạ? ☐ ☐

이 일은 제가 누구에게 보고해야 하나요?

---

5 Để em liên lạc _____, có lẽ chưa hết hàng đâu. ☐ ☐

제가 연락해 볼게요, 아마도 아직 품절되지 않았을 거예요.

---

6 Sự kiện sẽ được diễn ra _____ hai tiếng. ☐ ☐

행사는 2시간 동안 열릴 거예요.

---

7 Vay tiền ở đó _____ sẽ bị lãi suất cao. ☐ ☐

그곳에서 대출하는 것은 확실히 이자가 높을 거예요.

---

8 Tôi đang _____ kế hoạch tương lai của tôi. ☐ ☐

저는 미래의 계획에 대해 이야기하고 있어요.

26~30과 복습 263

복습해보 GO!

	안다 / 모른다

9 _____ đáng xem ở đây. □ □

여기에서 볼 만한 게 아무것도 없어요.

---

10 _____ chuyện _____ thì tôi không rõ lắm. □ □

다른 일들은 제가 잘 모르겠어요.

---

11 _____ tôi phải thể hiện ý kiến phản đối. □ □

제가 반대 의견을 표명했어야 해요.

---

12 Xin lỗi, tôi không nhớ _____ mình đã để ở đâu. □ □

미안해요. 저는 어디에 놓았는지 기억이 안 나요.

---

13 Anh ấy _____ đau nên không đi làm được. □ □

그는 아파서 출근을 하지 못했어요.

---

14 Hãy tìm _____ mỹ phẩm AA nhé! □ □

바로 AA 화장품을 검색해 보세요!

---

15 Em đã sắp xếp _____ tất cả các tài liệu rồi. □ □

저는 모든 서류를 전부 정리했어요.

---

16 Em hãy suy nghĩ lại về _____ chuyển công ty. □ □

당신은 회사를 옮기는 것을 다시 생각해 보세요.

부록

복습해 보GO! 정답   266
어휘 색인(Index)   270

복습해 보GO! 정답

01~05과   53~54쪽

1 Anh Tuấn có việc gấp.
  뚜언 씨는 급한 일이 있어요.

2 Xin mời vào.
  들어오세요.

3 Năm giờ chiều được không ?
  오후 5시 가능하세요?

4 Có ai đến từ tỉnh khác không?
  다른 지방에서 온 사람이 있나요?

5 Khi nào chị đi công tác?
  언제 당신은 출장가요?

6 Anh sẽ điều chỉnh thế nào ?
  당신은 어떻게 조정하실 건가요?

7 Hàng mẫu nào thích hợp nhất?
  어느 샘플이 가장 적합한가요?

8 Anh thấy sản phẩm này thế nào?
  당신은 이 상품을 어떻게 생각하세요?

9 Ai sẽ làm trước?
  누가 먼저 할래요?

10 Có tin mới thì hãy chia sẻ đi .
  새로운 소식이 있으면 공유하세요.

11 Tôi đồng ý với kế hoạch anh đã đề xuất.
  저는 당신이 제안한 계획에 동의해요.

12 Tôi không thể làm một mình.
  저는 혼자 할 수 없어요.

13 Tôi phải nộp trong hôm nay.
  저는 오늘 안에 제출해야 해요.

14 Tập đoàn AB chưa vào thị trường Việt Nam.
  AB 그룹은 베트남 시장에 아직 진출하지 않았어요.

15 Lương ở đây cũng không cao lắm .
  이곳의 월급은 별로 높지 않아요.

16 Công ty có chi nhánh ở Hà Nội không ?
  회사는 하노이에 지사가 있나요?

06~10과   95~96쪽

1 Cuộc họp sắp bắt đầu chưa ?
  회의가 곧 시작하죠?

2 Cái này có thể bảo quản trong bao lâu ?
  이것은 얼마나 오랫동안 보관할 수 있나요?

3 Hay là anh suy nghĩ thêm nhé?
  아니면 당신은 조금 더 생각해 보는 게 어때요?

4 Trong nhà máy có bao nhiêu máy?
  공장에 기계가 얼마나 있나요?

5 Vấn đề này càng nghĩ càng khó.
  이 문제는 생각할수록 어렵네요.

6 Vì công việc bận rộn nên mệt lắm.
  업무가 바빠서 매우 피곤해요.

7 Có tin tức gì thì liên lạc với tôi nhé.
  무슨 소식이 있으면 저에게 연락해 주세요.

8 Đây là giá rẻ nhất .
  이것이 가장 저렴한 가격이에요.

9 Đây là sơ yếu lý lịch của em ạ.
  이것은 저의 이력서입니다.

10 Lương ở đây cao hơn công ty B.
  이곳의 월급이 B 회사보다 더 높아요.

11 Chúc mừng kỷ niệm 10 năm!
  10주년을 축하해요!

12 Anh ấy **hay** nhảy việc.
그는 자주 이직해요.

13 Lấy **giúp** tôi tờ giấy.
저에게 종이를 가져다 주세요.

14 Hộ chiếu của tôi **đây ạ**.
여기 제 여권입니다.

15 Tôi xem bảng thống kê trước **đã**.
일단 제가 통계표부터 보고요.

16 **Đừng** làm đại khái như thế.
그렇게 대충하지 마세요.

11~15과   137~138쪽

1 Vấn đề nghiêm trọng **có thể** xảy ra.
심각한 문제가 생길 수도 있어요.

2 Chúng ta kết thúc **luôn** ở đây nhé.
우리 여기서 바로 끝내죠.

3 Chúng tôi **đã** sẵn sàng hết **rồi** ạ.
저희는 이미 다 준비되었습니다.

4 Chị kiểm tra lại, **sau đó** báo cho tôi.
당신은 다시 확인한 다음에 저에게 알려주세요.

5 Xin lỗi, hôm nay tôi có hẹn khác **mất rồi**.
죄송해요, 오늘 제가 다른 약속을 잡아 버렸어요.

6 Tôi gửi email **rồi** nhắn tin cho chị.
제가 이메일을 보내고 나서 당신에게 문자 메시지를 보낼게요.

7 Tôi **nên** làm thế nào đây?
제가 어떻게 하는 게 좋을까요?

8 Em **cần** kiểm tra số lượng.
당신은 수량을 체크할 필요가 있어요.

9 Tôi **không** làm việc ở đó **nữa**.
저는 더 이상 그곳에서 일하지 않아요.

10 Vé này **chỉ** có hiệu lực đến hôm nay **thôi**.
이 표는 단지 오늘까지만 유효해요.

11 **Dù** đã cố gắng **nhưng** khó giải quyết lắm.
비록 노력했지만 해결이 매우 어려워요.

12 Em hỏi lúc nào **cũng được**.
당신은 언제든지 물어봐도 돼요.

13 **Miễn là** quảng cáo có hiệu quả.
광고가 효과만 있다면요.

14 **Để** em liên lạc thử ạ.
제가 연락해 볼게요.

15 Anh ấy sẽ chuyển nhà **vào** cuối tuần.
그는 주말에 이사할 거예요.

16 **Chắc là** anh ấy nghỉ làm vì có việc gia đình.
틀림없이 그는 가족 문제로 결근했을 거예요.

16~20과   179~180쪽

1 Anh có **muốn** nhắn gì thêm không?
당신은 메시지를 더 남기고 싶으신가요?

2 Công ty ở **gần** nhà tôi.
회사는 내 집 근처에 있어요.

3 **Thế thì** anh chọn màu khác **nhé**.
그러면 당신이 다른 색을 선택하세요.

4 Tuần này **và** tuần sau tôi đều bận.
저는 이번 주와 다음 주 모두 바빠요.

5 **Chúc** các anh chị luôn hạnh phúc.
여러분들이 항상 행복하길 기원해요.

6 **Khi nào** em có tự tin **thì** làm thử đi.
언젠가 당신이 자신감이 생기면 시도해 봐요.

7 Lần này tôi đi công tác **với** anh Nam.
이번에 저는 남 씨와 함께 출장을 가요.

8 Sản phẩm thực tế sẽ **giống như** hàng mẫu chị nhận vào tuần trước.
실제 상품은 당신이 지난 주에 받은 샘플과 비슷할 거예요.

9 Đổi máy mới thì sẽ **vừa** tăng năng suất **vừa** giảm thời gian sản xuất.
새로운 기계로 바꾸면 효율도 좋아지고 생산 시간이 줄기도 해요.

10 **Nghe nói** anh ấy sẽ chuyển bộ phận.
그가 부서를 옮길 거라고 들었어요.

11 Chúng ta phải áp dụng **cả** kỹ thuật A **và** kỹ thuật B.
우리는 A 기술과 B 기술을 모두 도입해야 해요.

12 Phí hoa hồng **bao nhiêu tiền** ?
수수료가 얼마인가요?

13 Tiền phải chuyển khoản **khác với** hóa đơn.
송금해야 하는 돈이 영수증과 달라요.

14 Hai công ty **vẫn còn** giao lưu với nhau.
두 회사는 여전히 교류하고 있어요.

15 Loại này **thì** chúng tôi đang có sẵn.
이 종류는 저희가 가지고 있어요.

16 Cái này tốt hơn cái kia **mà** .
이것은 저것보다 좋잖아요.

21~25과   221~222쪽

1 Cho thêm năm phút **để** suy nghĩ lại.
다시 생각할 시간을 5분 더 주세요.

2 **Có lẽ (là)** mọi chuyện sẽ ổn thôi.
아마도 모든 일이 잘 될 거예요.

3 Anh chị xem biểu đồ này **trước** đi.
여러분께서 이 그래프를 먼저 보시죠.

4 Tôi **cho rằng** kiểm tra lại rất quan trọng.
저는 다시 확인하는 게 정말 중요하다고 생각해요.

5 Lịch trình tiếp theo **sau khi** họp xong là gì?
회의가 끝난 후에 다음 일정은 무엇이죠?

6 **Tiếp theo** là các tin về kinh tế thế giới.
계속해서 세계 경제에 대한 뉴스입니다.

7 **Trước tiên** , anh cài đặt mật khẩu đã nhé.
우선, 당신은 비밀번호부터 설정해 주세요.

8 Cái này là đồ **dễ** vỡ, anh cẩn thận nhé.
이것은 깨지기 쉬운 물건이니까 조심하세요.

9 Tỷ giá hôm nay cao hơn **so với** hôm qua.
오늘 환율이 어제에 비해 더 높아요.

10 Chị ấy **có** kiến thức **về** thương mại.
그녀는 무역에 대한 지식이 있어요.

11 Đừng để ý đến **mấy** tin đồn đó.
그 몇몇 소문들에 신경쓰지 마세요.

12 **Mời** mọi người dùng bữa ạ.
여러분 식사하세요.

13 Công việc **không những** nhiều **mà còn** khó.
업무가 많을 뿐만 아니라 어려워요.

14 Anh ấy đã đưa danh thiếp **cho** tôi.
그는 저에게 명함을 줬어요.

15 Lỗi đó **chưa bao giờ** bị phát hiện ra.
그런 결함은 발견된 적이 없어요.

16 Đây là lời mời **mà** tôi khó có thể từ chối được.
이것은 제가 거절하기 힘든 초청이네요.

26~30과　　　263~264쪽

1 Tôi **không có ý định** định cư tại đây.
저는 여기에 정착할 의향이 없어요.

2 **Cuối cùng** em **cũng** đã giành được cơ hội này.
드디어 저는 이 기회를 얻었어요.

3 Ban đầu, tôi **tưởng là** việc này sẽ khó khăn.
저는 처음에 이 일이 어려운 줄 알았어요.

4 Chuyện này thì em phải **báo cáo cho** ai ạ?
이 일은 제가 누구에게 보고해야 하나요?

5 Để em liên lạc **xem**, có lẽ chưa hết hàng đâu.
제가 연락해 볼게요, 아마도 아직 품절되지 않았을 거예요.

6 Sự kiện sẽ được diễn ra **trong** hai tiếng.
행사는 2시간 동안 열릴 거예요.

7 Vay tiền ở đó **chắc chắn** sẽ bị lãi suất cao.
그곳에서 대출하는 것은 확실히 이자가 높을 거예요.

8 Tôi đang **nói về** kế hoạch tương lai của tôi.
저는 미래의 계획에 대해 이야기하고 있어요.

9 **Không có gì** đáng xem ở đây.
여기에서 볼 만한 게 아무것도 없어요.

10 **Những** chuyện **khác** thì tôi không rõ lắm.
다른 일들은 제가 잘 모르겠어요.

11 **Lẽ ra** tôi phải thể hiện ý kiến phản đối.
제가 반대 의견을 표명했어야 해요.

12 Xin lỗi, tôi không nhớ **ra** mình đã để ở đâu.
미안해요. 저는 어디에 놓았는지 기억이 안 나요.

13 Anh ấy **bị** đau nên không đi làm được.
그는 아파서 출근을 하지 못했어요.

14 Hãy tìm **ngay** mỹ phẩm AA nhé!
바로 AA 화장품을 검색해 보세요!

15 Em đã sắp xếp **hết** tất cả các tài liệu rồi.
저는 모든 서류를 전부 정리했어요.

16 Em hãy suy nghĩ lại về **việc** chuyển công ty.
당신은 회사를 옮기는 것을 다시 생각해 보세요.

어휘 색인 (Index)

A

ai	누구, 누가	17
an toàn	안전한	121
anh chị	여러분	71
áo dài	아오자이[베트남 전통 의상]	133
áp dụng	도입하다	167
áp lực	부담감, 스트레스	33

Ă

ăn trưa	점심을 먹다	34
ăn ý	마음이 맞다, 한마음으로 일치하다	112

Â

ấn tượng	인상적인	75

B

ba lô	배낭, 가방	200
bài phát biểu	발표	195
bài thuyết trình	발표	110
bãi đỗ xe	주차장	52
ban đầu	처음	203
ban tổ chức	주최측	254
bán	팔다	71
bán chạy	잘 팔리는	83
bán sỉ	도매하다	168
bàn bạc	의논하다, 토의하다	41
bàn giao	(업무를) 인계하다	41
bản khảo sát	설문 조사	228
bản thảo	원고	251
bản thân	본인, 자기 자신	262
bạn thân	친한 친구	162
bảng	표, 차트	197
bảng giá	가격표	87
bảng thống kê	통계표	92
bảng xếp hạng	순위	230
bao gồm	포함하다	108
bao nhiêu	얼마나	63
báo	알리다	91
báo cáo	보고하다	40
báo rằng	~라고 알리다	247
bảo đảm	보장하다, 담보하다	211
bảo hành	보증하다, 보장하다	59
bảo quản	보관하다	59
bảo vệ	보호하다	211
bằng	1. ~만큼 2. ~(으)로	71 91
bằng lái xe	운전면허	153
bắt chước	모방하다	194
bắt đầu	시작하다	25
bắt máy	전화를 받다	234
bắt tắc xi	택시를 잡다	220
bận	바쁜	55
bận rộn	바쁜	69
bận túi bụi	정신없이 바쁜	108
bất động sản	부동산	201
bầu cử	투표하다, 선거하다	74
bầu không khí	분위기	103
bê bối	스캔들	253
bên ngoài	외부	101
bên phải	오른쪽	189
bên trái	왼쪽	189
bền	견고한, 내구력있는	162
bệnh viện	병원	144
bí quyết	비결	262
bị	(부정적인 일을) 당하다	63
bị hỏng	고장난	45
bị mắng	혼나다	91

bị nguội	(음식이) 식다	109		cải thiện	개선하다	108
bị thương	다치다, 상처입다	151		cãi nhau	다투다, 말싸움하다, 티격태격하다	200
bia	맥주	21		cảm ơn vì	~해서 고마운	255
biên tập	편집하다	158		cạn ly	건배하다	147
biết	알다	37		càng A càng B	A할수록 B하다	63
biểu đồ	그래프, 도표	188		cảnh	풍경, 경치	71
bình cứu hỏa	소화기	202		cao huyết áp	혈압이 높은	238
bình giữ nhiệt	텀블러	211		cay	매운	51
bình luận	댓글	32		cắm trại	캠핑하다	125
bình thường	보통의, 평소의	121		căng tin	매점, 구내식당	13
bình tĩnh	침착한, 냉정한	250		cắt băng	리본 커팅하다	195
bỏ phiếu	투표하다	120		cắt giảm	줄이다	204
bóng đá	축구	28		cấm	금지하다	18
bổ sung	추가하다, 보충하다	251		cầm	손에 들다, 손으로 집다	136
bộ nhớ	메모리, 기억 장치	197		cầm tay	휴대하다	197
bộ phận	부서	111		cần	필요하다	16
bộ phận kỹ thuật	기술 팀	197		cần thiết	필요한, 필수적인	259
bốc thăm	추첨하다	188		cẩn thận	조심히, 조심하다	40
bồi thường	배상, 배상하다	247		cấp trên	상사	171
buổi diễn thuyết	강연회	226		câu	문장	36
buổi phỏng vấn	인터뷰	236		câu hỏi	질문	124
buổi tối	저녁	153		câu lạc bộ	동호회, 클럽	226
buồn	슬픈	87		có gì đâu	별말씀은요	97
bút xóa kéo	수정테이프	119		có hạn	한정된	230
bữa cơm	식사	155		có ích	유익한	189
bữa tiệc	파티	134		có lẽ (là)	아마 ~인 것 같다	181
				có lý	일리가 있는	29
C				có mặt	출석하다	196
ca-ta-lô	카탈로그	205		có phải là ~ không	~인가요?	55
cả	모두	105		có sẵn	가지고 있는, 바로 이용할 수 있는	177
cả A và B	A와(과) B 모두	163		có vẻ	~해 보이다	75
cách	방법	40		có ý nghĩa	의미가 있는	126
cách + 장소	떨어져 있는	220		coi thường	무시하다	197
cách sử dụng	사용법	205		con gái	딸	16
cài đặt	설정하다, 설치하다	196		con trâu	물소	78

còn	1. 그리고, 그런데	13
	2. 남다	45
còn + 동사/형용사	여전히 ~하다	55
còn lại	나머지	231
cố gắng	노력하다	37
cố lên	힘내다	37
cổ phiếu	주식	244
công bố	공개하다	185
công chiếu	개봉하다	166
công nhân	공장 직원	63
công trình	공사	144
công ty	회사	13
công ty cạnh tranh	경쟁사	48
công việc	업무, 일	35
công xưởng	공장	254
cốp xe	트렁크	121
cơ hội	기회	28
cụ thể	구체적인	29
cung	궁, 궁궐	154
cung cấp	공급하다	70
cùng lớp	같은 반	203
cuộc họp	회의	16
cuối	마지막의	60
cuối cùng	드디어, 마침내	223
cuối năm	연말	75
cúp điện	정전되다	84
cứ	그냥	45
cửa hàng	가게	119
cửa sổ	창문	118
cưới	결혼하다	143

CH

chào mừng	환영하다	13
cháy	불이 나다	254
chạy	움직이다, 작동하다	237
chắc chắn	확실히, 의심할 여지없는	192
chăm chỉ	열심히 하는	75
chặt chẽ	긴밀한	111
chấm	찍다	159
chậm	느린, 천천히	121
chậm nhất là	늦어도 ~하다	239
chấp nhận	받아들이다	175
chất lượng	품질	71
Châu Á	아시아	167
Châu Âu	유럽	167
chi nhánh	지사	52
chi phí	비용	37
chi phí nhân công	인건비	67
chi tiết	자세한, 상세한	117
chỉ ~ thôi	~할 뿐이다	71
chỉ tiêu	목표, 표준	235
chị em	자매	193
chia sẻ	공유하다	40
chìa khóa phòng	방 열쇠	90
chiếc	대[기계를 세는 단위]	208
chiến lược	전략	29
chiến thắng	승리하다	187
chiêu mộ	모집하다	74
chiếu lại	재상영하다, 재방송하다	150
chiều cao	키	78
chiều hướng	경향, 추세	63
chiều mai	내일 오후	21
chính	주된, 주요한	262
chính là ~	바로 ~이다	205
chính trị	정치	242
chịu	견디다, 참다	218
chịu trách nhiệm	책임을 지다	219
cho	~을(를) 위해	13
cho + 주어 + 동사	~하게 해주다	55
cho biết	알리다	181
cho phép	허가하다, 허락하다	185

cho rằng	~라고 생각하다	189
cho xem	보여주다	102
chọn	선택하다	32
chỗ	자리	32
chống thấm	방수, 워터프루프	210
chờ	기다리다	118
chú ý	주의하다, 주목하다	13
chủ đề	주제	159
chủ lực	주력하다	205
chủ tịch	회장	100
chủ yếu	주로	113
chua	신	147
chuẩn bị	준비하다	16
chúc	기원하다, 바라다	87
chúc mừng	축하하다	79
chung	~와(과) 함께	19
chung cư	아파트	177
chụp	사진을 찍다	136
chuyên môn	전문	111
chuyến bay	비행 편	34
chuyến đi	가는편, 여정, 여행	113
chuyến thăm	방문	105
chuyển	옮기다	166
chuyển khoản	송금하다	170
chuyển nhà	이사하다	49
chuyển nhượng	양도하다, 인도하다	244
chuyển vào	입주하다	100
chuyển việc	이직하다	68
chuyện	일, 사건	79
chứ	(당연히) ~하죠	97
chưa bao giờ	~해 본 적이 없다	213
chức năng	기능	71
chứng khoán	주식, 증권	242
chững lại	침체하다, 정체하다, 지체하다	201
chương trình	프로그램	25

	D	
dài	긴	78
dài hạn	장기적인	142
danh mục	리스트, 목록	92
danh sách	리스트, 목록	35
danh thiếp	명함	216
dành thời gian	시간을 내다	260
dần	점차, 점점	13
dẫn	데려가다	154
dễ	쉬운	33
dĩ nhiên là	당연히	45
dịch	번역하다	136
diễn ra	진행하다	236
diễn viên	배우	83
diễn xuất	연기하다	83
dinh dưỡng	영양	155
dịp	기회	154
do	~하기 때문에	135
do + 대상 + 동사	~에 의해 ~하다	219
doanh thu	매출	77
dọn	치우다, 정돈하다	101
du lịch	여행하다	55
dù ~ nhưng	비록 ~하지만	37
dùng	사용하다	45
dùng bữa	식사하다	209
duy nhất	유일한	255
duy trì	유지하다	261
dự án	프로젝트	29
dự báo thời tiết	일기 예보	169
dự kiến	예상하다	193
dừng	중단하다, 멈추다	146

	Đ	
đa dạng	다양한	147
đa số	대부분의	24

동사 + đã	먼저 ~하다	63
đã + 동사 + bao giờ chưa	~해 본 적이 있나요?	155
đã ~ chưa	~했나요?	37
đã ~ rồi	이미 ~했다	97
Đài Loan	대만	55
đại khái	대충, 대강	93
đại lý	지점	243
đại lý giao nhận	배송 업체	247
đàm phán	협상하다	223
đáng + 동사	~할 만하다	245
đánh giá	평가하다	192
đào tạo	교육하다	184
đáp án	답안	252
đạt	얻다, 달성하다	82
đau đầu	머리가 아픈	135
đặc biệt	특별한	139
đặc sắc	특색이 있는, 독특한	229
đăng A lên B	B에 A를 업로드하다	102
đắt	비싼	160
đắt khách	고객이 많은	151
đặt	주문하다, 예약하다	87
đặt cọc	보증금을 내다	188
đặt giá	가격을 매기다	213
đặt hàng	주문하다	67
đặt phòng	방을 예약하다	129
đậm	진한	203
đầu tiên	처음의	231
đầu tư	투자하다	83
đây	여기, 이분, 이것	13
đầy đủ	충분한	155
đèn	불	152
đề án	제안	171
đề nghị	제의하다, 제안하다	175
đề ra	제시하다	235
đề xuất	제안하다, 제시하다	42
để	두다, 놓다	45
để + 동사	~하기 위해, ~하려고	71
để + 주어 + 동사	주어가 동사를 하도록 두다	45
để quên	두고 오다, 두고 가다	105
để tâm	신경쓰다	205
để ý đến ~	~을 마음에 담다, ~에 대해 신경쓰다	93
đến	1. 도착하다, 오다	21
	2. ~까지	55
đến ~ rồi	~에 왔다, ~이(가) 왔다	171
đến muộn	지각하다	84
đền bù	배상하다	255
đều	모두, 전부	150
đi	~해라, ~하자[문장 끝에서 권유나 명령할 때 쓰는 표현]	45
đi bộ	걸어가다	220
đi công tác	출장가다	25
đi làm	출근하다	20
đi thẳng	직진하다	50
đi theo	따라가다, 따라오다	20
đi vào	들어가다	189
đi vắng	외출 중인, 부재중인	49
địa chỉ	주소	116
địa điểm họp	미팅 장소	160
điểm danh	출석을 부르다	196
điểm hẹn	약속 장소	104
điểm mạnh	장점	71
điền	쓰다, 기입하다	101
điện thoại	전화	94
điện tử	전자	113
điều	일	189
điều chỉnh	조정하다	26
điều tra	조사하다	48
đính kèm	첨부하다	258
định	~할 예정이다	55
định cư	정착하다	226

định vị	위치를 확정하다	197
đọc	읽다	36
đón	마중하다	97
đóng cửa	문을 닫다	178
đô la	달러[미국의 화폐 단위]	168
đồ ăn	음식, 먹거리	136
đồ gia dụng	가전제품	174
đồ uống	음료	60
đổ xăng	기름을 채우다, 주유하다	86
độ tuổi	나이대	146
độc quyền	독점하다	178
đôi khi	가끔	200
đối mặt	대면하다	218
đối phó	대처하다	48
đối tác	파트너	211
đối xử	대하다	112
đổi	바꾸다	26
đổi tiền	환전하다	97
đội	팀	260
đông đủ	전원 출석의	246
Đông Nam Á	동남아시아	210
đông người	사람이 많은	135
đồng hồ	시계	210
đồng nghiệp	동료	105
đồng phục	유니폼	133
đồng ý	동의하다	37
đợi	기다리다	59
đơn giản	간단한, 단순한	33
đơn hàng	주문 건	168
đợt	단계	236
đủ	충분한	126
đúng giá	제값의, 정가의	229
đúng giờ	정시에	186
đưa	건네주다	216
đưa ra	제시하다	132
đứng	서다	144
đừng	~하지 마세요	87
được + 동사	~하게 되다	13
được không	가능합니까?	13
đường hàng không	항공로	105

G

gà rán	치킨	21
gần + 동사	거의 ~하다	58
gần + 장소	근처에, 가까이	139
gần như	거의	87
gấp	급한	16
ghé	잠시 들르다	105
ghi	쓰다, 적다	55
ghi âm	녹음하다	210
ghi lại	적어두다	129
gia đình	가족	135
gia hạn	연장하다	142
gia nhập	가입하다	226
giá	가격	71
giá cả	가격	26
giá thành	원가	204
giá thấp nhất	최저가	223
giá tiền	가격	235
giải quyết	해결하다	51
giải thích	설명하다	37
giảm	줄이다	37
giảm giá	할인하다	67
gian lận	부정행위하다	254
giành được	얻다, 획득하다	227
giao	맡기다, 인도하다	50
giao dịch	거래하다	261
giao hàng	배송하다, 배달하다	219
giao lưu	교류하다	174
giấy	종이, 용지	45

275

giấy đặt hàng	주문서	239
giấy tờ tùy thân	신분증	251
giọng	목소리	181
giống	닮은, 같은	155
giờ	시간	255
giờ ăn trưa	점심시간	239
giờ cao điểm	러시아워	121
giới thiệu	소개하다	13
giới trẻ	젊은 사람	111
giúp	돕다	19
giúp đỡ	돕다	212
giữ	유지하다, 지속하다	112
giữ đúng	(제때) 지키다	91
gói	포장하다	170
gọi	전화걸다	79
gọi báo thức	모닝콜하다	129
gọi điện	전화하다	181
gọi là	~라고 부르다	21
góp ý	의견을 내다, 말하다	189
gợi ý	제안하다	21
gửi	보내다	79

H

hạ giá	가격을 내리다	213
hai bên	양쪽	105
hài lòng	마음에 드는	75
hải sản	해산물	139
hạn cuối	마감일, 마감	176
hạn sử dụng	사용 기한, 유통 기한	146
hàng	물건, 제품	20
hàng cũ	이전 제품	77
hàng kém chất lượng	불량품	258
hàng lỗi	불량품	68
hàng mẫu	샘플	26
hàng mới	신상품	77
hàng ngày	매일	35
hàng tháng	매달, 매월	168
hàng tồn kho	재고품	259
hàng trưng bày	진열 상품	120
hàng xuất khẩu	수출 품목	92
hạng nhất	1위	82
hành lý	짐, 캐리어	121
hạnh phúc	행복한	153
hay	1. 아니면	21
	2. 자주	79
hay là	아니면	55
hãy	~하세요	37
hấp dẫn	매력적인	71
hầu hết	거의, 모두	102
hệ thống	시스템	174
hết	끝나다	58
동사 + hết	전부, 다 ~하다	43
hết hàng	품절되다	234
hiếm có	흔지 않은, 드문	28
hiện nay	요즘, 현재	192
hiện tại	현재	66
hiểu	이해하다	37
hiểu lầm	오해하다	231
hiệu lực	유효한	120
hiệu quả	효과	29
hiệu suất	효율	167
hình ảnh	사진	102
hình như	~인 것 같다	58
hóa đơn	영수증	170
hoàn hảo	완벽한	184
hoàn tất	끝내다, 완성하다	189
hoàn thành	완성하다, 끝내다	37
hoàn tiền	환불하다	42
hoàn toàn	완전히	42
hoãn	미루다	68

hoặc	혹은, 또는	139
học phí	수업료, 학비	168
hỏi	질문하다, 물어보다	17
họp	회의하다	27
hồ sơ	서류	19
hỗ trợ	협조하다, 돕다	260
hộ chiếu	여권	90
hồi âm	회신하다, 답장하다	237
hội thảo	세미나	242
hộp	상자	163
hơi	약간	21
hơn	더 ~한	29
hơn nữa	또한, 게다가	197
hợp	적합한, 알맞은	97
hợp đồng	계약	169
hợp lý	합리적인	118
hợp tác	합작하다	32
Huế	후에[베트남 중부 지역 도시]	27
hút thuốc	담배를 피우다	18
hủy	취소하다	152
hủy bỏ	폐기하다, 취소하다	146
hứa	약속하다	247
hứng thú	관심 있는, 흥미 있는	209
hướng dẫn	안내하다	13
hữu ích	유익한	162
hy vọng	희망하다	231

I

in	프린트하다	118
ít nhất	최소의	87

K

kém	부족한	77
kẹt xe	차가 막히다	160
kế hoạch	계획	26
kế toán	회계	158
kệ sách	책꽂이	234
kết hôn	결혼하다	134
kết quả	결과	40
kết thúc	끝나다	25
kì thi	시험	216
kích cỡ	사이즈	78
kích thước	크기	235
kiếm	(돈을) 벌다	104
kiểm tra	확인하다	43
kiến thức	지식	204
kiểu tóc	헤어스타일	103
kinh doanh	사업하다, 경영하다	113
kinh nghiệm	경험	102
kinh phí	지출비, 경비	143
kịp	시간안에 닿다	91
ký hợp đồng	계약을 하다	142
kỳ	시기, 기간	176
kỷ niệm	기념	82
kỹ	신중히	219
kỹ thuật	기술	167

KH

khả quan	호전하다	245
khả thi	가능한	128
khác	다른	24
khác nhau	서로 다른	163
khác thường	이상한	245
khách	손님	108
khách hàng	고객	24
khách mời	손님, 게스트	246
khách sạn	호텔	97
khai báo	신고하다	113
khán giả	관객, 시청자	159
khánh thành	개관하다, 개장하다	195

khao	한턱내다	79
khắc phục	극복하다	175
khăn ướt	물티슈	119
khẩn cấp	위급한, 긴급한	200
khẩu trang	마스크	52
khẩu vị	입맛	97
khi + 동사	~할 때	97
khi nào	언제	21
khi nào A thì B	언젠가 A하면 B하다	147
kho	창고	247
khó	어려운	67
khó khăn	어려운	174
khó tính	성격이 까다로운	61
không ~ đâu	전혀 ~하지 않다	231
không ~ lắm	별로 ~하지 않다	45
không A mà B	A하지 않고 B하다	155
không có gì đâu	천만에요	13
không dây	무선	227
không gian	공간	126
không người	무인의	174
không những A mà còn B	A할 뿐만 아니라 B하다	205
không thể	~할 수 없다	37
khởi động	작동시키다, 시동을 걸다	237
khởi hành	출발하다	34
khu vực	구역	18
khuôn mặt	얼굴	78
khuyến mãi	세일하다	212

L

주어 + là	~은(는)	213
lạ	낯선	147
lái	운전하다	40
lãi suất	이자, 이윤	238
làm cho + (대상) + 동사/형용사	~하게 만들다	184
làm giả	모방하다	163

làm mất	잃어버리다	69
làm phiền	불편을 끼치다	79
làm quen	친해지다	196
làm thêm giờ	야근하다	45
làm vỡ	깨다	109
lãnh đạo	지도하다	103
lắng nghe	경청하다, 귀 기울이다	260
lần đầu tiên	처음	71
lần này	이번	28
lần sau	다음번	45
lập	세우다	29
lập trường	입장, 관점	262
lâu	오랫동안	20
lẩu hải sản	해물탕	147
lấy	갖다, 취하다	45
lẽ ra	~했어야 하다	247
lên đến	~에 달하다, ~까지 오르다	143
lên sàn	상장하다	244
lên sóng	방송하다	34
lên xe	차에 탑승하다	209
lịch trình	일정	194
liên hoan	회식	21
liên lạc	연락하다	55
liên quan	연관된, 관계된	112
lĩnh vực	분야	113
lo	걱정하다	105
lo lắng	걱정하다	93
loại	종류	147
lô hàng	물건, 납품량	247
lỗi	결함, 오류, 잘못	217
lỡ lời	말실수하다	253
lỡ tay	실수로 ~하다	109
lời	말, 말씀	116
lời chúc mừng	축사	195
lời mời	초대	218

lợi ích	이익	105
lợi nhuận	수익, 이윤	193
lớn	큰	67
luận văn	논문	125
lúc	~에[시간을 나타내는 표현]	29
lúc đó	그때	102
lúc nào	언제, 언제든지	127
동사 + luôn	바로 ~하다	97
lựa chọn	선택하다	227
lương	월급	51
lượng đặt hàng	주문량	169
lượt xem	조회수	66
lý do	이유	205

M

~ mà	~하 잖아요	75
mã giảm giá	할인쿠폰	94
mã số bảo hiểm	보험 번호	262
màn hình	화면	161
mang theo	가져가다, 챙겨가다	135
mạng	인터넷	29
màu	색, 색깔	77
may	행운의	147
may mắn	다행히, 행운의	105
máy	기계	43
máy in	프린터	45
máy lọc nước	정수기	52
máy móc	기계	184
máy pha cà phê	커피 머신	16
máy tính bảng	태블릿 pc	167
máy vi tính	컴퓨터	167
mắc kẹt	매달리다, 움직일 수 없게 되다	254
mặc đồ	옷을 입다	201
mặt	측면	167
mất	걸리다	55

mật khẩu	비밀번호	196
mẫu	모델	205
mấy	몇	29
mấy lần	몇 번	155
mệt	피곤한	69
mệt mỏi	피곤한, 지친	125
mì	라면	20
miễn	면제하다	169
miễn là	~하기만 하면	121
miễn phí	무료의	177
mọi chuyện	모든 일	151
mọi sự	모든 일	82
mọi thứ	모든 것	255
món	음식	21
món ăn	음식	21
món phụ	반찬	155
mong	바라다, 희망하다	171
mong rằng	~하길 기원하다	82
môi trường	환경	108
mối quan hệ	관계	192
mỗi lần	~할 때마다	121
môn thể thao	스포츠 종목	28
một chút	조금	19
một mình	혼자	33
một ngày	하루	63
một nửa	절반	45
một phần hai	1/2	231
một số	몇몇의	155
mơ hồ	모호한	197
mở	열다	121
mở cửa	문을 열다	34
mở ra	개설하다	184
mở rộng	확장하다	189
mới	새로운	13
mới + 동사	비로소 ~하다	181

mời	청하다	17
mua hớ	바가지 쓰다	229
mùa	시즌, 계절	160
mục đích	목적	113
muốn	원하다	21
muộn	늦은	21
mức	수준, 정도	213
mức giá	가격대	213
mỹ phẩm	화장품	163

N

nào	1. 어느, 어떤 2. 재[화제 전환을 나타내는 감탄사]	29 97
năm mới	새해	82
năm nay	올해	77
năm ngoái	작년	77
nắm bắt	파악하다	44
năng lực	능력	212
năng lượng	에너지	163
năng suất	효율, 능률	162
nặng	무거운, 심한	63
nâng cao	향상하다	211
nên + 동사	~하는 게 좋다	105
nếu A thì B	만약 A하면 B하다	87
nói đùa	농담하다	120
nói thẳng	솔직하게 말하다	127
nói về	~에 대해 말하다	239
nổi bật	눈에 띄는	197
nổi tiếng	유명한	24
nội dung	내용	126
nội địa	국내	201
nộp	제출하다	19
nơi	곳, 장소	71
núi	산	71
nửa năm	반년	228
nước sốt	소스	159

NG

ngã tư	사거리	41
ngành	분야	174
ngay	바로	29
ngay lập tức	즉시	230
ngày kỷ niệm	기념일	176
ngày Phụ Nữ	여성의 날	82
ngày trước	예전	161
ngắm	감상하다	71
ngăn kéo	서랍	134
ngắn	짧은	126
ngắn gọn	간략한	110
ngân hàng	은행	34
ngân sách dự toán	예산	126
nghe máy	전화를 받다	208
nghe nói	~라고 듣다	16
nghệ sĩ	아티스트, 연예인	246
nghỉ	쉬다	20
nghỉ làm	결근하다	63
nghỉ việc	퇴직하다	68
nghĩ	생각하다	26
nghiêm khắc	엄중한, 엄격한	250
nghiêm trọng	심각한	85
nghiêm túc	진지한	125
ngoài	밖	55
ngon	맛있는	21
ngon miệng	맛있는, 맛있게 느끼다	155
ngọt	단	155
ngồi	앉다	32
ngồi xuống	앉다	209
nguy cấp	위급한	211
nguy hiểm	위험한	238
nguyên liệu	재료	49
nguyên nhân	원인	44
nguyên vật liệu	원자재	70

ngừng	중단하다, 멈추다	251
người bạn	친구	35
người nước ngoài	외국인	71
người phụ trách	담당자	21
người quen	지인	186
người ta	사람들	28
người tiêu dùng	소비자	146

NH

nhà kho	창고	27
nhà máy	공장	37
nhà ở	주택	204
nhà phân phối	유통업체	188
nhãn hiệu	브랜드, 상표	24
nhanh	빠른	67
nhạt	연한	203
nhảy việc	이직하다	84
nhạy cảm	민감한, 예민한	192
nhắc lại	상기하다	17
nhắn	메시지를 전하다	142
nhắn tin	문자 메시지를 보내다	110
nhầm	착각하다	245
nhầm lẫn	헷갈리다, 혼동하다	202
nhân lực	인력	111
nhân sâm	인삼	163
nhân viên	직원	13
nhân viên phục vụ	종업원	212
nhận	받다	20
nhận phòng	(방을) 체크인하다	97
nhập khẩu	수입하다	243
nhập kho	입고하다	230
nhất trí	일치하다	231
nhẹ	가벼운	150
nhẹ nhõm	마음이 가벼운	33
nhỉ	[문장 끝에 쓰여 친근함이나 강조를 나타내는 의문사]	21
nhỏ	작은	150
nhóm	팀	76
nhớ	그리워하다, 기억하다	87
nhờ	1. 부탁하다 2. 덕분에	62 79
như	~처럼	37
như thế	그렇게	45
như vậy	이렇게, 이처럼	100
A nhưng B	A하지만 B하다	147

Ô

ô	우산	135
ôn	복습하다	216
ổn	안정된	186
ổn định	안정적인	85

Ơ

ở	~에(서)	13

P

phá sản	파산하다	68
phái	파견하다	236
phản đối	반대하다	250
phản hồi	피드백	79
phản ứng	반응	193
pháp luật	법률	145
phát	배부하다, 나눠주다, 발행하다	185
phát biểu	발표하다	17
phát hiện	발견하다	217
phát sóng trực tiếp	생방송하다	142
phạt	벌하다, 벌금을 부과하다	254
phân biệt	구별하다	187
phân chia	나누다, 분할하다	76
phân tích	분석하다	117
phần	부분	60

phần đầu	처음 부분	75
phê duyệt	승인하다	187
phí hoa hồng	수수료	168
phí lưu kho	창고 보관료	169
phía trước	앞쪽	32
phiền	방해하다, 폐를 끼치다	136
phim	드라마, 영화	41
phong phú	풍부한	155
phòng	부서, 방	45
phòng đôi	더블룸	177
phòng giám đốc	사장실	13
phòng họp	회의실	13
phòng hút thuốc	흡연실	129
phòng kế hoạch	기획부	189
phỏng vấn	인터뷰하다	94
phô-tô	복사하다	29
phối hợp	협조하다	111
phù hợp	맞는, 적합한	155
phụ trách	담당하다, 맡다	158
phúc lợi	복지	210
phức tạp	복잡한	51
phương án	방안	175

Q

qua	~(으)로, ~을(를) 통해서	19
quá	넘다, 초과하다	146
quá cảnh	경유하다	228
quà	선물	35
quan tâm	관심	243
quan trọng	중요한	16
quán ngon	맛집	135
quản lý	관리하다	261
quảng bá	홍보하다	145
quảng cáo	광고, 광고하다	29
quạt	선풍기	133

quay phim	촬영하다	185
quầy bán vé	매표소	178
quầy lễ tân	리셉션	139
quen	1. 익숙하다	13
	2. 알다	94
quê	고향	27
quên	잊다	44
quốc gia	국가	210
quy định	규정	76
quy mô	규모	77
quy tắc	규정, 규칙	176
quyển	권[책을 세는 단위]	145
quyết định	결정하다	104
quyết toán	정산하다	176

R

ra	나가다, 나오다	55
ra mắt	출시하다, 출현하다	194
ra viện	퇴원하다	178
rẻ	저렴한	75
rẽ phải	우회전하다	119
rẽ trái	좌회전하다	41
riêng	개인의	55
rõ	정확한	63
rõ ràng	명확한	194
A rồi B	A하고 나서 B하다	50
rộng	넓은	63
rửa bát	설거지하다	132

S

sa thải	해고하다	253
sạc pin	배터리를 충전하다	117
sách	책	145
sản lượng	생산량	63
sản phẩm	상품	18

sản xuất	생산하다	27
sang trọng	고급스러운	147
sáng	밝은	152
sảng khoái	상쾌한, 개운한	155
sao	왜	63
~ sao	~한 건가요?	213
sát nhập	병합하다, 연합하다	204
동사 + sau	나중에 ~하다	59
sau đó	그다음에	97
sau khi + 동사	~한 후에	101
sẵn sàng	준비된	102
sắp + 동사	곧 ~하다	55
sắp ~ chưa	곧 ~하죠?	55
sắp xếp	정리하다	37
sân bay	공항	35
sân gôn	골프장	84
sếp	상사	48
sinh nhật	생일	82
so	비교하다	197
số	번호, 번지	121
số điện thoại	전화번호	55
số liệu	수치, 데이터	37
số lượng	수량	79
số lượng lớn	대량	124
sổ tay	수첩	105
sơ yếu lý lịch	이력서	76
sợ	무서운	237
sớm	일찍	37
sung sức	힘이 넘치는	153
suy nghĩ	생각하다	62
sử dụng	사용하다	33
sự kiện	행사, 이벤트	124
sửa	수리하다	43
sức cạnh tranh	경쟁력	197
sức khỏe	건강	147
sướng quá	부럽네요	55

T

tai nạn	사고	63
tai nghe	이어폰	109
tài chính	재정	174
tài liệu	서류	29
tại	~에서	113
tạm thời	일시적인	184
tan làm	퇴근하다	69
tắc đường	길이 막히다	186
tăng	증가하다	63
tăng cường	확충하다, 강화하다	111
tăng lương	연봉을 인상하다	166
tắt đèn	불을 끄다	93
tầm quan trọng	중요성	252
tấn công	공략하다	188
tầng dưới	아래층	13
tầng lớp trẻ	젊은층	111
tập đoàn	그룹	49
tập tin	파일	109
tập trung	모으다, 집중하다	189
tất cả	모두, 전부	79
tích cực	적극적인	161
tiếc	아쉬운	87
tiệc tân gia	집들이	186
tiệm cà phê	커피숍	139
tiến hành	진행하다	27
tiền lẻ	잔돈	90
tiền mặt	현금	91
tiền thuê	임차료	169
tiền thuế	세금	218
tiền thưởng	상여금	133
tiện lợi	편리한	205
tiếp	계속하다	37
tiếp đãi	접대하다	108
tiếp theo	다음의, 계속되는	189

tiếp thị	마케팅	29
tìm đến	찾아오다, 찾아가다	205
tìm hiểu	알아보다, 찾아보다	150
tìm kiếm	검색하다	92
tìm ra	찾아내다, 알아보다	247
tin	1. 소식 2. 믿다	40 79
tin đồn	소문	208
tin rằng	~라고 믿다	227
tin tức	소식	70
tính	1. 계산하다 2. 성격	132 170
tính gọn nhẹ	휴대성	197
tính năng	기능, 성능	210
tình hình	상황	85
tình huống	상황	211
tình trạng	상황	243
tỉnh	성[베트남의 행정 구역]	24
tòa nhà	건물, 빌딩	228
toàn bộ	전부	258
tóm tắt	요약하다	86
tổ chức	개최하다	124
tối	어두운	237
tối nay	오늘 저녁	21
tồi tệ	나쁜	243
tốn	비용이 들다	128
tồn kho	재고	43
tổng	총	143
tổng giám đốc	대표	42
tổng hợp	취합하다	261
tổng số tiền	총 금액	239
tổng vệ sinh	대청소하다	62
tốt đẹp	좋은	151
tốt lành	좋은	153
tờ	종이, 장	45
tới	도착하다, 오다	246

tuần Tết	설 기간	69
tung ra	출시하다	18
tùy theo	~에 따라	213
tuyển	채용하다, 모집하다	158
tuyệt	멋진, 굉장한	155
tư vấn	상담하다, 자문하다	132
từ	~(으)로 부터	21
từ bỏ	포기하다	213
từ chối	거절하다	218
tự hào	자부하다, 자랑하다	205
tự nhiên	자유롭게, 부담없이	110
tự tin	자신감	154
từng	~마다	163
tương lai	미래	242
tưởng là	~인 줄 알다	223
tỷ	10억	143
tỷ giá	환율	203

TH

tham dự	참석하다	36
tham gia	참석하다, 참가하다	44
tham khảo	참고하다	37
tham nhũng	부패하다	253
tháng cuối năm	하반기	189
thanh toán	결제하다, 계산하다	91
thành công	성공하다	82
thành lập	창립하다, 설립하다	176
thành phố	도시	24
thành thật	솔직한, 성실한	112
thành viên	회원	74
thảo luận	토론하다	84
thay đổi	변화하다, 바꾸다	108
thay thế	교체하다	255
thăm	방문하다	21
thăng chức	승진하다	79

thâm hụt	적자	243
thân	친한	193
thân thiện	친절한	212
thấp	낮은	213
thất hứa	약속을 어기다	217
thất vọng	실망하다	152
thấy	보다, 느끼다	29
thẻ chìa khóa	카드 열쇠	129
thẻ tín dụng	신용 카드	145
theo	~에 따라	37
thế à	그래요?	21
thế giới	세계	104
thế nào	어떠한, 어떻게	21
thế (thì) ~ nhé	그러면 ~ 해요[권유, 제의할 때 쓰는 표현]	21
thể hiện	나타내다, 표현하다	250
thêm	추가하다	45
thi	시험을 보다	153
thì	1. ~은(는)[주어를 강조할 때 쓰는 표현]	21
	2. ~하면	37
thì ra là	알고 보니	229
thị hiếu	기호, 취미	103
thị trường	시장	18
thích hợp	적합한	32
thiết bị	장비, 시설	236
thiết bị làm lạnh	냉방 시설	16
thiết kế	디자인, 디자인하다	60
thiệt hại	손해, 손실	79
thiếu	부족한	126
thịt bò xào	틷 버 싸오[베트남의 소고기 볶음]	155
thỏa thuận	합의하다	87
thoải mái	편안한	121
thôi việc	그만두다	253
thông báo	통보하다, 공지하다	94
thông cảm	이해하다, 양해하다	175

thông dịch	통역하다	103
thông qua	통과하다	187
thông quan	세관을 통관하다	251
thông tin	정보	35
thời gian	시간	21
thời hạn	기간	194
thời kỳ	시기	75
thời trang	패션	192
thơm	향기로운	147
thu hồi	회수하다	258
thu hút	끌어들이다	29
thú vị	재미있는	162
thủ đô	수도	18
thủ tục	절차	244
thua	지다, 패하다	217
thuê	임차하다	116
thuế hải quan	관세	168
thùng	박스, 통	116
thuốc	약	238
thuốc giảm đau	진통제	234
thư ký	비서	13
thứ hai	월요일	55
thứ sáu	금요일	55
동사 + thử	~해보다	51
thử sức	도전하다, 해보다	128
thức ăn trên máy bay	기내식	97
thức dậy	일어나다, 기상하다	144
thực đơn	메뉴	62
thực hiện	실행하다, 실현하다	262
thực phẩm	식품	158
thực tế	실제	161
thương hiệu	브랜드	152
thương mại	무역	204

TR		
trả	지불하다	91
trả lời	대답하다	174
trả phòng	(방을) 체크아웃하다	129
trả tiền	돈을 지불하다	129
trải nghiệm	체험하다	177
trạm xăng	주유소	86
trạm xe buýt	버스 정류장	252
trang	페이지	37
trang phục	의상	252
trang trí	인테리어하다, 꾸미다	117
tranh luận	논쟁하다	204
tránh	피하다, 비키다	231
trao đổi	교환하다	111
trận đấu	경기, 시합	259
trên	이상의	213
trì hoãn	지연하다	247
triển lãm	전시회, 박람회	48
triệu	백만	185
trình bày	발표하다, 설명하다	195
trong	~안(에)	16
trong bao lâu	얼마동안	55
trong vòng	~동안	247
trôi	지나다, 흐르다	87
trốn thuế	탈세하다	254
trống	비어있는	208
trở lại	돌아오다, 돌아가다	58
trở nên	~이(가) 되다	79
trời mưa	비가 오다	40
trời ơi	맙소사, 어머나	105
trụ sở chính	본사	60
trung tâm	중심	143
trung tâm chăm sóc khách hàng	고객 센터	70
trung tâm hậu cần	물류센터	133
trúng tuyển	합격하다	90
trùng	겹치다, 일치하다	245
trực tiếp	직접	220
trực tuyến	온라인의	166
동사 + trước	먼저 ~하다	36
trước đây	이전에	181
trước hết	우선, 일단	79
trước khi	~하기 전에	134
trước tiên	우선	189
trường hợp	상황, 경우	200
trưởng nhóm	팀장	145
trưởng phòng	부장	189
trượt	떨어지다	152

U		
ủng hộ	지지하다, 옹호하다	260

Ư		
ứng tuyển	지원하다, 응모하다	66
ưu chuộng	사랑받다, 선호하다	210
ưu đãi	우대하다	128
ưu điểm	장점	167
ưu thế	우세	197

V		
vải	원단	127
vào	들어오다, 들어가다	17
vay	빌리다	185
vay tiền	대출하다	238
văn phòng	사무실	16
vắng người	사람이 적은	160
vấn đề	문제	51
vấn đề chính	본론, 본제	189
vẫn	여전히	20
vận chuyển	운반하다	202
vất vả	고된, 힘든	37

vật giá	물가	201
vé	표, 티켓	120
về	1. 돌아오다, 돌아가다 2. ~에 대해	25 41
về hưu	은퇴하다	194
về nước	귀국하다	87
ví tiền	지갑	61
vì thế	그래서	197
vị	맛	147
vị trí	위치	66
viết báo cáo	보고서를 쓰다	29
vinh dự	영광의	97
vội vàng	서두르다	68
vỡ	깨지다	202
với	~와(과) 함께	13
với nhau	서로	74
vua	왕	28
vui vẻ	즐거운	55
vừa A vừa B	A하면서 B하다	155
vừa qua	지난	97
vừa ý	만족스러운	147
vượt	넘어서다	235
vượt qua	극복하다, 이겨내다	193

X

xảy ra	발생하다, 일어나다	100
xây dựng	짓다, 건설하다	228
동사 + xem	~해 보다	231
xem	보다	19
xem quanh	둘러보다	13
xem xét	검토하다, 살펴보다	231
xếp	싣다, 쌓다, 넣다	121
xếp hàng	줄을 서다	236
xì trét	스트레스	135
xin	요청하다	13

xin nghỉ phép	휴가를 내다, 휴가를 청하다	127
xin việc	취직하다	49
xóa	삭제하다	109
xong	끝나다	33
xu hướng	경향, 추세	197
xuất hàng	출하하다	68
xuất hiện	나타나다	79
xuất kho	출고하다	251
xuất nhập khẩu	수출입	113
xuất phát	출발하다	35
xuất sắc	훌륭한, 우수한	85
xử lý	처리하다	113

Y

y tế	의료	236
ý	생각, 의견	197
ý chính	요점, 요지	86
ý định	의향, 생각	223
ý kiến	의견	17
ý tưởng	아이디어	61
yên tâm	안심하다	50
yêu cầu	요청하다, 요구하다	61
yêu thích	사랑하다	83

GO! 독학 베트남어 중고급편
핵심 문장 150

워크북

01 Hôm nay có nhân viên mới.
오늘 새 직원이 있어요.

1 녹음을 잘 듣고 질문에 알맞은 답을 고르세요. Track 01-01

1.

① Giới thiệu nhân viên
② Giới thiệu văn phòng
③ Giới thiệu thị trường
④ Giới thiệu Hà Nội

2.

① Thiết bị làm lạnh
② Máy pha cà phê
③ Sản phẩm
④ Văn phòng

2 다음 단어를 어순에 맞게 배열하여 완전한 문장을 만드세요.

1. có / anh Tuấn / gấp / việc

   _____.

   뚜언 씨는 급한 일이 있어요.

2. vào / xin / mời

   _____.

   들어오세요.

3. giờ / chiều / được không / năm

   _____?

   오후 5시 가능하세요?

3 다음 문장을 베트남어로 써 보세요.

1. 내일 중요한 약속이 있어요. (*약속 : hẹn)

   _____.

2. 제가 말씀드리겠습니다.

   _____.

3. 제가 당신과 함께 가도 될까요?

   _____?

4. 오늘은 제가 쉬고, (그리고) 내일 출근할 거예요.

   _____.

4 다음 대화를 완성하세요.

1.
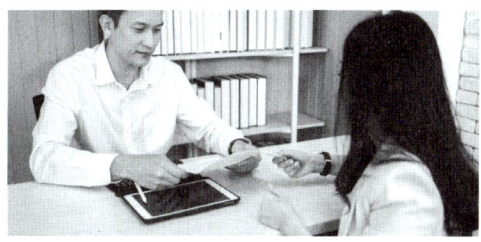

A: _____?
내일 우리가 만날 수 있을까요?

B: Xin lỗi, ngày mai tôi có hẹn rồi.
죄송하지만, 내일 저는 약속이 있어요.

2.

A: Tôi tên là Phạm Thị Hoà.
제 이름은 팜 티 호아예요.

B: _____.
죄송하지만, 다시 말씀해 주세요.

02 Ba giờ chiều mai thế nào?
내일 오후 3시 어때요?

1 녹음을 잘 듣고 질문에 알맞을 답을 고르세요. 🎧 Track 02-01

1.

① Bốn giờ chiều
② Bảy giờ chiều
③ Ba giờ chiều
④ Sáu giờ chiều

2.

① Thành phố Hà Nội
② Thành phố Huế
③ Thành phố Busan
④ Thành phố Seoul

2 다음 단어를 어순에 맞게 배열하여 완전한 문장을 만드세요.

1. chị / khi nào / công tác / đi

   _____?

   언제 당신은 출장 가요?

2. thế nào / này / em / nghĩ / kế hoạch

   _____?

   당신은 이 계획을 어떻게 생각하나요?

3. sản xuất / ở / sản phẩm / đâu

   _____?

   상품은 어디에서 생산해요?

3. 다음 문장을 베트남어로 써 보세요.

1. 이것은 호아 씨로부터 들어온 의견이에요.

   _____ .

2. 새로운 직원이 어때요?

   _____ ?

3. 사장실이 어디에 위치해 있나요? (*위치하다 : nằm)

   _____ ?

4. 이것은 베트남어로 무엇이라고 불러요?

   _____ ?

4. 다음 대화를 완성하세요.

1.

A: _____?
이 음식이 어때요?

B: Hơi cay nhưng ngon lắm.
약간 맵지만 매우 맛있어요.

2.

A: _____?
샘플은 어디에서 생산해요?

B: Chúng tôi sản xuất ở Bình Dương.
저희는 빙 즈엉에서 생산해요.

03 Chúng ta sẽ tiến hành dự án nào?
우리 어떤 안으로 진행할까요?

1 녹음을 잘 듣고 질문에 알맞은 답을 고르세요.   🎧 Track 03-01

1.

① Vì là nhãn hiệu nổi tiếng
② Vì đơn giản và dễ sử dụng
③ Vì là sản phẩm mới
④ Vì quảng cáo rất thu hút

2.

① Tám giờ
② Tám giờ rưỡi
③ Chín giờ
④ Chín giờ rưỡi

2 다음 단어를 어순에 맞게 배열하여 완전한 문장을 만드세요.

1. nào / thích hợp / hàng mẫu / nhất

   _____?

   어떤 샘플이 가장 적합한가요?

2. chị Hoa / nghe / tôi / thông tin / từ

   _____.

   저는 호아 씨로부터(호아 씨에게) 정보를 들었어요.

3. câu / này / muốn / ai / đọc

   _____?

   누가 이 문장을 읽을래요?

3 다음 문장을 베트남어로 써 보세요.

1. 당신은 어떤 곡을 듣고 싶어요? (*곡 : bài)

   _____ ?

2. 저는 혼자 해야 해서 부담스러워요.

   _____ .

3. 그 프로그램은 몇 시에 방송하나요?

   _____ ?

4. 누가 이 일을 할 건가요?

   _____ ?

4 다음 대화를 완성하세요.

1.

   A: _____ ?
   당신은 어떤 어플을 설치하고 있어요?
   (*어플을 설치하다 : cài app)

   B: Tôi đang cài app mua sắm.
   쇼핑 앱을 설치하고 있어요.

2.

   A: _____ ?
   누가 그 프로젝트를 진행하나요?

   B: Anh Trung và chị Thu ạ.
   쯩 씨와 투 씨가 하고 있어요.

04 Em đã sắp xếp tài liệu chưa?
자료를 정리했나요?

1 녹음을 잘 듣고 질문에 알맞을 답을 고르세요. 🎧 Track 04-01

1.

① Cách tiếp thị mới
② Giá cả của sản phẩm
③ Tham gia workshop
④ Cách hoàn tiền

2.

① Vì phải đi công tác
② Vì hôm nay nghỉ
③ Vì có việc gấp
④ Vì không thể làm một mình

2 다음 단어를 어순에 맞게 배열하여 완전한 문장을 만드세요.

1. hãy / cùng / chúng ta / xem

   _____ .

   우리 함께 봅시다.

2. thấy / anh / chưa / chị Sun Ae / đã

   _____ ?

   당신은 선애 씨를 보셨나요?

3. tôi / được / giải thích / không thể

   _____ .

   저는 설명할 수 없어요.

3 다음 문장을 베트남어로 써 보세요.

1. 여러분 조금만 조용히 해주세요. (*조용히 : yên lặng)

   _____.

2. 이 길을 계속 가서 사거리에서 좌회전하세요.

   _____.

3. 저는 당신이 제안한 계획에 동의해요.

   _____.

4. 당신은 샘플을 보냈나요? (*보내다 : gửi)

   _____?

4 다음 대화를 완성하세요.

1.

A: _____?
당신은 인쇄했나요? (*인쇄하다 : in ra)

B: Dạ, rồi. Em nên để ở đâu ạ?
네, 했어요. 어디에 놓아야 하나요?

2.

A: Sáng mai, anh đến tham dự cuộc họp được không?
내일 아침에 당신은 회의에 참석하러 오실 수 있나요?

B: Xin lỗi, _____.
죄송하지만, 저는 참석할 수 없어요.

05 Hôm nay em phải làm thêm giờ.
오늘 저는 야근을 해야 해요.

1 녹음을 잘 듣고 질문에 알맞은 답을 고르세요. 🎧 Track 05-01

1.

① Lương
② Triển lãm
③ Xin việc
④ Thị trường Việt Nam

2.

① Chi nhánh ở Busan
② Chi nhánh ở Huế
③ Chi nhánh ở Hà Nội
④ Không có chi nhánh

2 다음 단어를 어순에 맞게 배열하여 완전한 문장을 만드세요.

1. sớm / phải / chuẩn bị / tôi

   _____ .

   저는 일찍 준비해야 해요.

2. chưa / em ấy / xin việc

   _____ .

   그 동생은 아직 취직하지 않았어요.

3. công ty / không / bãi đỗ xe / có

   _____ ?

   회사는 주차장이 있나요?

3 다음 문장을 베트남어로 써 보세요.

1. 저는 시장 조사 결과를 보고해야 해요.

   ....

2. 계속해서 직진하세요.

   ....

3. 이것은 별로 새롭지 않아요.

   ....

4. 회사는 호찌민시에 공장이 있나요?

   .... ?

4 다음 대화를 완성하세요.

1.

A: Công ty đang gặp khó khăn về tài chính.
회사는 재정의 어려움을 겪고 있어요.

B: _____.
우리는 새로운 전략을 준비해야만 해요

2.

A: Em đã xin việc chưa?
당신은 취직을 했나요?

B: Chưa ạ. _____.
아직이요. 저는 아직 대학을 졸업하지 않았어요.
(*대학: đại học, *졸업하다: tốt nghiệp)

299

06 Chị sắp đi du lịch chưa?
곧 여행 가죠?

1 녹음을 잘 듣고 질문에 알맞은 답을 고르세요. 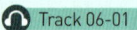 Track 06-01

1.

① Một ngày
② Năm ngày
③ Mười ngày
④ Một tuần

2.

① Trở lại công ty
② Yêu cầu hàng mẫu
③ Đi du lịch
④ Tổng vệ sinh văn phòng

2 다음 단어를 어순에 맞게 배열하여 완전한 문장을 만드세요.

1. bắt đầu / chưa / cuộc họp / sắp

   ....?

   회의가 곧 시작하죠?

2. nữa / chúng ta / làm / bao lâu / phải

   ....?

   우리는 얼마나 더 오래 일해야 하나요?

3. đây / không / có phải là / nhà kho

   ....?

   여기가 창고인가요?

3 다음 문장을 베트남어로 써 보세요.

1. 당신은 출장을 얼마나 가나요?

   ....?

2. 이것이 당신의 수첩인가요? (*수첩 : sổ tay)

   ....?

3. 이것은 제 지갑이 아니에요.

   ....

4. 아니면 이 메뉴를 선택할까요?

   ....?

4 다음 대화를 완성하세요.

1.

A: _____.
당신은 고향에서 얼마나 머무를 거예요?
(*머무르다 : ở)

B: Dạ, em sẽ ở khoảng một tuần ạ.
네, 저는 일주일정도 머무를 거예요.

2.

A: _____?
당신이 지앙(Giang) 씨의 비서인가요?

B: Vâng ạ, anh có việc gì không ạ?
네, 무슨 일이 있으신가요?

07 Trong nhà máy có bao nhiêu công nhân?
공장에 몇 명의 직원이 있나요?

1 녹음을 잘 듣고 질문에 알맞은 답을 고르세요. 🎧 Track 07-01

1.

① 10
② 100
③ 200
④ 500

2.

① Vì không còn nhiều thời gian
② Vì hàng lỗi có nhiều
③ Vì làm mất tài liệu
④ Vì xuất hàng bị hoãn

2 다음 단어를 어순에 맞게 배열하여 완전한 문장을 만드세요.

1. này / nghĩ / càng / vấn đề / càng / khó

   _____.

   이 문제는 생각할수록 어렵네요.

2. mệt / vì / bận rộn / lắm / công việc / nên

   _____.

   업무가 바빠서 매우 피곤해요.

3. không muốn / tôi / anh ta / liên lạc với

   _____.

   저는 그와 연락하고 싶지 않아요.

3 다음 문장을 베트남어로 써 보세요.

1. 당신은 몇 장을 가지고 있어요?

   ....?

2. 왜 민수 씨는 밖에 나갔어요?

   ....?

3. 혼자 하기 때문에 빠르게 할 수 없어요.

   ....

4. 제가 고객 센터에 연락해 볼게요.

   ....

4 다음 대화를 완성하세요.

1.

A: _____.
총 몇 개가 있죠? (*총 : tổng cộng)

B: Tổng cộng là 10 nghìn cái.
총 만 개예요.

2.

A: _____?
왜 응옥(Ngọc) 씨는 조퇴했나요?
(*조퇴하다 : về sớm)

B: Vì chị Ngọc bị cảm nặng.
왜냐하면 응옥(Ngọc) 씨는 심한 감기에 걸렸어요.

08 Ở Seoul, nơi nào nổi tiếng nhất?
서울은 어떤 장소가 가장 유명하나요?

1 녹음을 잘 듣고 질문에 알맞을 답을 고르세요. 🎧 Track 08-01

1.

① Rất bận rộn
② Hài lòng với hàng mẫu
③ Tham gia triển lãm
④ Chiêu mộ thành viên

2.

① Kích cỡ của sản phẩm
② Giá cả của sản phẩm
③ Chất lượng của sản phẩm
④ Thiết kế của sản phẩm

2 다음 단어를 어순에 맞게 배열하여 완전한 문장을 만드세요.

1. nhất / giá / rẻ / là / đây

   _____.

   이것이 가장 저렴한 가격이에요.

2. đây / ạ / của / sơ yếu lý lịch / là / em

   _____.

   이것은 저의 이력서입니다.

3. năm ngoái / năm nay / doanh thu / hơn / tốt

   _____.

   올해 매출이 작년보다 더 좋아졌어요.

3. 다음 문장을 베트남어로 써 보세요.

1. 이번이 그가 네 번째로 투표에 참여한 거예요.

   _____.

2. 당신은 어떤 샘플이 가장 마음에 드세요?

   _____?

3. 이것은 오늘의 메뉴예요.

   _____.

4. 이 디자인이 예전 것보다 더 예쁘네요. (*예전 것 : cái cũ)

   _____.

4. 다음 대화를 완성하세요.

1.

A: Giá cả thì có sức cạnh tranh không?
   가격은 경쟁력이 있어요?

B: Vâng ạ. _____.
   네. 가격은 시장에서 가장 저렴합니다.
   (*시장에서 : trên thị trường)

2.

A: Quy mô nhà máy thì thế nào ạ?
   공장 규모는 어때요?

B: _____.
   공장의 규모는 여기에서 가장 큽니다.

09 Chúc mừng anh đã thăng chức!
승진을 축하드려요.

1 녹음을 잘 듣고 질문에 알맞을 답을 고르세요. Track 09-01

1.

① Năm mới
② Ngày Phụ nữ
③ Sinh nhật của người nữ
④ Ngày đi công tác

2.

① Nhờ chiến lược thích hợp
② Nhờ sản phẩm mới
③ Nhờ quảng cáo
④ Nhờ nhiều người đầu tư

2 다음 단어를 어순에 맞게 배열하여 완전한 문장을 만드세요.

1. 10 / chúc mừng / năm / kỷ niệm

   _____!

   10주년을 축하해요!

2. sân gôn / hay / anh ấy / đến

   _____.

   그는 자주 골프장에 가요.

3. tờ giấy / giúp / lấy / tôi

   _____.

   저에게 종이를 가져다 주세요.

3. 다음 문장을 베트남어로 써 보세요.

1. 졸업을 축하해요!

   _____!

2. 그 상품은 광고 덕분에 잘 팔려요.

   _____.

3. 저희 회사는 전시회에 자주 참가해요.

   _____.

4. 당신이 나에게 안내해 주세요.

   _____.

4. 다음 대화를 완성하세요.

1.

A: Anh có biết hôm nay là ngày gì không?
당신은 오늘 무슨 날인지 아나요?

B: Biết chứ! _____!
알죠! 여성의 날을 축하해요!

2.

A: _____?
당신은 자주 외국 출장을 가세요?
(*외국: nước ngoài)

B: Trước đây thì tôi hay đi, nhưng dạo này tôi không thường đi nữa.
예전에 자주 갔는데 요즘은 자주 가지 않아요.

10 Nếu anh đặt 15 nghìn cái thì có thể được giảm 10% nữa.

만오천 개를 주문하면 10% 추가 할인을 해 드릴 수 있어요.

1 녹음을 잘 듣고 질문에 알맞을 답을 고르세요. Track 10-01

1.

① Xem sơ yếu lý lịch
② Xem tài liệu
③ Xem bảng giá
④ Xem bảng thống kê

2.

① Gửi qua email
② Gửi qua SNS
③ Gửi qua tin nhắn
④ Gửi qua ngân hàng

2 다음 단어를 어순에 맞게 배열하여 완전한 문장을 만드세요.

1. không kịp / nếu / thanh toán / anh / thì / trước / báo / nhé

   ....

   만약 결제를 제대로 지키지 못할 것 같으면 미리 알려주세요.

2. chúng ta / đã / xong / họp

   ....

   일단 우리 회의부터 끝내고요.

3. như thế / đừng / đại khái / làm

   ....

   그렇게 대충하지 마세요.

3 다음 문장을 베트남어로 써 보세요.

1. 여기 제 여권입니다.

   ....

2. 만약 상품 출하가 미뤄진다면 큰 손해를 볼 거예요. (*손해를 입다: bị tổn thất)

   ....

3. 악플을 남기지 마세요. (*악플 : bình luận ác ý, *남기다 : để lại)

   ....

4. 저는 링 씨를 통해서 소식을 받았어요.

   ....

4 다음 대화를 완성하세요.

1.

A: Ngày mai anh có bận không?
   Chúng ta đi uống cà phê nhé.
   당신은 내일 바쁘신가요? 우리 커피 마시러 가요.

B: _____.
   일단 일정 확인부터 하고요. (*일정 : lịch trình)

2.

A: Tôi chưa hiểu phần này lắm.
   제가 이 부분을 아직 이해하지 못했어요.

B: _____.
   저는 전화로 당신에게 설명해 드릴게요.

11. Tôi rất vinh dự khi có thể hướng dẫn chị ở Hàn Quốc.
제가 한국에서 당신을 안내할 수 있어 정말 영광입니다.

1 녹음을 잘 듣고 질문에 알맞을 답을 고르세요. Track 11-01

1.

① Sáng nay
② Chiều nay
③ Sáng mai
④ Chiều mai

2.

① Thảo luận
② Họp
③ Đi làm
④ Viết báo cáo

2 다음 단어를 어순에 맞게 배열하여 완전한 문장을 만드세요.

1. nghiệm trọng / xảy ra / vấn đề / có thể

   _____.

   심각한 문제가 생길 수도 있어요.

2. luôn / kết thúc / chúng ta / nhé / ở đây

   _____.

   우리 여기서 바로 끝내죠.

3. rồi / làm / đã / một nửa / được / tôi / khoảng

   _____.

   저는 이미 절반 정도 했습니다.

3. 다음 문장을 베트남어로 써 보세요.

1. 이것은 지울 수 있어요. (*지우다: xóa)

   _____.

2. 지금 저는 바로 갈 수 있어요.

   _____.

3. 그녀는 리더의 위치에 어울리는 사람이에요.

   _____.

4. 당신은 다시 확인한 다음에 저에게 알려주세요.

   _____.

4. 다음 대화를 완성하세요.

1.

   A: Tôi đặt giao hàng rồi mà chưa tới.
   배달 주문을 했는데 아직 도착하지 않았네요.

   B: Xin lỗi anh. _____.
   죄송해요. 제가 바로 보내드릴게요.

2.

   A: Chương trình đã bắt đầu chưa?
   프로그램이 시작했어요?

   B: Rồi. _____.
   네. 프로그램이 이미 시작했어요.

12 Để tôi ghé khách sạn rồi lấy cho chị.
제가 호텔에 들러 당신을 위해 가져다 드릴게요.

1 녹음을 잘 듣고 질문에 알맞을 답을 고르세요. Track 12-01

1.

① Đang đi uống cà phê
② Đang họp
③ Đang đến sân bay
④ Đang đợi khách hàng

2.

① Thị trường nước ngoài
② Thành viên mới
③ Khách hàng người nước ngoài
④ Tầng lớp trẻ

2 다음 단어를 어순에 맞게 배열하여 완전한 문장을 만드세요.

1. báo cáo / rồi / nhé / ngắn gọn / điều tra / em

   _____.

   당신은 조사를 하고 나서 간략하게 보고해 주세요.

2. trao đổi / nên / chúng ta / ý kiến

   _____.

   우리는 의견을 교환하는 게 좋겠어요.

3. với nhau / hai / hợp tác / công ty / đã

   _____.

   두 회사는 서로 협업했어요.

3 다음 문장을 베트남어로 써 보세요.

1. B 회사도 공기청정기를 생산해요. (*공기청정기: máy lọc không khí)

   _____.

2. 죄송해요, 오늘 제가 다른 약속을 잡아 버렸어요.

   _____.

3. 당신은 신중히 생각하는 게 좋겠어요. (*신중한: kỹ lưỡng)

   _____.

4. 이것은 서로 연관된 일이에요.

   _____.

4 다음 대화를 완성하세요.

1.

A: Anh nhớ liên lạc cho tôi nhé.
  저에게 꼭 연락해 주세요.

B: Vâng, _____.
  네. 제가 확인하고 나서 당신에게 연락드릴게요.

2.

A: Dạo này em bị áp lực nhiều quá!
  요즘 저는 스트레스를 많이 받아요!

B: _____.
  당신은 며칠 여행을 가는 게 좋겠어요.
  (*며칠: mấy ngày)

13 Cho tôi xem hộ chiếu của anh.
당신의 여권을 보여주세요.

1 녹음을 잘 듣고 질문에 알맞을 답을 고르세요. 🎧 Track 13-01

1.

① Giấy A4
② Tài liệu cuộc họp
③ Số liệu chi tiết
④ Bút xóa kéo

2.

① Sạc pin
② Địa chỉ công ty
③ In tài liệu
④ Khăn ướt

2 다음 단어를 어순에 맞게 배열하여 완전한 문장을 만드세요.

1. mọi người / cho / tôi / xem / sẽ

   _____ .

   제가 여러분 모두에게 보여드리도록 하겠습니다.

2. in / nào / tài liệu / cần / không / chị / có

   _____ ?

   당신은 프린트를 해야 할 (어느) 자료가 있어요?

3. nữa / không / tôi / làm việc / đó / ở

   _____ .

   저는 더 이상 그곳에서 일하지 않아요.

3. 다음 문장을 베트남어로 써 보세요.

1. 제가 질문을 하겠습니다.

   _____ .

2. 당신은 하고 싶은 (어느) 말이 있어요?

   _____ ?

3. 당신은 조금 더 가서 우회전 하세요.

   _____ .

4. 지금은 일등석만 남아 있어요. (*일등석: ghế hạng nhất)

   _____ .

4. 다음 대화를 완성하세요.

1.

A: Em làm được không?
   당신이 할 수 있나요?

B: Việc này hơi khó ạ. _____.
   이 일이 약간 어려워요. 저는 민수 씨와 토론할 필요가 있어요.

2.

A: Chị đã mua vé chưa?
   당신은 표를 샀어요?

B: Chị mua rồi. Nhưng _____.
   샀어요. 그렇지만 한 장밖에 사지 못 했어요.

14 Miễn là chúng ta đi an toàn.
우리가 안전하게 가기만 하면 되죠.

1 녹음을 잘 듣고 질문에 알맞은 답을 고르세요. 🎧 Track 14-01

1.

① Rất dễ
② Có hiệu quả
③ Rất khó
④ Khả thi

2.

① Rất rộng
② Rất rẻ
③ Trang trí đẹp
④ Đủ cho bốn người

2 다음 단어를 어순에 맞게 배열하여 완전한 문장을 만드세요.

1. không / tham dự / định / anh

   _____ ?

   당신은 참석할 예정인가요?

2. thảo luận / trở nên / nghiêm túc / mỗi khi / anh ấy / chúng tôi

   _____ .

   우리가 토론을 할 때마다 그는 진지해져요.

3. lúc nào / hỏi / cũng được / em

   _____ .

   당신은 언제든지 물어봐도 돼요.

3. 다음 문장을 베트남어로 써 보세요.

1. 저는 이직할 예정이에요.

   _____ .

2. 저는 피곤할 때마다 항상 커피를 마셔요.

   _____ .

3. 오래 걸리더라도 우리는 이 일을 끝내야만 해요.

   _____ .

4. 그게 가능한 선이라면요.

   _____ .

4. 다음 대화를 완성하세요.

1.

A: _____ ?
당신은 어느 부서에 지원할 예정이에요?
(*부서 : bộ phận, *지원하다 : đăng ký)

B: Em định đăng ký vào bộ phận tiếp thị.
저는 마케팅 부서에 지원할 예정이에요.

2.

A: Đi bằng xe buýt mất nhiều thời gian lắm.
버스로 가면 매우 많은 시간이 걸려요.

B: Mất bao lâu cũng không sao.
_____ .
오래 걸려도 괜찮아요. 우리가 비용만 줄일 수 있다면요.

15 Để em kiểm tra đã.
제가 확인부터 할게요.

1 녹음을 잘 듣고 질문에 알맞은 답을 고르세요. 🎧 Track 15-01

1.

① Công ty
② Trung tâm hậu cần
③ Khách sạn ABC
④ Chi nhánh Việt Nam

2.

① Thông dịch cuộc họp
② Tiếp đãi khách
③ Kiểm tra số lượng
④ Chuẩn bị đồ ăn

2 다음 단어를 어순에 맞게 배열하여 완전한 문장을 만드세요.

1. nhé / để / tài liệu / ngăn kéo / vào / tôi

   _____.

   저는 자료를 서랍에 넣을게요.

2. chị / chắc là / mưa / sắp / trời / nhé / mang theo / ô

   _____.

   틀림없이 곧 비가 올 것 같은데 우산을 챙겨 가세요.

3. dịch / nhờ / em / chị / câu / này

   _____.

   이 문장 번역을 당신에게 부탁드려요.

3. 다음 문장을 베트남어로 써 보세요.

1. 제가 들어 드릴게요.

   _____ .

2. 저기가 탕비실이 맞죠? (*탕비실 : phòng giải lao)

   _____ ?

3. 그는 주말에 이사할 거예요.

   _____ .

4. 틀림없이 이 음식은 당신 입맛에 맞을 거예요.

   _____ .

4. 다음 대화를 완성하세요.

1.

   A: Mai có triển lãm mà tôi không thể tham dự vì đi công tác.
   내일 전시회가 있는데 출장을 가서 참석할 수 없어요.

   B: Anh đừng lo. _____.
   걱정하지 마세요. 제가 참석할게요.

2.

   A: _____?
   지금 우리가 가야 하는 것이 맞죠?

   B: Đúng rồi. Xe đã đến rồi.
   맞아요. 차가 이미 도착했어요.

16 Tôi muốn mời anh đi ăn tối.
저녁 식사를 대접하고 싶어요.

1 녹음을 잘 듣고 질문에 알맞은 답을 고르세요. Track 16-01

1.

① Bảy giờ tối nay
② Bảy giờ tối mai
③ Ba giờ chiều nay
④ Ba giờ chiều mai

2.

① Dừng cuộc họp
② Gia hạn visa
③ Ký hợp đồng
④ Trả bằng tiền mặt

2 다음 단어를 어순에 맞게 배열하여 완전한 문장을 만드세요.

1. muốn / nhắn / không / có / anh / thêm / gì

   _____ ?

   당신은 메시지를 더 남기고 싶으신가요?

2. tôi / công ty / nhà / ở / gần

   _____ .

   회사는 내 집 근처에 있어요.

3. nhé / chọn / thế thì / khác / màu / anh

   _____ .

   그러면 당신이 다른 색을 선택하세요.

3. 다음 문장을 베트남어로 써 보세요.

1. 저는 자리를 바꾸고 싶어요.

   _____.

2. 저는 도시 중심 근처에 있는 호텔을 찾고 있어요.

   _____.

3. 틀림없이 팀장님은 A안이나 C안을 선택할 거예요.

   _____.

4. 그러면 우리 2차 갑시다. (*2차 : tăng hai)

   _____.

4. 다음 대화를 완성하세요.

1.

A: Anh định thuê văn phòng ở đâu?
당신은 어디에 사무실을 임차하고 싶어요?

B: _____.
저는 1군이나 2군에 임차하고 싶어요.

2.

A: Đến giờ ăn trưa rồi.
점심 시간이 됐네요.

B: _____.
그러면 우리 점심 먹으러 가요.

17 Khi nào chị đến Hàn Quốc thì tôi sẽ mời chị nhé.
언젠가 당신이 한국에 오면 제가 대접할게요.

1 녹음을 잘 듣고 질문에 알맞은 답을 고르세요.　🎧 Track 17-01

1.

① Đã đặt hàng
② Đã đến muộn
③ Đã phát biểu
④ Đã đến Seoul

2.

① Bị thương nặng
② Bị xì trét
③ Bị trượt phỏng vấn
④ Bị tai nạn

2 다음 단어를 어순에 맞게 배열하여 완전한 문장을 만드세요.

1. thùng / nhỏ / này / nhẹ / và

   ....

   이 박스는 가볍고 작아요.

2. các / hạnh phúc / luôn / chúc / anh chị

   ....

   여러분들이 항상 행복하길 기원해요.

3. có / em / tự tin / thì / khi nào / thử / đi / làm

   ....

   언젠가 당신이 자신감이 생기면 시도해 봐요.

3 다음 문장을 베트남어로 써 보세요.

1. 진열 상품과 판매 상품을 따로 놓아야 해요.

   _____.

2. 모든 일이 여전히 잘 돼서 다행이에요.

   _____.

3. 저는 노력했지만 아직 일을 다 하지 못했어요.

   _____.

4. 당신이 좋은 결과가 있길 기원해요.

   _____.

4 다음 대화를 완성하세요.

1.

A: Em đã tìm hiểu về nhà máy C chưa?
C 공장에 대해 알아봤어요?

B: _____.
저는 알아봤지만 정보가 없어요.

2.

A: _____.
언젠가 기회가 된다면 당신은 하노이에 오세요.

B: Vâng. Khi nào đến thì tôi sẽ gọi cho anh.
네. 언젠가 가면 당신에게 전화할게요.

Tôi thấy bữa cơm Hàn Quốc vừa phong phú vừa ngon miệng.
한국식 식사는 영양이 풍부하면서 맛도 있네요.

1 녹음을 잘 듣고 질문에 알맞을 답을 고르세요. 　Track 18-01

1.

① Xin nghỉ phép
② Làm việc kế toán
③ Tổ chức sự kiện
④ Thi bằng lái xe

2.

① Xem triển lãm
② Xem sự kiện
③ Xem chương trình
④ Xem luận văn

2 다음 단어를 어순에 맞게 배열하여 완전한 문장을 만드세요.

1. triển lãm / công ty / bao giờ chưa / tham gia / đã / anh / thực phẩm

   _____ ?

   당신의 회사는 식품 박람회에 참가해 본 적이 있나요?

2. anh Nam / tôi / lần này / công tác / đi / với

   _____ .

   이번에 저는 남 씨와 함께 출장을 가요.

3. bây giờ / giống như / tình hình / vậy / phim

   _____ .

   지금 상황은 영화와 비슷해요.

3 다음 문장을 베트남어로 써 보세요.

1. 회사는 외국인 근로자를 채용해 본 적이 있나요?

   .... ?

2. 이 시간은 차가 막히지 않고 사람이 매우 적어요.

   ....

3. 두 상품의 가격이 비슷해요.

   ....

4. 이 물건은 저렴하기도 하고 좋기도 해요.

   ....

4 다음 대화를 완성하세요.

1.

A: _____.
마케팅 부서에서 일해 본 적이 있어요?

B: Dạ, chưa ạ. Nhưng nếu có cơ hội thì em muốn làm việc ở đó.
아직이요. 하지만 기회가 있으면 그곳에서 일해 보고 싶어요.

2.

A: _____.
요즘 저는 머리가 아프기도 하고 불면증이기도 해요. (*불면증에 걸리다: bị mất ngủ)

B: Em nên nghỉ ngơi nhiều hơn.
당신은 더 많이 쉬는 게 좋겠어요.

19 Nghe nói nhân sâm rất tốt cho cả sức khỏe và năng lượng.
인삼이 건강과 에너지에 모두 좋다고 들었어요.

1 녹음을 잘 듣고 질문에 알맞을 답을 고르세요. Track 19-01

1.

① Phí hoa hồng
② Tiền thuê
③ Học phí hàng tháng
④ Phí lưu kho

2.

① 10 đô la
② 20 đô la
③ 30 đô la
④ 40 đô la

2 다음 단어를 어순에 맞게 배열하여 완전한 문장을 만드세요.

1. nghe nói / chuyển / anh ấy / bộ phận / sẽ

   ....

   그가 부서를 옮길 거라고 들었어요.

2. hàng tháng / bao nhiêu tiền / học phí

   .... ?

   매달 수업료가 얼마인가요?

3. tính / khác / anh ấy / tôi

   ....

   그의 성격은 저와 달라요.

3 다음 문장을 베트남어로 써 보세요.

1. 다음 주 월요일에 화상 회의가 있을 거라고 들었어요.

   ....

2. 이번주에 저는 토요일과 일요일 모두 일해요. (*토요일 : thứ bay, *일요일: chủ nhật)

   ....

3. 생산 비용이 얼마인가요?

   ....

4. 1등급 상품은 2등급 상품과 달라서 같이 포장하면 안돼요.

   ....

4 다음 대화를 완성하세요.

1.

A: _____.
다음 주에 그가 귀국할 거라고 들었어요.

B: Đúng vậy. Thứ bảy tuần sau, anh ấy sẽ đi.
맞아요. 다음 주 토요일에 그가 갈 거예요.

2.

A: _____.
계약에 따라 당신은 다음 달까지 임차할 수 있어요.

B: Vâng, cho tôi gia hạn hợp đồng được không?
네, 제가 계약을 연장할 수 있을까요?

20 Tôi cũng đang mong có kết quả tốt.
저도 좋은 결과가 있길 바랍니다.

1 녹음을 잘 듣고 질문에 알맞을 답을 고르세요. 🎧 Track 20-01

1.

① Về phương án của công ty
② Về ngày kỷ niệm thành lập công ty
③ Về hợp đồng độc quyền
④ Về chất lượng sản phẩm

2.

① Vì phải dịch tài liệu
② Vì phải hướng dẫn nhân viên mới
③ Vì phải gặp khách hàng
④ Vì phải làm thêm giờ

2 다음 단어를 어순에 맞게 배열하여 완전한 문장을 만드세요.

1. giao lưu / hai / với nhau / công ty / vẫn còn

   _____.

   두 회사는 여전히 교류하고 있어요.

2. điều chỉnh / mong / tôi / chị / giá cả

   _____.

   저는 당신이 가격을 조정해 주길 바랍니다.

3. hạn cuối / rồi / đến

   _____.

   마감일이 됐네요.

3. 다음 문장을 베트남어로 써 보세요.

1. 그는 여전히 사무실에서 일하고 있어요.

   _____.

2. 저는 우리가 합의할 수 있길 바랍니다.

   _____.

3. 신규 고객은 무료로 체험할 수 있어요.

   _____.

4. 이것은 저것보다 좋잖아요.

   _____.

4. 다음 대화를 완성하세요.

1.

A: _____.
저는 우리가 이 문제를 해결할 수 있길 바라요.

B: Vâng, em cũng sẽ cố gắng hết sức.
네, 저도 최선을 다하겠습니다.

2.

A: _____. Em làm xong chưa?
납기일이 됐네요. 다 하셨나요? (*납기일: ngày nộp)

B: Dạ, chưa. Em làm chăm chỉ mà vẫn chưa xong ạ.
아직입니다. 열심히 했는데 아직 끝내지 못했어요.

21 Tôi gọi điện cho anh để cho biết tin vui.
좋은 소식 알려 드리려고 전화했어요.

1 녹음을 잘 듣고 질문에 알맞을 답을 고르세요. Track 21-01

1.

① Bị cúp điện một tuần
② Đóng cửa tạm thời
③ Mở rộng quy mô
④ Thiếu nhân lực

2.

① Đang xem biểu đồ
② Đang quay phim
③ Đang đào tạo nhân viên
④ Đang họp

2 다음 단어를 어순에 맞게 배열하여 완전한 문장을 만드세요.

1. suy nghĩ / năm phút / cho / lại / thêm / để

   _____.

   다시 생각할 시간을 5분 더 주세요.

2. phát / được / tài liệu / đã / rồi

   _____.

   자료는 이미 배부되었어요.

3. gần như / dự án / thông qua / đã / đó / được / rồi

   _____.

   그 프로젝트는 거의 통과됐어요.

3   다음 문장을 베트남어로 써 보세요.

1. 저희는 세금을 줄일 방법을 찾고 있어요. (*세금을 줄이다 : giảm thuế)

   _____ .

2. 저는 상여금을 받게 되었어요.

   _____ .

3. 아마도 이번주에 저희가 집들이를 할 것 같아요.

   _____ .

4. 우리는 SNS 광고를 먼저 해야 해요.

   _____ .

4   다음 대화를 완성하세요.

1.

   A: _____.
   우리의 신상품이 협찬될 거예요.
   (*협찬하다: tài trợ)

   B: Ôi thật à? Thế thì hay quá.
   오 정말요? 그러면 좋겠네요.

2.

   A: _____.
   누가 먼저 발표를 하실 건가요?

   B: Em sẽ làm trước ạ.
   제가 먼저 하겠습니다.

22 Tôi cho rằng cuộc họp hôm nay sẽ thật có ích.
오늘 회의가 정말 유익할 것이라고 생각해요.

1 녹음을 잘 듣고 질문에 알맞을 답을 고르세요. Track 22-01

1.

① Mở rộng thị trường
② Gia hạn hợp đồng
③ Tấn công thị trường giới trẻ
④ Áp dụng kĩ thuật mới

2.

① Có thiết kế đa dạng
② Có kích cỡ lớn
③ Giá cả không hợp lý
④ Nhiều công ty làm theo nó

2 다음 단어를 어순에 맞게 배열하여 완전한 문장을 만드세요.

1. kiểm tra / rất / lại / cho rằng / tôi / quan trọng

   _____.

   저는 다시 확인하는 게 정말 중요하다고 생각해요.

2. dự kiến / sản phẩm / như / chị / đang / bán chạy / đó

   _____.

   당신이 예상한 것처럼 그 상품은 잘 팔리고 있어요.

3. ý kiến / đầu tiên / hãy / chị Hoa / của / nghe

   _____.

   우선, 호아 씨의 의견을 들어봅시다.

3. 다음 문장을 베트남어로 써 보세요.

1. 저는 회의를 빨리 할수록 좋다고 생각해요.
   _____.

2. 샘플은 저희가 요청했던 것처럼 개선되었네요.
   _____.

3. 회의가 끝난 후에 다음 일정은 무엇이죠?
   _____.

4. 계속해서 세계 경제에 대한 뉴스입니다.
   _____.

4. 다음 대화를 완성하세요.

1.

A: _____.
당신이 말했던 것처럼 매출이 감소하고 있어요.

B: Vâng, chúng ta phải lên kế hoạch đối phó cụ thể.
네, 우리는 구체적인 대비책을 세워야 해요.

2.

A: Em phải sắp xếp hàng thế nào ạ?
저는 상품을 어떻게 정리해야 하나요?

B: _____.
우선 당신은 이름에 따라 정리하는 게 좋겠어요.

333

23

Một điều nổi bật là kích cỡ của sản phẩm quá lớn so với công ty cạnh tranh.
한 가지 눈에 띄는 점은 경쟁사와 비교해 제품의 크기가 너무 크다는 것입니다.

1 녹음을 잘 듣고 질문에 알맞은 답을 고르세요. 🎧 Track 23-01

1.

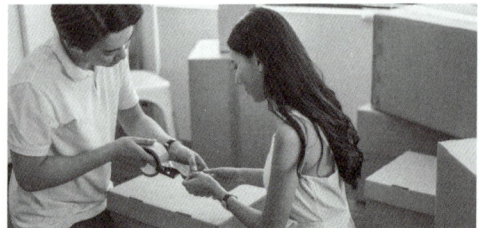

① Đang chuyển khoản
② Đang chuyển nhà
③ Đang biên tập video
④ Đang gia hạn visa

2.

① Màu nhạt
② Màu đậm
③ Màu giống hàng mẫu
④ Màu giống thiết kế

2 다음 단어를 어순에 맞게 배열하여 완전한 문장을 만드세요.

1. hãy / khi / cẩn thận / máy này / anh chị / sử dụng

   _____.

   여러분이 이 기계를 사용할 때에는 주의해 주세요.

2. dạo này / đồ nội địa / giới trẻ / có xu hướng / đang / dùng

   _____.

   요즘 젊은 층은 국산품을 사용하는 추세예요.

3. thương mại / chị ấy / kiến thức / có / về

   _____.

   그녀는 무역에 대한 지식이 있어요.

3 다음 문장을 베트남어로 써 보세요.

1. 발표를 할 때 저는 정말 두근거렸어요. (*두근거리는 : hồi hộp)

   _____.

2. 당신이 주문한 것은 무겁지 않아서 운반하기 쉬워요.

   _____.

3. 오늘 환율이 어제에 비해 더 높아요.

   _____.

4. 저희 회사는 주문량에 대한 기준이 있어요. (*기준 : tiêu chuẩn)

   _____.

4 다음 대화를 완성하세요.

1.

A: _____.
쉴 때 당신은 보통 무엇을 하세요?

B: Tôi chỉ ở nhà xem phim thôi.
저는 오직 집에서 영화를 봐요.

2.

A: Điểm mạnh của sản phẩm này là gì?
이 상품의 장점이 무엇인가요?

B: _____.
저희 상품은 품질에 대한 장점이 있어요.

24

Sản phẩm này không những có cách sử dụng tiện lợi mà còn có giá hợp lý.
이 상품은 사용법이 편리할 뿐만 아니라 가격이 합리적이기도 하죠.

1 녹음을 잘 듣고 질문에 알맞을 답을 고르세요.   Track 24-01

1.

① Ba chiếc
② Năm chiếc
③ Bảy chiếc
④ Chín chiếc

2.

① Món ăn rất ngon
② Giá cả hợp lý
③ Nhân viên rất thân thiện
④ Tất cả đáp án trên

2 다음 단어를 어순에 맞게 배열하여 완전한 문장을 만드세요.

1. dùng bữa / mời / ạ / mọi người

   _____.

   여러분 식사하세요.

2. mà còn / nhiều / công việc / không những / khó

   _____.

   업무가 많을 뿐만 아니라 어려워요.

3. cần / thường / xử lý / nhiều / chúng tôi / bộ phận / có / việc

   _____.

   저희 부서는 보통 처리해야 할 일이 많아요.

3 다음 문장을 베트남어로 써 보세요.

1. 그 몇몇 소문들에 신경쓰지 마세요.

   _____ .

2. 선애 씨 무대 위로 올라와 주세요. (*무대 : sân khấu)

   _____ .

3. 이 휴대 전화는 정말 예쁘고, 게다가 세일 중이기도 해요.

   _____ .

4. 가격은 항상 가장 중요한 문제예요.

   _____ .

4 다음 대화를 완성하세요.

1.

   A: Phòng giám đốc ở đâu vậy ạ?
   사장실이 어디에 있나요?

   B: _____.
   저를 따라 오세요.

2.

   A: _____.
   커피를 마실 때마다 저는 항상 밀크커피를 마셔요. (*밀크커피 : cà phê sữa)

   B: Thế à? Tôi thì thích cà phê đen.
   그래요? 저는 블랙 커피를 좋아해요.

25 Chúng tôi chưa bao giờ đặt giá thấp như vậy.
그렇게 낮은 가격을 매겨 본 적이 없어요.

1 녹음을 잘 듣고 질문에 알맞은 답을 고르세요. 🎧 Track 25-01

1.

① Đang đi bộ
② Đang giao hàng
③ Đang chơi bóng đá
④ Đang ôn thi

2.

① 10 đô
② 11 đô
③ 20 đô
④ 21 đô

2 다음 단어를 어순에 맞게 배열하여 완전한 문장을 만드세요.

1. danh thiếp / cho / anh ấy / đưa / tôi / đã

   _____.

   그는 저에게 명함을 줬어요.

2. thất hứa / chị ấy / tôi / chưa bao giờ / với

   _____.

   그녀는 저와 약속을 어긴 적이 없어요.

3. đọc / là / kỹ / công ty / thông báo / của / phải

   _____.

   회사의 공지는 잘 읽어야 해요.

3. 다음 문장을 베트남어로 써 보세요.

1. 저는 다음 달 박람회를 위해 준비하고 있어요.

   _____.

2. 저는 그 광고를 본 적이 없어요.

   _____.

3. 우리가 감당할 수 있는 비용이 얼마인가요?

   _____?

4. 우리는 만난 적이 있는데 당신은 기억을 못하나요?

   _____?

4. 다음 대화를 완성하세요.

1.

A: Anh đã làm ở công ty khác bao giờ chưa?
당신은 다른 회사에서 일해 본 적이 있나요?

B: _____.
저는 다른 회사에서 일해 본 적이 없어요.

2.

A: Anh mở cửa sổ giúp em nhé.
저를 도와 창문을 열어 주세요.

B: Em bật điều hòa rồi mà còn
_____?
에어컨을 켜 놓았는데 창문을 열고 싶다고요?

26 Cuối cùng chúng ta cũng kết thúc đàm phán rồi.
결국 협상을 마무리 지었네요.

1 녹음을 잘 듣고 질문에 알맞은 답을 고르세요.   Track 26-01

1.

① Ký hợp đồng
② Kết thúc hợp đồng
③ Hủy bỏ hợp đồng
④ Gia hạn hợp đồng

2.

① Một ngày
② Một tuần
③ Một tháng
④ Không viết báo cáo

2 다음 단어를 어순에 맞게 배열하여 완전한 문장을 만드세요.

1. bán hàng / không có ý định / chúng tôi / trên mạng

   _____.

   저희는 인터넷에서 물건을 판매할 의향이 없어요.

2. cuối cùng / cũng / rồi / chúng ta / quyết định

   _____.

   결국 우리가 결정을 했네요.

3. báo cáo cho / chuyện này / ạ / phải / thì / em / ai

   _____.

   이 일은 제가 누구에게 보고해야 하나요?

3 다음 문장을 베트남어로 써 보세요.

1. 드디어 내일을 위한 보고서가 완성되었네요.

   _____.

2. 비행시간이 7시간 정도 걸렸어요. (*비행시간: thời gian bay)

   _____.

3. 저는 모든 일이 끝난 줄 알았는데, 아직 많이 남아 있어요.

   _____.

4. 만약 무슨 문제가 생긴다면 저에게 즉시 보고하세요.

   _____.

4 다음 대화를 완성하세요.

1.

A: _____.
드디어 우리 목표를 달성했어요.
(*목표: mục tiêu)

B: Chị đã vất vả rồi. Ôi, đã mất nhiều thời gian quá.
고생하셨어요. 시간이 너무 많이 걸렸네요.

2.

A: _____.
저는 이 회의를 준비하는데 3일이 걸렸어요.

B: Cuối cùng cũng xong rồi.
드디어 끝났네요.

27 Hàng còn lại sẽ được giao trong 90 ngày.
나머지 물건은 90일 이내로 납품될 거예요.

1 녹음을 잘 듣고 질문에 알맞은 답을 고르세요.   🎧 Track 27-01

1.

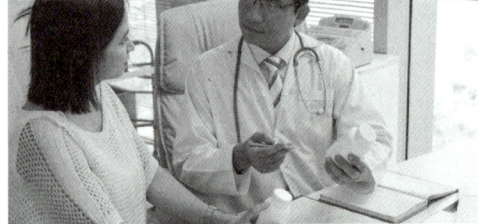

① Công ty
② Bệnh viện
③ Khách sạn
④ Nhà

2.

① Gọi điện cho khách sạn
② Đánh giá sản phẩm mới
③ Nộp thuế hải quan
④ Tham gia buổi phỏng vấn

2 다음 단어를 어순에 맞게 배열하여 완전한 문장을 만드세요.

1. bắt máy / nhắn tin / nếu / không / xem / em / thì

   _____.

   전화를 안 받으면 문자메시지를 보내 보세요.

2. bằng / kích thước / của / phần / hai / cái kia / một / cái này

   _____.

   이것의 크기는 저것의 1/2이에요.

3. phá sản / công ty đó / chắc chắn / bị / sẽ

   _____.

   확실히 그 회사는 파산할 거예요.

3 다음 문장을 베트남어로 써 보세요.

1. 이번 달 이윤은 제시한 목표에 1/3 이상을 넘었어요.

   _____.

2. 이 영화는 두시간 반동안 상영될 거예요. (*상영하다: chiếu)

   _____.

3. 그 회사는 전혀 회신이 없어요.

   _____.

4. 확실히 그녀는 승진하게 될 거예요.

   _____.

4 다음 대화를 완성하세요.

1.

A: Nhà chị đẹp quá! Chị đã sửa nhà ạ?
당신의 집이 너무 예쁘네요! 집을 수리하셨나요?

B: Vâng, _____.
네, 저는 2주 동안 집을 수리했어요.

2.

A: Giám đốc đã họp xong chưa ạ?
사장님은 회의가 끝나셨나요?

B: _____.
제가 여쭤볼게요.

28 Tôi sẽ gửi hóa đơn qua fax chậm nhất là thứ hai.
늦어도 월요일까지 팩스로 청구서를 보내 드리겠습니다.

1 녹음을 잘 듣고 질문에 알맞을 답을 고르세요. 🎧 Track 28-01

1.

① Được nhiều người đầu tư
② Không được quan tâm
③ Được nhiều người quan tâm
④ Được quảng cáo nhiều

2.

① Cuối tuần
② Cuối tháng
③ Cuối năm
④ Cuối năm sau

2 다음 단어를 어순에 맞게 배열하여 완전한 문장을 만드세요.

1. chủ đề / thích / những / tôi / chính trị / rất / nói về

   _____.

   저는 정치에 대한 주제를 정말 좋아해요.

2. không có / khác thường / chuyện / đâu / gì

   _____.

   이상한 일이 아무것도 없어요.

3. đông đủ / những / khác / khách mời / đến / cũng / đã

   _____.

   다른 손님들도 모두 다 오셨어요.

3. 다음 문장을 베트남어로 써 보세요.

1. 저는 그 일에 대해 말하고 싶지 않아요.

   _____.

2. 업무를 시작하기 전에 저는 자주 커피를 마셔요.

   _____.

3. 늦어도 내일까지 저는 상사에게 보고서를 제출해야 해요.

   _____.

4. 약속 시간이 되었지만 이곳에 아무도 도착하지 않았어요.

   _____.

4. 다음 대화를 완성하세요.

1.

A: Khi nào em có thể biết kết quả ạ?
언제 저는 결과를 알 수 있을까요?

B: _____.
늦어도 다음 주에 저희가 당신에게 알려드릴게요.

2.

A: Anh thấy báo cáo của em thế nào?
제 보고서를 어떻게 생각하세요?

B: Quá hoàn hảo, _____.
너무 완벽해서 수정해야 할 게 아무것도 없네요.

29 Tôi chưa nhận được lô hàng cuối.
마지막 납품을 아직 못 받았어요.

1 녹음을 잘 듣고 질문에 알맞을 답을 고르세요. 🎧 Track 29-01

1.

① Do công xưởng bị cháy
② Do vấn đề tài chính
③ Do lịch trình thay đổi
④ Do không phù hợp với giới trẻ

2.

① Gọi điện cho đối tác
② Nộp bản thảo
③ Thôi việc
④ Chọn trang phục

2 다음 단어를 어순에 맞게 배열하여 완전한 문장을 만드세요.

1. thể hiện / phải / lẽ ra / ý kiến / tôi / phản đối

   _____.

   제가 반대 의견을 표명했어야 해요.

2. đáp án / ra / em / nghĩ / đã / chưa

   _____?

   당신은 답안을 생각해 냈나요?

3. bị / anh ấy / đi làm / không / đau / được / nên

   _____.

   그는 아파서 출근을 하지 못했어요.

3 다음 문장을 베트남어로 써 보세요.

1. 제가 원고를 준비했어야 해요.

   ....

2. 베트남 지사는 A 제품이 출고됐다고 알려 줬어요.

   ....

3. 자금 부족 문제로 영업하지 못했어요. (*자금이 부족한 : thiếu vốn)

   ....

4. 공장은 화재가 나서 운행을 중단하고 있어요.

   ....

4 다음 대화를 완성하세요.

1.

A: Công ty B đã rất thành công trên thị trường Việt Nam.
B 회사는 베트남 시장에서 정말 성공했어요.

B: _____.
우리가 먼저 시장을 선점했어야 해요.
(*선점하다: chiếm lĩnh)

2.

A: _____.
A 회사는 우리와 계약하지 못한다고 알려 줬어요.

B: Chị có biết lý do là gì không?
혹시 이유가 무엇인지 아시나요?

30

Chị cho biết số container có vấn đề thì tôi sẽ đặt hàng thay thế ngay lập tức.
문제가 있는 컨테이너 번호를 알려주시면 바로 교체 물품을 발주하겠습니다.

1 녹음을 잘 듣고 질문에 알맞을 답을 고르세요.   Track 30-01

1.

① Thực hiện dự án B
② Chuẩn bị phát biểu
③ Sắp xếp các tài liệu
④ Hủy hàng tồn kho

2.

① Liên lạc cho đối tác
② Gửi lô hàng thay thế
③ Thu hồi hàng kém chất lượng
④ Tổng vệ sinh văn phòng

2 다음 단어를 어순에 맞게 배열하여 완전한 문장을 만드세요.

1. hiểu / giải thích / thì / được / tôi / anh ấy / ngay

   ....

   제가 설명하면 그는 바로 이해할 수 있어요.

2. chưa / mọi người / hết / dọn / đã

   ....

   여러분은 청소를 다 했나요?

3. dành / chị / cảm ơn vì / chúng tôi / thời gian / cho / đã

   ....

   당신이 시간을 내어 주셔서 감사합니다.

3 다음 문장을 베트남어로 써 보세요.

1. 만약 비밀번호가 있으면 바로 접속할 수 있어요. (*접속하다: truy cập)

   _____.

2. 저희는 가지고 있는 재료를 다 썼어요.

   _____.

3. 늘 지지해 주셔서 감사합니다.

   _____.

4. 해외 시장에서의 성공 비결을 알려 주세요.

   _____.

4 다음 대화를 완성하세요.

1.

A: Khi nào tôi có thể nhận hàng ạ?
   저는 언제 물품을 받을 수 있나요?

B: Trong hôm nay ạ.
   _____.
   오늘 안으로요. 저희가 바로 배송해 드릴게요.

2.

A: Sao em chưa về? Còn nhiều việc lắm à?
   왜 아직 안 가요? 일이 많이 남아 있나요?

B: _____.
   저는 이것을 다 치우고 갈게요.

녹음대본 및 정답

01과

녹음대본

1. **A**: Tôi xem quanh công ty được không?
   B: Đây là văn phòng, trong văn phòng có máy pha cà phê.

   Ⓐ **Hai người đang nói về việc gì?**

   ① Giới thiệu nhân viên
   ② Giới thiệu văn phòng
   ③ Giới thiệu thị trường
   ④ Giới thiệu Hà Nội

2. **A**: Công ty có thiết bị làm lạnh mới.
   B: Tôi xem một chút được không?

   Ⓑ **Công ty có gì mới?**

   ① Thiết bị làm lạnh
   ② Máy pha cà phê
   ③ Sản phẩm
   ④ Văn phòng

해석

1. Ⓐ 두 사람은 무엇에 대해 이야기하고 있나요?
   ① 직원 소개
   ② 사무실 소개
   ③ 시장 소개
   ④ 하노이 소개
   정답: ②

   Ⓑ 회사에는 어떤 새로운 것이 있나요?
   ① 냉방 시설
   ② 커피 머신
   ③ 상품
   ④ 사무실
   정답: ①

2. ① Anh Tuấn có việc gấp.
   ② Xin mời vào.
   ③ Năm giờ chiều được không?

3. ① Ngày mai có hẹn quan trọng.
   ② Em xin nói ạ.
   ③ Em đi chung với anh được không?
   ④ Hôm nay tôi nghỉ, còn ngày mai tôi sẽ đi làm.

4. ① **A**: Ngày mai chúng ta gặp được không?

   ② **B**: Xin lỗi, xin chị nói lại ạ.

02과

녹음대본

1. **A**: Khi nào anh ấy về văn phòng?
   B: Ba giờ chiều.

   Ⓐ **Khi nào người nam về văn phòng?**

   ① Bốn giờ chiều
   ② Bảy giờ chiều
   ③ Ba giờ chiều
   ④ Sáu giờ chiều

2. **A**: Chương trình được tiến hành ở đâu?
   B: Thành phố Busan ở Hàn Quốc.

   Ⓑ **Chương trình được tiến hành ở đâu?**

   ① Thành phố Hà Nội
   ② Thành phố Huế
   ③ Thành phố Busan
   ④ Thành phố Seoul

해석

1. Ⓐ 언제 남자는 사무실로 돌아오나요?

① 오후 4시
② 오후 7시
③ 오후 3시
④ 오후 6시

정답: ③

Ⓑ 프로그램은 어디에서 진행되나요?

① 하노이시
② 후에시
③ 부산시
④ 서울시

정답: ③

2. ① Khi nào chị đi công tác?
   ② Em nghĩ kế hoạch này thế nào?
   ③ Sản phẩm sản xuất ở đâu?

3. ① Đây là ý kiến đến từ chị Hoa.
   ② Nhân viên mới thế nào?
   ③ Phòng giám đốc nằm ở đâu?
   ④ Cái này tiếng Việt gọi là gì?

4. ① A: Món này thế nào?
   ② A: Hàng mẫu sản xuất ở đâu?

03과

녹음대본

1. A: Chị sẽ chọn sản phẩm nào?
   B: Cái này. Tôi thấy cái này đơn giản và dễ sử dụng.

   Ⓐ **Vì sao người nữ chọn sản phẩm này?**

   ① Vì là nhãn hiệu nổi tiếng
   ② Vì đơn giản và dễ sử dụng
   ③ Vì là sản phẩm mới
   ④ Vì quảng cáo rất thu hút

2. A: Ngân hàng mở cửa lúc mấy giờ?
   B: Lúc tám giờ rưỡi.

   Ⓑ **Ngân hàng mở cửa lúc mấy giờ?**

   ① Tám giờ
   ② Tám giờ rưỡi
   ③ Chín giờ
   ④ Chín giờ rưỡi

해석

1 Ⓐ 왜 여자는 이 제품을 선택하나요?

① 유명한 브랜드이기 때문에
② 단순하고 사용하기 쉽기 때문에
③ 새로운 상품이기 때문에
④ 광고가 정말 매력적이기 때문에

정답: ②

Ⓑ 은행은 몇 시에 문을 여나요?

① 8시
② 8시 반
③ 9시
④ 9시 반

정답: ②

2. ① Hàng mẫu nào thích hợp nhất?
   ② Tôi nghe thông tin từ chị Hoa.
   ③ Ai muốn đọc câu này?

3. ① Chị muốn nghe bài nào?
   ② Em thấy áp lực vì phải làm một mình.
   ③ Chương trình đó lên sóng lúc mấy giờ?
   ④ Ai sẽ làm việc này?

4. ① A: Chị đang cài app nào?
   ② A: Ai tiến hành dự án đó?

04과

녹음대본

1. **A:** Chúng ta hãy nói về cách tiếp thị mới nhé.
   B: Tôi thấy quảng cáo này sẽ có hiệu quả.

   Ⓐ **Người nam đang nói về việc gì?**
   ① Cách tiếp thị mới
   ② Giá cả của sản phẩm
   ③ Tham gia workshop
   ④ Cách hoàn tiền

2. **A:** Chị đã làm hết chưa?
   B: Tôi không thể làm một mình.

   Ⓑ **Vì sao người nữ không thể làm hết được?**
   ① Vì đi công tác
   ② Vì hôm nay nghỉ
   ③ Vì có việc gấp
   ④ Vì không thể làm một mình

해석

1 Ⓐ 남자는 무엇에 대해 이야기하고 있나요?
   ① 새로운 마케팅 방법
   ② 상품의 가격
   ③ 워크숍 참가
   ④ 환불 방법

   정답: ①

   Ⓑ 왜 여자는 다 하지 못했나요?
   ① 출장가기 때문에
   ② 오늘은 쉬기 때문에
   ③ 급한 일이 있기 때문에
   ④ 혼자 할 수 없기 때문에

   정답: ④

2 ① Chúng ta hãy cùng xem.
   ② Anh đã thấy chị Sun Ae chưa?
   ③ Tôi không thể giải thích được.

3 ① Mọi người hãy yên lặng một chút nhé.
   ② Anh đi tiếp đường này rồi rẽ trái ở ngã tư.
   ③ Tôi đồng ý với kế hoạch anh đã đề xuất.
   ④ Chị đã gửi hàng mẫu chưa?

4 ① **A:** Em đã in ra chưa?
   ② **B:** Tôi không thể tham dự được.

05과

녹음대본

1. **A:** Anh thấy lương ở đây thế nào?
   B: Lương ở đây cũng không cao lắm.

   Ⓐ **Hai người đang nói về việc gì?**
   ① Lương
   ② Triển lãm
   ③ Xin việc
   ④ Thị trường Việt Nam

2. **A:** Công ty có chi nhánh ở Hà Nội không?
   B: Dĩ nhiên là có.

   Ⓑ **Công ty có chi nhánh ở đâu?**
   ① Chi nhánh ở Busan
   ② Chi nhánh ở Huế
   ③ Chi nhánh ở Hà Nội
   ④ Không có chi nhánh

해석

1 Ⓐ 두 사람은 무엇에 대해 이야기하고 있나요?
   ① 월급
   ② 전시회

③ 취직
④ 베트남 시장
정답: ①

Ⓑ 회사는 어디에 지사가 있나요?
① 부산 지사
② 후에 지사
③ 하노이 지사
④ 지사 없음
정답: ③

2　① Tôi phải chuẩn bị sớm.
　　② Em ấy chưa xin việc.
　　③ Công ty có bãi đỗ xe không?

3　① Tôi phải báo cáo kết quả điều tra thị trường.
　　② Em cứ đi thẳng đi.
　　③ Cái này không mới lắm.
　　④ Công ty có nhà máy ở Thành phố Hồ Chí Minh không?

4　① B: Chúng ta phải chuẩn bị chiến lược mới.
　　② B: Em chưa tốt nghiệp đại học.

06과

녹음대본

1.
A: Cái này có thể bảo quản trong bao lâu?
B: Năm ngày ạ.
Ⓐ **Sản phẩm có thể bảo quản trong bao lâu?**
① Một ngày
② Năm ngày
③ Mười ngày
④ Một tuần

2.
A: Hay là bây giờ chúng ta tổng vệ sinh văn phòng đi.
B: Vâng, chúng ta làm đi.
Ⓑ **Hai người sẽ làm gì?**
① Trở lại công ty
② Yêu cầu hàng mẫu
③ Đi du lịch
④ Tổng vệ sinh văn phòng

해석

1　Ⓐ 상품은 얼마나 오랫동안 보관할 수 있나요?
　　① 1일
　　② 5일
　　③ 10일
　　④ 일주일
정답: ②

Ⓑ 두 사람은 무엇을 할 건가요?
① 회사로 복귀
② 샘플 요청
③ 여행
④ 사무실 대청소
정답: ④

2　① Cuộc họp sắp bắt đầu chưa?
　　② Chúng ta phải làm bao lâu nữa?
　　③ Đây có phải là nhà kho không?

3　① Anh đi công tác trong bao lâu?
　　② Đây có phải là sổ tay của chị không?
　　③ Cái này không phải là ví tiền của tôi.
　　④ Hay là chọn thực đơn này nhé?

4　① A: Em sẽ ở quê trong bao lâu?
　　② A: Chị có phải là thư ký của anh Giang không?

355

07과

녹음대본

1. A: Trong nhà máy có bao nhiêu máy?
   B: Có 100 máy.

   Ⓐ Có bao nhiêu máy?
   ① 10
   ② 100
   ③ 200
   ④ 500

2. A: Sao chị vội vàng thế?
   B: Chúng ta không còn nhiều thời gian.

   Ⓑ Sao người nữ vội vàng?
   ① Vì không còn nhiều thời gian
   ② Vì hàng lỗi có nhiều
   ③ Vì làm mất tài liệu
   ④ Vì xuất hàng bị hoãn

해석

1. Ⓐ 공장에 기계가 얼마나 있나요?
   ① 10
   ② 100
   ③ 200
   ④ 500
   정답: ②

   Ⓑ 왜 여자는 서두르나요?
   ① 시간이 얼마 없기 때문에
   ② 불량품이 많기 때문에
   ③ 자료를 잃어버리기 때문에
   ④ 상품 출하가 미뤄지기 때문에
   정답: ①

2. ① Vấn đề này càng nghĩ càng khó.
   ② Vì công việc bận rộn nên mệt lắm.
   ③ Tôi không muốn liên lạc với anh ta.

3. ① Anh có mấy tờ?
   ② Sao anh Min Soo ra ngoài?
   ③ Vì làm một mình nên không thể làm nhanh được.
   ④ Để em liên lạc cho trung tâm chăm sóc khách hàng.

4. ① A: Tổng cộng có bao nhiêu cái?
   ② A: Sao chị Ngọc về sớm?

08과

녹음대본

1.
   A: Dạo này anh Min Soo có vẻ bận lắm!
   B: Dạo này anh ấy làm như con trâu.

   Ⓐ Dạo này anh Min Soo thế nào?
   ① Rất bận rộn
   ② Hài lòng với hàng mẫu
   ③ Tham gia triển lãm
   ④ Chiêu mộ thành viên

2.
   A: Anh thấy cái này thế nào?
   B: Cái này dài bằng cái kia.

   Ⓑ Hai người đang nói về việc gì?
   ① Kích cỡ của sản phẩm
   ② Giá cả của sản phẩm
   ③ Chất lượng của sản phẩm
   ④ Thiết kế của sản phẩm

해석

1. Ⓐ 요즘 민수 씨는 어떤가요?
   ① 정말 바쁨
   ② 샘플이 마음에 듦
   ③ 전시회 참가
   ④ 회원 모집
   정답: ①

⑧ 두 사람은 무엇에 대해 이야기하고 있나요?

① 상품의 사이즈
② 상품의 가격
③ 상품의 품질
④ 상품의 디자인

정답: ①

2 ① Đây là giá rẻ nhất.
   ② Đây là sơ yếu lý lịch của em ạ.
   ③ Doanh thu năm nay tốt hơn năm ngoái.

3 ① Đây là lần thứ tư anh ấy tham gia bầu cử.
   ② Anh hài lòng với hàng mẫu nào nhất?
   ③ Đây là thực đơn của hôm nay.
   ④ Thiết kế này đẹp hơn cái cũ.

4 ① B: Giá cả rẻ nhất trên thị trường.
   ② B: Quy mô của nhà máy lớn nhất ở đây.

09과

녹음대본

1.
A: Chúc mừng sinh nhật!
B: Cảm ơn anh.
Ⓐ Hôm nay là ngày gì?

① Năm mới
② Ngày Phụ nữ
③ Sinh nhật của người nữ
④ Ngày đi công tác

2.
A: Công ty trở nên ổn định hơn.
B: Công ty được thành công nhờ nhiều người đầu tư.

Ⓑ Vì sao công ty được thành công?

① Nhờ chiến lược thích hợp
② Nhờ sản phẩm mới
③ Nhờ quảng cáo
④ Nhờ nhiều người đầu tư

해석

1 Ⓐ 오늘은 무슨 날인가요?
   ① 새해
   ② 여성의 날
   ③ 여자의 생일
   ④ 출장가는 날

   정답: ③

   Ⓑ 왜 회사는 성공했나요?
   ① 적합한 전략 덕분에
   ② 새로운 상품 덕분에
   ③ 광고 덕분에
   ④ 많은 사람들의 투자 덕분에

   정답: ④

2 ① Chúc mừng kỷ niệm 10 năm!
   ② Anh ấy hay đến sân gôn.
   ③ Lấy giúp tôi tờ giấy.

3 ① Chúc mừng tốt nghiệp!
   ② Sản phẩm đó bán chạy nhờ quảng cáo.
   ③ Công ty chúng tôi hay tham gia triển lãm.
   ④ Em hướng dẫn giúp anh nhé.

4 ① B: Chúc mừng ngày Phụ nữ!
   ② A: Chị có hay đi công tác nước ngoài không?

357

10과

녹음대본

1. **A:** Tài liệu anh cần đây ạ.
   B: Cảm ơn chị. Tôi xem bảng thống kê trước đã.
   Ⓐ Người nam đang làm gì?
   ① Xem sơ yếu lý lịch
   ② Xem tài liệu
   ③ Xem bảng giá
   ④ Xem bảng thống kê

2. **A:** Chị có danh mục hàng xuất khẩu không?
   B: Chúng tôi sẽ gửi qua email.
   Ⓑ Người nữ sẽ gửi thế nào?
   ① Gửi qua email
   ② Gửi qua SNS
   ③ Gửi qua tin nhắn
   ④ Gửi qua ngân hàng

해석

1. Ⓐ 남자는 무엇을 하고 있나요?
   ① 이력서 보기
   ② 자료 보기
   ③ 가격표 보기
   ④ 통계표 보기
   정답: ④

   Ⓑ 여자는 어떻게 보내나요?
   ① 이메일로 보내기
   ② SNS로 보내기
   ③ 문자로 보내기
   ④ 은행으로 보내기
   정답: ①

2. ① Nếu thanh toán không kịp thì anh báo trước nhé.
   ② Chúng ta họp xong đã.
   ③ Đừng làm đại khái như thế.

3. ① Hộ chiếu của tôi đây ạ.
   ② Nếu xuất hàng bị hoãn thì sẽ bị tổn thất lớn.
   ③ Đừng để lại bình luận ác ý.
   ④ Tôi đã nhận được tin qua chị Linh.

4. ① B: Tôi kiểm tra lịch trình đã.
   ② B: Tôi sẽ giải thích qua điện thoại cho anh nhé.

11과

녹음대본

1. **A:** Khi nào chủ tịch đến công ty?
   B: Chiều mai, chủ tịch có thể đến công ty.
   Ⓐ Khi nào chủ tịch đến công ty?
   ① Sáng nay
   ② Chiều nay
   ③ Sáng mai
   ④ Chiều mai

2. **A:** Em đã sẵn sàng hết rồi ạ.
   B: Thế chúng ta họp luôn nhé.
   Ⓑ Hai người sẽ làm gì?
   ① Thảo luận
   ② Họp
   ③ Đi làm
   ④ Viết báo cáo

해석

1. Ⓐ 언제 회장님이 회사에 오시나요?
   ① 오늘 아침
   ② 오늘 오후
   ③ 내일 아침
   ④ 내일 오후
   정답: ④

Ⓑ 두 사람은 무엇을 할 건가요?

① 토론하기
② 회의하기
③ 출근하기
④ 보고서 쓰기

정답: ②

2
① Vấn đề nghiêm trọng có thể xảy ra.
② Chúng ta kết thúc luôn ở đây nhé.
③ Tôi đã làm được khoảng một nửa rồi.

3
① Cái này có thể xóa được.
② Bây giờ tôi có thể đi luôn.
③ Cô ấy là người hợp với vị trí lãnh đạo.
④ Chị kiểm tra lại, sau đó báo cáo cho tôi.

4
① B: Tôi sẽ gửi luôn ạ.
② B: Chương trình đã bắt đầu rồi.

12과

녹음대본

1. A: Chúng ta họp xong rồi đi uống cà phê nhé.
B: Xin lỗi, tôi có hẹn khác mất rồi.

Ⓐ Bây giờ, hai người đang làm gì?

① Đang đi uống cà phê
② Đang họp
③ Đang đến sân bay
④ Đang đợi khách hàng

2. A: Chúng ta nên lập chiến lược mới cho tầng lớp trẻ.
B: Cách tiếp thị cũng phải thay đổi theo thị trường.

Ⓑ Người nam thấy nên lập chiến lược mới cho ai?

① Thị trường nước ngoài
② Thành viên mới
③ Khách hàng người nước ngoài
④ Tầng lớp trẻ

해석

1 Ⓐ 지금 두 사람은 무엇을 하고 있나요?

① 커피를 마시러 가는 중
② 회의하는 중
③ 공항에 가는 중
④ 고객을 기다리는 중

정답: ②

Ⓑ 남자는 누구를 위한 전략을 세우는 게 좋다고 생각하나요?

① 해외 시장
② 신규 회원
③ 외국인 고객
④ 젊은층

정답: ④

2
① Em điều tra rồi viết báo cáo ngắn gọn nhé.
② Chúng ta nên trao đổi ý kiến.
③ Hai công ty đã hợp tác với nhau.

3
① Công ty B cũng sản xuất máy lọc không khí.
② Xin lỗi, hôm nay tôi có hẹn khác mất rồi.
③ Chị nên nghĩ kỹ lưỡng.
④ Đây là hai việc liên quan với nhau.

4
① B: Tôi sẽ kiểm tra rồi liên lạc cho chị.
② B: Em nên đi du lịch mấy ngày.

13과

녹음대본

1. **A:** Cho tôi đặt hai thùng giấy A4.
   B: Chị chờ tôi một chút.

   Ⓐ **Người nữ đã yêu cầu gì?**

   ① Giấy A4
   ② Tài liệu cuộc họp
   ③ Số liệu chi tiết
   ④ Bút xóa kéo

2. **A:** Có ai cần khăn ướt nữa không?
   B: Có ạ.

   Ⓑ **Người nữ cần gì?**

   ① Sạc pin
   ② Địa chỉ công ty
   ③ In tài liệu
   ④ Khăn ướt

해석

1. Ⓐ 여자는 무엇을 요청했나요?

   ① A4 용지
   ② 회의 자료
   ③ 자세한 데이터
   ④ 수정테이프

   정답: ①

   Ⓑ 여자는 무엇이 필요하나요?

   ① 배터리 충전
   ② 회사 주소
   ③ 자료 인쇄
   ④ 물티슈

   정답: ④

2. ① Tôi sẽ cho mọi người xem.
   ② Chị có tài liệu nào cần in không?
   ③ Tôi không làm việc ở đó nữa.

3. ① Cho tôi hỏi ạ.
   ② Anh có lời nào muốn nói không?
   ③ Anh đi thêm một chút nữa rồi rẽ phải nhé.
   ④ Bây giờ chỉ còn ghế hạng nhất thôi.

4. ① **B:** Em cần thảo luận với anh Min Soo.

   ② **B:** chỉ mua được một tờ thôi.

14과

녹음대본

1. **A:** Anh thấy việc này thế nào?
   B: Dù đã cố gắng nhưng khó giải quyết lắm.

   Ⓐ **Việc này thế nào?**

   ① Rất dễ
   ② Có hiệu quả
   ③ Rất khó
   ④ Khả thi

2. **A:** Chị thấy phòng này thế nào?
   B: Dù không gian không rộng nhưng vẫn đủ cho bốn người.

   Ⓑ **Phòng này thế nào?**

   ① Rất rộng
   ② Rất rẻ
   ③ Trang trí đẹp
   ④ Đủ cho bốn người

해석

1. Ⓐ 이 일이 어떤가요?

   ① 정말 쉬움
   ② 효과가 있음
   ③ 정말 어려움
   ④ 가능함

   정답: ③

ⓑ 이 방은 어떤가요?
① 정말 넓음
② 정말 저렴함
③ 인테리어가 예쁨
④ 네 명에게 충분함

정답: ④

2 ① Anh định tham dự không?
② Mỗi khi chúng tôi thảo luận, anh ấy trở nên nghiêm túc.
③ Em hỏi lúc nào cũng được.

3 ① Tôi định chuyển việc.
② Tôi luôn uống cà phê mỗi khi (tôi) mệt mỏi.
③ Dù mất lâu nhưng chúng ta phải kết thúc việc này.
④ Miễn là nó khả thi.

4 ① A: Em định đăng ký vào bộ phận nào?
② B: Miễn là chúng ta có thể giảm chi phí.

15과

녹음대본

1. A: Bây giờ đang có vấn đề tại trung tâm hậu cần phải không?
B: Vâng ạ.
ⓐ **Vấn đề xảy ra ở đâu?**
① Công ty
② Trung tâm hậu cần
③ Khách sạn ABC
④ Chi nhánh Việt Nam

2. A: Anh nhờ em chuẩn bị đồ ăn cho cuộc họp ngày mai.

B: Vâng ạ, để em làm cho.
ⓑ **Người nữ phải làm gì?**
① Thông dịch cuộc họp
② Tiếp đãi khách
③ Kiểm tra số lượng
④ Chuẩn bị đồ ăn

해석

1 ⓐ 문제는 어디에서 발생했나요?
① 회사
② 물류 센터
③ ABC 호텔
④ 베트남 지사

정답: ②

ⓑ 여자는 무엇을 해야 하나요?
① 회의 통역
② 손님 접대
③ 수량 확인
④ 음식 준비

정답: ④

2 ① Tôi để tài liệu vào ngăn kéo nhé.
② Chắc là trời sắp mưa, chị mang theo ô nhé.
③ Em nhờ chị dịch câu này.

3 ① Để em cầm ạ.
② Đó là phòng giải lao phải không?
③ Anh ấy sẽ chuyển nhà vào cuối tuần.
④ Chắc là món này sẽ hợp với khẩu vị của chị.

4 ① B: Để tôi tham dự cho.
② A: Bây giờ, chúng ta phải đi phải không?

16과

녹음대본

1. **A:** Tôi muốn đến thăm nhà máy của anh. Ba giờ chiều mai thế nào?
   B: Ba giờ được ạ.

   Ⓐ **Người nữ sẽ đến lúc mấy giờ?**

   ① Bảy giờ tối nay
   ② Bảy giờ tối mai
   ③ Ba giờ chiều nay
   ④ Ba giờ chiều mai

2. **A:** Chúng tôi muốn ký hợp đồng dài hạn với chị.
   B: Thế thì chúng ta tiến hành đi.

   Ⓑ **Hai người sẽ làm gì?**

   ① Dừng cuộc họp
   ② Gia hạn visa
   ③ Ký hợp đồng
   ④ Trả bằng tiền mặt

해석

1. Ⓐ 여자는 몇 시에 가나요?

   ① 오늘 저녁 7시
   ② 내일 저녁 7시
   ③ 오늘 오후 3시
   ④ 내일 오후 3시

   정답: ④

   Ⓑ 두 사람은 무엇을 할 건가요?

   ① 회의 중단하기
   ② 비자 연장하기
   ③ 계약하기
   ④ 현금으로 지불하기

   정답: ③

2. ① Anh có muốn nhắn gì thêm không?
   ② Công ty ở gần nhà tôi.
   ③ Thế thì anh chọn màu khác nhé.

3. ① Tôi muốn đổi chỗ.
   ② Tôi đang tìm khách sạn gần trung tâm thành phố.
   ③ Chắc trưởng nhóm sẽ chọn dự án A hoặc dự án C.
   ④ Thế thì chúng ta đi tăng hai đi.

4. ① **B:** Tôi muốn thuê ở quận 1 hoặc quận 2.
   ② **B:** Thế thì chúng ta đi ăn trưa đi.

17과

녹음대본

1. **A:** Tôi đã tìm hiểu và đặt hàng rồi.
   B: May là có anh giúp tôi.

   Ⓐ **Người nam đã làm gì?**

   ① Đã đặt hàng
   ② Đã đến muộn
   ③ Đã phát biểu
   ④ Đã đến Seoul

2. **A:** Tôi bị tai nạn, nhưng may là không bị thương nặng.
   B: Thật may là chị không sao.

   Ⓑ **Người nữ đã bị gì?**

   ① Bị thương nặng
   ② Bị xì trét
   ③ Bị trượt phỏng vấn
   ④ Bị tai nạn

해석

1. Ⓐ 남자는 무엇을 했나요?

   ① 주문
   ② 지각
   ③ 발표
   ④ 서울 도착

   정답: ①

ⓑ 여자는 무엇을 당했나요?

① 부상 당함
② 스트레스 받음
③ 면접에 떨어짐
④ 사고가 남

정답: ④

2 ① Thùng này nhẹ và nhỏ.
   ② Chúc các anh chị luôn hạnh phúc.
   ③ Khi nào em có tự tin thì làm thử đi.

3 ① Hàng trưng bày và hàng để bán phải để riêng.
   ② May là mọi chuyện vẫn tốt đẹp.
   ③ Tôi đã cố gắng nhưng chưa làm hết việc.
   ④ Chúc chị có kết quả tốt.

4 ① B: Em đã tìm hiểu rồi nhưng không có thông tin.
   ② A: Khi nào có dịp thì chị đến Hà Nội nhé.

18과

녹음대본

1. A: Chị đã phụ trách công việc kế toán bao giờ chưa?
   B: Rồi, tôi đã làm rồi.

   ⓐ Người nữ đã làm gì?

   ① Xin nghỉ phép
   ② Làm việc kế toán
   ③ Tổ chức sự kiện
   ④ Thi bằng lái xe

2. A: Chương trình đó vừa thú vị vừa hữu ích.
   B: Vậy chúng ta xem ngay đi.

ⓑ Hai người sẽ làm gì?

① Xem triển lãm
② Xem sự kiện
③ Xem chương trình
④ Xem luận văn

해석

1 ⓐ 여자는 무엇을 했나요?

① 휴가 신청
② 회계 업무
③ 행사 개최
④ 운전면허 시험 봄

정답: ②

ⓑ 두 사람은 무엇을 할 건가요?

① 전시회 관람
② 행사 관람
③ 프로그램 시청
④ 논문 보기

정답: ③

2 ① Công ty anh đã tham gia triển lãm thực phẩm bao giờ chưa?
   ② Lần này tôi đi công tác với anh Nam.
   ③ Tình hình bây giờ giống như phim vậy.

3 ① Công ty đã tuyển nhân viên nước ngoài bao giờ chưa?
   ② Giờ này không kẹt xe mà vắng người lắm.
   ③ Giá cả của hai sản phẩm đều giống nhau.
   ④ Hàng này vừa rẻ vừa tốt.

4 ① A: Em đã làm việc ở bộ phận tiếp thị bao giờ chưa?
   ② A: Dạo này, em vừa bị đau đầu vừa bị mất ngủ.

19과

녹음대본

1. **A:** Phí lưu kho bao nhiêu tiền?
   B: Theo thông báo, chúng ta sẽ được miễn phí lưu kho cho hàng này.

   Ⓐ **Hai người đang nói về việc gì?**

   ① Phí hoa hồng
   ② Tiền thuê
   ③ Học phí hàng tháng
   ④ Phí lưu kho

2. **A:** Giá bán sỉ thì bao nhiêu tiền một máy này?
   B: 30 đô la.

   Ⓑ **Giá bán sỉ của một máy là bao nhiêu?**

   ① 10 đô la
   ② 20 đô la
   ③ 30 đô la
   ④ 40 đô la

해석

1. Ⓐ 두 사람은 무엇에 대해 이야기하고 있나요?

   ① 수수료
   ② 임차료
   ③ 매달 수업료
   ④ 창고 보관료

   정답: ④

   Ⓑ 한 기계의 도매가가 얼마인가요?

   ① 10 달러
   ② 20 달러
   ③ 30 달러
   ④ 40 달러

   정답: ③

2. ① Nghe nói anh ấy sẽ chuyển bộ phận.
   ② Học phí hàng tháng bao nhiêu tiền?
   ③ Tính anh ấy khác tôi.

3. ① Nghe nói thứ hai tuần sau sẽ có cuộc họp trực tuyến.
   ② Tuần này, tôi làm cả thứ bảy và chủ nhật.
   ③ Chi phí sản xuất bao nhiêu tiền?
   ④ Hàng loại một khác hàng loại hai, không được gói chung.

4. ① **A:** Nghe nói tuần sau anh ấy về nước.
   ② **A:** Theo hợp đồng, anh có thể thuê đến tháng sau.

20과

녹음대본

1. **A:** Tôi mong phương án này sẽ có hiệu quả.
   B: Tôi cũng đang mong có kết quả tốt.

   Ⓐ **Hai người đang nói về việc gì?**

   ① Về phương án của công ty
   ② Về ngày kỷ niệm thành lập công ty
   ③ Về hợp đồng độc quyền
   ④ Về chất lượng sản phẩm

2. **A:** Chị chưa về à? Đến giờ tan làm rồi mà.
   B: Chưa ạ. Tôi thì phải làm thêm giờ.

   Ⓑ **Vì sao người nữ chưa về?**

   ① Vì phải dịch tài liệu
   ② Vì phải hướng dẫn nhân viên mới
   ③ Vì phải gặp khách hàng
   ④ Vì phải làm thêm giờ

해석

1. Ⓐ 두 사람은 무엇에 대해 이야기하고 있나요?

   ① 회사의 방안에 대해
   ② 회사 창립 기념일에 대해

③ 독점 계약에 대해
④ 상품의 품질에 대해
   정답: ①

Ⓑ 왜 여자는 아직 가지 않나요?
① 자료를 번역해야 하기 때문에
② 새로운 직원에게 안내해 줘야 하기 때문에
③ 고객을 만나야 하기 때문에
④ 야근해야 하기 때문에
   정답: ④

2 ① Hai công ty vẫn còn giao lưu với nhau.
② Tôi mong chị điều chỉnh giá cả.
③ Đến hạn cuối rồi.

3 ① Anh ấy vẫn còn làm việc trong văn phòng.
② Tôi mong chúng ta có thể thỏa thuận được.
③ Khách hàng mới thì sẽ được trải nghiệm miễn phí.
④ Cái này tốt hơn cái kia mà.

4 ① A: Tôi mong chúng ta có thể giải quyết được vấn đề này.
② A: Đến ngày nộp rồi.

21과

녹음대본

1. A: Nhà máy đó thế nào rồi?
   B: Nhà máy đó sẽ đóng cửa tạm thời để kiểm tra máy móc.

Ⓐ **Nhà máy đã xảy ra vấn đề gì?**
① Bị cúp điện một tuần
② Đóng cửa tạm thời
③ Mở rộng quy mô
④ Thiếu nhân lực

2. A: Tôi phải họp bây giờ, có lẽ không về đúng giờ được.
   B: Khi nào chị về thì gọi cho tôi nhé.

Ⓑ **Người nữ đang làm gì?**
① Đang xem biểu đồ
② Đang quay phim
③ Đang đào tạo nhân viên
④ Đang họp

해석

1 Ⓐ 공장은 무슨 문제가 발생했나요?
① 일주일 정전됨
② 일시적으로 문을 닫음
③ 규모 확장
④ 인력 부족
   정답: ②

Ⓑ 여자는 무엇을 하고 있나요?
① 그래프 보는 중
② 촬영 중
③ 직원 교육 중
④ 회의 중
   정답: ④

2 ① Cho thêm năm phút để suy nghĩ lại.
② Tài liệu đã được phát rồi.
③ Dự án đó gần như đã được thông qua rồi.

3 ① Tôi đang tìm cách để được giảm thuế.
② Tôi được nhận tiền thưởng.
③ Có lẽ là tuần này chúng tôi sẽ làm tiệc tân gia.
④ Chúng ta phải quảng cáo qua SNS trước.

4 ① A: Sản phẩm mới của chúng ta sẽ được tài trợ.
② A: Ai sẽ phát biểu trước?

22과

녹음대본

1. A: Chúng ta cần làm gì trước nhỉ?
   B: Như chị Hoa đã đưa ra ý kiến, chúng ta cần mở rộng thị trường.

   Ⓐ **Người nam cho rằng phải làm gì trước?**

   ① Mở rộng thị trường
   ② Gia hạn hợp đồng
   ③ Tấn công thị trường giới trẻ
   ④ Áp dụng kĩ thuật mới

2. A: Chị thấy sản phẩm này thế nào?
   B: Rất tốt. Sau khi sản phẩm đó được ra mắt, nhiều công ty đang bắt chước nó.

   Ⓑ **Theo người nữ, sản phẩm đó thế nào?**

   ① Có thiết kế đa dạng
   ② Có kích cỡ lớn
   ③ Giá cả không hợp lý
   ④ Nhiều công ty làm theo nó

해석

1. Ⓐ 남자는 무엇을 먼저 해야 한다고 생각하나요?

   ① 시장 확장
   ② 계약 연장
   ③ 젊은층 시장 공략
   ④ 새로운 기술 적용

   정답: ①

   Ⓑ 여자의 생각에는 그 상품이 어떤 건가요?

   ① 다양한 디자인
   ② 큰 사이즈
   ③ 합리적인 가격
   ④ 많은 회사가 그것을 따라함

   정답: ④

2. ① Tôi cho rằng kiểm tra lại rất quan trọng.
   ② Sản phẩm đó đang bán chạy như chị dự kiến.
   ③ Đầu tiên, hãy nghe ý kiến của chị Hoa.

3. ① Tôi cho rằng họp càng sớm càng tốt.
   ② Hàng mẫu đã được cải thiện như chúng tôi yêu cầu.
   ③ Lịch trình tiếp theo sau khi họp xong là gì?
   ④ Tiếp theo là các tin về kinh tế thế giới.

4. ① A: Doanh thu đang giảm như anh đã nói.
   ② B: Trước tiên, em nên sắp xếp theo tên.

23과

녹음대본

1. A: Cái này là đồ dễ vỡ, anh cần thận nhé.
   B: Vâng, tôi biết rồi. Tôi sẽ chú ý.

   Ⓐ **Người nữ đang làm gì?**

   ① Đang chuyển khoản
   ② Đang chuyển nhà
   ③ Đang biên tập video
   ④ Đang gia hạn visa

2. A: Anh chị có ý kiến nào về thiết kế này không?
   B: Tôi thấy so với màu đậm, màu nhạt hợp hơn.

   Ⓑ **Người nữ nghĩ nên dùng màu gì?**

   ① Màu nhạt
   ② Màu đậm
   ③ Màu giống hàng mẫu
   ④ Màu giống thiết kế

해석

1. Ⓐ 여자는 무엇을 하고 있나요?

① 계좌 이체
② 이사
③ 영상 편집
④ 비자 연장

정답: ②

Ⓑ 여자는 어떤 색깔을 쓰는 게 좋겠다고 생각하나요?

① 연한 색깔
② 진한 색깔
③ 샘플과 같은 색깔
④ 디자인과 같은 색깔

정답: ①

2 ① Anh chị hãy cẩn thận khi sử dụng máy này.

   ② Dạo này, giới trẻ đang có xu hướng dùng đồ nội địa.

   ③ Chị ấy có kiến thức về thương mại.

3 ① Khi phát biểu, tôi rất hồi hộp.

   ② Hàng chị đặt không nặng, dễ vận chuyển.

   ③ Tỷ giá hôm nay cao hơn so với hôm qua.

   ④ Công ty chúng tôi có tiêu chuẩn về lượng đặt hàng.

4 ① A: Khi nghỉ, chị thường làm gì?

   ② B: Sản phẩm của chúng tôi có điểm mạnh về chất lượng.

24과

녹음대본

1. **A:** Công ty chị đang bán mấy chiếc?
   B: Hiện tại có ba chiếc. Anh nên đặt hàng từ bây giờ, vì chỉ còn mấy chiếc nữa thôi.
   Ⓐ **Công ty người nữ còn mấy chiếc máy?**

   ① Ba chiếc
   ② Năm chiếc
   ③ Bảy chiếc
   ④ Chín chiếc

2. **A:** Quán này đồ ăn rất ngon. Hơn nữa, nhân viên phục vụ còn rất thân thiện.
   B: Giá cả cũng rất hợp lý.
   Ⓑ **Hai người nghĩ quán ăn đó thế nào?**

   ① Món ăn rất ngon
   ② Giá cả hợp lý
   ③ Nhân viên rất thân thiện
   ④ Tất cả đáp án trên

해석

1 Ⓐ 여자의 회사는 몇 대의 기계가 남아 있나요?

   ① 3대
   ② 5대
   ③ 7대
   ④ 9대

   정답: ①

   Ⓑ 두 사람은 그 음식점을 어떻게 생각하나요?

   ① 음식이 정말 맛있음
   ② 가격이 합리적임
   ③ 종업원이 아주 친절함
   ④ ①, ②, ③

   정답: ④

2 ① Mời mọi người dùng bữa ạ.

   ② Công việc không những nhiều mà còn khó.

   ③ Bộ phận chúng tôi thường có nhiều việc cần xử lý.

3 ① Đừng để ý đến mấy tin đồn đó.

   ② Mời chị Sun Ae lên sân khấu.

   ③ Điện thoại này rất đẹp, hơn nữa còn đang khuyến mãi.

   ④ Giá cả luôn là vấn đề quan trọng.

4 ① B: Mời chị đi theo tôi.

   ② A: Mỗi lần uống cà phê, tôi luôn uống cà phê sữa.

25과

녹음대본

1. **A:** Em đang ôn cho kì thi TOEIC tháng sau.
   B: Chúc em thi tốt.

   Ⓐ **Người nam đang làm gì?**

   ① Đang đi bộ
   ② Đang giao hàng
   ③ Đang chơi bóng đá
   ④ Đang ôn thi

2. **A:** Anh cho tôi biết tiền thuế mà tôi phải trả nhé.
   B: 10 đô cho 1 cái ạ.

   Ⓑ **Tiền thuế mà người nữ phải trả là bao nhiêu?**

   ① 10 đô
   ② 11 đô
   ③ 20 đô
   ④ 21 đô

해석

1. Ⓐ 남자는 무엇을 하고 있나요?
   ① 걸어가는 중
   ② 배달하는 중
   ③ 축구하는 중
   ④ 시험을 위해 복습하는 중
   정답: ④

   Ⓑ 여자가 지불해야 하는 세금이 얼마인가요?
   ① 10 달러
   ② 11 달러
   ③ 20 달러
   ④ 21 달러
   정답: ①

2. ① Anh ấy đã đưa danh thiếp cho tôi.
   ② Chị ấy chưa bao giờ thất hứa với tôi.
   ③ Thông báo của công ty là phải đọc kỹ.

3. ① Tôi đang chuẩn bị cho triển lãm tháng sau.
   ② Tôi chưa xem quảng cáo đó bao giờ. / Tôi chưa bao giờ xem quảng cáo đó.
   ③ Chi phí mà chúng ta có thể chịu được là bao nhiêu?
   ④ Chúng ta đã gặp nhau rồi mà chị không nhớ sao?

4. ① **B:** Tôi chưa làm việc ở công ty khác bao giờ. / Tôi chưa bao giờ làm việc ở công ty khác.
   ② **B:** muốn mở cửa sổ sao?

26과

녹음대본

1. **A:** Cuối cùng hai bên cũng đến lúc ký hợp đồng.
   B: Để đến đây, chúng ta đã mất nhiều thời gian.

   Ⓐ **Hai công ty đang làm gì?**

   ① Ký hợp đồng
   ② Kết thúc hợp đồng
   ③ Hủy bỏ hợp đồng
   ④ Gia hạn hợp đồng

2. **A:** Tôi đã mất một tuần để viết báo cáo này một mình.
   B: Anh đã vất vả rồi.

   Ⓑ **Người nam viết báo cáo trong bao lâu?**

   ① Một ngày
   ② Một tuần
   ③ Một tháng
   ④ Không viết báo cáo

해석

1. Ⓐ 두 회사는 무엇을 하고 있나요?
   ① 계약
   ② 계약 종료
   ③ 계약 취소
   ④ 계약 연장
   정답: ①

③ 계약 취소
④ 계약 연장
정답: ①

Ⓑ 남자는 얼마나 오래 보고서를 썼나요?
① 하루
② 일주일
③ 한 달
④ 보고서를 쓰지 않았음
정답: ②

2 ① Chúng tôi không có ý định bán hàng trên mạng.
② Cuối cùng chúng ta cũng quyết định rồi.
③ Chuyện này thì em phải báo cáo cho ai ạ?

3 ① Cuối cùng báo cáo cho ngày mai cũng được hoàn thành rồi.
② Thời gian bay mất khoảng bảy tiếng.
③ Tôi tưởng là mọi việc đã xong rồi, nhưng vẫn còn nhiều lắm.
④ Nếu có vấn đề gì xảy ra thì em báo cáo cho chị ngay lập tức nhé.

4 ① A: Cuối cùng chúng ta cũng đạt được mục tiêu rồi.
② A: Tôi đã mất ba ngày để chuẩn bị cho cuộc họp này.

27과

녹음대본

1. A: Đây là thuốc giảm đau, nếu đau quá thì chị uống xem nhé.
B: Vâng, tôi cảm ơn.

Ⓐ Người nữ đang ở đâu?
① Công ty
② Bệnh viện
③ Khách sạn
④ Nhà

2. A: Buổi phỏng vấn đợt hai đã tiến hành trong một tiếng.
B: Vâng, tôi mong có kết quả tốt.

Ⓑ Người nam đã làm gì?
① Gọi điện cho khách sạn
② Đánh giá sản phẩm mới
③ Nộp thuế hải quan
④ Tham gia buổi phỏng vấn

해석

1 Ⓐ 여자는 어디에 있나요?
① 회사
② 병원
③ 호텔
④ 집
정답: ②

Ⓑ 남자는 무엇을 했나요?
① 호텔에 전화
② 새로운 상품 평가
③ 관세 지불
④ 면접 참가
정답: ④

2 ① Nếu không bắt máy thì em nhắn tin xem.
② Kích thước của cái này bằng một phần hai cái kia.
③ Chắc chắn công ty đó sẽ bị phá sản.

3 ① Lợi nhuận tháng này đã vượt một phần ba chỉ tiêu đề ra.
② Phim này sẽ được chiếu trong hai tiếng rưỡi.
③ Công ty đó không có hồi âm đâu.
④ Chắc chắn cô ấy sẽ được thăng chức.

4 ① B: tôi đã sửa nhà trong hai tuần.
② B: Để em hỏi xem.

28과

녹음대본

1. **A:** Trước khi ra mắt, sản phẩm đó đã được nhiều người quan tâm.
   B: Vâng, đúng rồi.

   Ⓐ Trước khi ra mắt, sản phẩm đó thế nào?

   ① Được nhiều người đầu tư
   ② Không được quan tâm
   ③ Được nhiều người quan tâm
   ④ Được quảng cáo nhiều

2. **A:** Chậm nhất là đến cuối năm, cổ phiếu của công ty sẽ được lên sàn.
   B: Vâng, anh làm nhanh giúp tôi nhé.

   Ⓑ Khi nào cổ phiếu của công ty được lên sàn?

   ① Cuối tuần
   ② Cuối tháng
   ③ Cuối năm
   ④ Cuối năm sau

해석

1. Ⓐ 출시되기 전에 그 상품이 어땠나요?
   ① 많은 사람의 투자를 받음
   ② 관심을 받지 못함
   ③ 많은 사람의 관심을 받음
   ④ 광고를 많이 함
   정답: ③

   Ⓑ 회사의 주식은 언제 상장될 건가요?
   ① 주말
   ② 월말
   ③ 연말
   ④ 내년 말
   정답: ③

2. ① Tôi rất thích những chủ đề nói về chính trị.
   ② Không có chuyện gì khác thường đâu.
   ③ Những khách mời khác cũng đã đến đông đủ.

3. ① Tôi không muốn nói về việc đó.
   ② Trước khi bắt đầu công việc, tôi hay uống cà phê.
   ③ Chậm nhất là đến ngày mai, tôi phải nộp báo cáo cho sếp.
   ④ Đến giờ hẹn rồi mà không có ai đến đây.

4. ① **B:** Chậm nhất là tuần sau, chúng tôi sẽ báo cho bạn.
   ② **B:** không có gì phải sửa.

29과

녹음대본

1. **A:** Sự kiện đã bị hủy do lịch trình thay đổi.
   B: Lẽ ra chúng ta phải điều chỉnh lịch trình sớm hơn.

   Ⓐ Vì sao sự kiện bị hủy?

   ① Do công xưởng bị cháy
   ② Do vấn đề tài chính
   ③ Do lịch trình thay đổi
   ④ Do không phù hợp với giới trẻ

2. **A:** Chị đã báo với anh Lưu là máy đó đã được thông quan chưa?
   B: Chưa. Bây giờ tôi báo ngay.

   Ⓑ Người nữ sẽ làm gì?

   ① Gọi điện cho đối tác
   ② Nộp bản thảo
   ③ Thôi việc
   ④ Chọn trang phục

해석

1. Ⓐ 왜 행사가 취소됐나요?

① 공장에 화재가 났기 때문에
② 재정적인 문제 때문에
③ 일정이 바뀌었기 때문에
④ 젊은 사람에게 적합하지 않기 때문에

정답: ③

Ⓑ 여자는 무엇을 할 건가요?

① 파트너에게 전화
② 원고 제출
③ 일 그만두기
④ 의상 고르기

정답: ①

2 ① Lẽ ra tôi phải thể hiện ý kiến phản đối.
② Em đã nghĩ ra đáp án chưa?
③ Anh ấy bị đau nên không đi làm được.

3 ① Lẽ ra tôi phải chuẩn bị bản thảo.
② Chi nhánh Việt Nam báo rằng hàng A đã được xuất kho rồi.
③ Bây giờ không thể kinh doanh được do thiếu vốn.
④ Công xưởng đang ngừng hoạt động vì bị cháy.

4 ① B: Lẽ ra chúng ta phải chiếm lĩnh thị trường trước.
② A: Công ty A báo rằng không thể ký hợp đồng với chúng ta.

30과

녹음대본

1. A: Tất cả hàng tồn kho trong kho đã bị hủy hết.
B: Cảm ơn vì đã hỗ trợ cho đội chúng tôi.

Ⓐ **Người nữ đã làm gì?**

① Thực hiện dự án B
② Chuẩn bị phát biểu
③ Sắp xếp các tài liệu
④ Hủy hàng tồn kho

2.
A: Chuyện liên lạc với đối tác sẽ được anh Tuấn phụ trách.
B: Vâng, tôi biết rồi ạ.

Ⓑ **Người nam sẽ phụ trách việc gì?**

① Liên lạc cho đối tác
② Gửi lô hàng thay thế
③ Thu hồi hàng kém chất lượng
④ Tổng vệ sinh văn phòng

해석

1 Ⓐ 여자는 무엇을 했나요?

① B안 진행
② 발표 준비
③ 자료 정리
④ 재고품 폐기

정답: ④

Ⓑ 남자는 무슨 일을 담당할 건가요?

① 파트너 연락
② 교체품 발송
③ 불량품 회수
④ 사무실 대청소

정답: ①

2 ① Tôi giải thích thì anh ấy hiểu được ngay.
② Mọi người đã dọn hết chưa?
③ Cảm ơn vì chị đã dành thời gian cho chúng tôi.

3 ① Nếu có mật khẩu thì có thể truy cập ngay.
② Chúng tôi đã dùng hết nguyên liệu có sẵn rồi.
③ Cảm ơn vì chị đã luôn ủng hộ em.
④ Chị cho biết bí quyết thành công trên thị trường nước ngoài.

4 ① B: Chúng tôi sẽ gửi hàng ngay.
② B: Em dọn hết cái này rồi về.

메모장

메모장

S 시원스쿨닷컴